(कादंबरी)

दिलीपराज प्रकाशन प्रा. लि.
२५१ क, शनिवार पेठ, पुणे ४११ ०३०.

जो पर्यंत अशा कृत्यापेक्षा
त्यावर केलेल्या
प्रतिकाराची चर्चा
हा समाज करत नाही,
तो पर्यंत
हा समाज परिपक्व
झाला आहे, असं
मानता येणार नाही....

I0563770

प्रतिकार

सुहास शिरवळकर

प्रतिकार

प्रतिकार
Pratikar

प्रकाशक
राजीव दत्तात्रय बर्वे
मॅनेजिंग डायरेक्टर,
दिलीपराज प्रकाशन प्रा. लि.
२५१ क, शनिवार पेठ, पुणे ४११ ०३०.
Email : diliprajprakashan@yahoo.in

प्रकाशन दिनांक : १५ जुलै २०११

प्रकाशन क्रमांक : १८९७

ISBN - 978-81-7294-896-2

जो पर्यंत आशा कृष्णिका
लमर केलेल्या
प्रतिकाराची वत्ता
घ समाज करत नाही,
तो पर्यंत
का समाज परिपक्व
झाला आहे, असं
मानता येणार नाही....

टाईपसेटिंग :
पितृछाया मुद्रणालय,
९०९, रविवार पेठ,
पुणे ४११ ००२.

मुखपृष्ठ सजावट :
रेषविश्व ॲंड । सागर नेने

प्रस्तावना

प्रिय रसिक वाचक —

'बलात्कारा'ची बातमी होऊ नये, हे अगदी खरं आहे; पण अशाच एका बातमीनं मला विचारासाठी प्रवृत्त केलं; अभ्यास करायला लावला; मनात प्रश्नांचे कल्लोळ माजवले आणि या प्रश्नांची उत्तरं शोधता-शोधताच—

'प्रतिकार' ही कादंबरी जन्माला आली!

घटना तशी 'साधी'! नेहमीचीच, कुठेही— केव्हा तरी घडणारी!

मी आता सकाळी-सकाळी ही प्रस्तावना लिहीत असतानादेखील कुठे तरी एखाद्या स्त्रीच्या असहायपणाचा गैरफायदा घेऊन कोणी नराधम बलात्कारात मग्न असण्याची शक्यता नाकारता येत नाही!

हे कटूही आहे आणि सत्यही!

तुम्ही एखाद्या पोलीस चौकीत गेलात— तर कदाचित चौकीत गुन्ह्यांचा जो तक्ता टांगलेला असतो, त्यातील 'बलात्कार' या गुन्ह्यासमोर अगदी किरकोळ (!) आकडा दिसेल किंवा डॅशही असेल! पण ही वस्तुस्थिती नसते, हे पोलिसांसकट साऱ्यांनाच माहिती आहे. हा किरकोळ आकडा वा डॅशचा अर्थ इतकाच असतो, की इतकेच गुन्हे नोंदीसाठी चौकीपर्यंत

आले आहेत! न आलेले किती असतील—

बलात्कार करणारे जाणे नि बलात्कारित अबलाच!
तर,

ही घटना साधी. नेहमी घडणारी. कुठेही, केव्हाही घडणारी! आणि तरीही अस्वस्थ करणारी.

काही नाही; पुण्यातल्या एका प्रसिद्ध महाविद्यालयात शिक्षण घेणाऱ्या एका विद्यार्थिनीवर, त्याच महाविद्यालयाच्या मैदानावर सामुदायिक बलात्कार झाला! या सामुदायिक सत्कृत्यात एक रिक्षावाला, कॉर्नरचे फूलवाले वगैरे हिरीरीने सामील!

आणि, हे म्हणे, सापडले कसे; तर—

मुलगी मेली का जिवंत आहे, हे पाहण्यासाठी त्यातले एक-दोघं घटनास्थळी परत गेले आणि पकडले गेले!

त्या वेळी या घटनेनं पुण्याची वृत्तपत्रं खडबडून जागी झाली. तपास घेऊन 'बातमी' तयार करण्यात आली. ती सविस्तर छापलीही गेली.

पुढे काय झालं, मला माहीत नाही! कारण, अशा आरोपांचं पुढे काय होतं; कळतच नाही! वृत्तपत्रंही त्याचा पाठपुरावा करीत नाहीत आणि समाज तर सरळ-सरळ ताज्या बातम्यांमध्येच स्वारस्य दाखवतो!

सापडलेल्या आरोपींवर खटला भरला का? या खटल्याचा निकाल काय लागला? आरोपींना शासन झालं; का इतकं सगळं होऊन ते पुराव्याअभावी निर्दोष सुटले?

खरंच माहीत नाही!

पण एक मला नक्की माहितीय— त्यातला एक आरोपी त्या काळी 'तो बलात्कार आम्हीच केला!' असं अभिमानाने छातीवर हात मारून सांगत मुक्तपणे फिरत होता! आपण कसे सापडलो, ते वर्णन करून सांगत होता. 'पोलिसांची तुला भीती वाटत नाही का?' असं अज्ञानापोटी

कोणीही विचारलं, तर 'चला ना— कोणत्या चौकीवर येऊ? —पोलिसांसमोर सांगतो की!' असं बिनधास्त उत्तर देत होता!

आणि हे सांगोवांगी नाहीये. माझ्या दुर्दैवाने, याच आरोपीच्या रिक्षात बसून मी माझ्या एका प्रकाशक मित्रासह हे ऐकत— एस. पी. ते विश्रामबाग पोलीस स्टेशन— असा प्रवास केला आहे! विषण्ण मनाने रिक्षा सोडून, पायी घरी गेलो आहे!

आता प्रश्न असा आहे...

खरं, तर प्रश्न अनेक आहेत! उदाहरणार्थ— 'बलात्कार' व्हावाच का? तो ज्या दुर्दैवी तरुणीवर झाला, ती केवळ हाती सापडली या योगायोगामुळे तिच्यावर झाला— तिच्या जागी अन्य कोणी तरुणी असती, तरी परिस्थितीत फरक पडला नसता; का खास त्या मुलीवर म्हणूनच तो बलात्कार झाला? तसं असेल, तर शेकडो तरुणींपैकी विशिष्ट मुलीच बळी का होतात? त्यात त्यांचा काही दोष असतो का?

खरा प्रश्न आहे तो हा— अशा पीडित मुलीने पोलीस चौकीत जाऊन गुन्हा नोंदवावा, का नोंदवू नये? या प्रश्नाचं उत्तर 'नोंदवावा' असं असेल, तर 'त्या' रिक्षावाल्याच्या धाडसाचं काय? न घाबरता, तो असा उजळ माथ्याने कसा फिरू शकतो? या 'नोंदी'चा नक्की उपयोग काय? आणि आरोपी असे मोकळे राहू शकत असतील, तर सदर तरुणीच्या जीविताचं काय? जर 'नोंदवू नये' असं असेल, तर—

साऱ्या यंत्रणेनंच अंतर्मुख होऊन स्वतःचा तपास घेणं आवश्यक आहे!

आजही असे घृणास्पद गुन्हे बाहेर येत नाहीत; येणारही नाहीत. कारण, अशा स्त्रीकडे पाहण्याचा आपला दृष्टिकोन

आजही सदोष आहे! तिला न्याय मिळण्याची खात्री नाहीच; अब्रूचा जाहीर लिलाव मात्र अटळ! तिचं सामाजिक स्थान धोक्यात. घरची सुरक्षाही अनिश्चित.

स्त्रीला दोषी न मानता— भ्रष्ट न मानता— समाज स्वतःला दोषी मानून, अशा गुन्ह्यांना कडक शासन व्हावं म्हणून जोपर्यंत आग्रह धरणार नाही; या स्त्रीसाठी एखादा मजबूत हात आधार होणार नाही; तोपर्यंत असे गुन्हे घडत राहणार— आरोपी निर्दोष सुटणार— वा गुन्हे लपवले जाणार— स्त्रिया बदनाम होत राहणार!

हे नि असे अनेक प्रश्न आणि त्यांच्या उत्तरांचा शोध—

कलम नंबर शंभरची उपयुक्तता व वापरातील त्रुटी— म्हणजेच 'प्रतिकार'!!

वाचून, कोणा गुन्हेगाराला पश्चात्ताप होण्याची अपेक्षा नाही. यंत्रणेच्या पद्धतीत काही बदल होण्याची वेडी आशा नाही. पण—

समाज थोडा अंतर्मुख झाला— त्याचा अशा स्त्रीकडे पाहण्याचा दृष्टिकोन थोडा जरी बदलला आणि अशा स्त्रीच्या आधारासाठी एक मजबूत हात कणखर मनाने पुढे आला; तर—

मला सारं काही भरून पावलं!

- सुहास शिरवळकर

भारतीय दंड संहिता

बाब ४ : खासगी नात्याने बचाव करण्याच्या हक्कासंबंधी कलम नं. १००

'खासगी नात्याने बचाव करण्याच्या हक्कावरून जीव घेण्याचा अखत्यार केव्हा आहे?'

खाली जे अपराधांचे प्रकार लिहिले आहेत, त्यापैकी एखादा अपराध कोणी करू लागला, तर (कलम नं. ९९— ह्यात ज्या मर्यादा सांगितल्या आहेत, त्यांस अनुलक्षून) खासगी नात्याचा शरीराचा बचाव करण्याच्या हक्कावरून, अंगावर आलेल्या मनुष्याचा आपखुशीने जीव घेण्याचा अगर दुसरे एखादे नुकसान करण्याचा अखत्यार आहे; म्हणजेच —

पहिला प्रकार : ...

दुसरा प्रकार : ...

तिसरा प्रकार : जबरीने संभोग करण्याच्या इराद्याने कोणी अंगावर आला.

टीप : कलम नं. १०० यात नमूद केलेल्या परिस्थितीत शरीराचा बचाव करण्याकरिता जीव घेण्यापर्यंतचा अखत्यार आहे.

०००

मुझे इंतज़ार है—
बलात्काराच्या बातम्या होणार नाहीत...
चर्चा होणार नाही...
अशा दुर्दैवी तरुणीकडे वाईट,
संशयी नजरेनं पाहिलं जाणार नाही...
स्त्रीच्या असहायतेचा
गैरफायदा घेतला जाणार नाही...
शरमेनं समाज मान खाली घालेल...
आणि,
एक तरी तरुण स्वीकारासाठी
हात पुढे करेल...
कलम नंबर शंभरचा खरा अर्थ
मनामनांतून रुजेल;
त्याचे उद्घोष होतील...
—वो सुबह कभी तो आएगी!

- **सुहास शिरवळकर**

१

खाली रिक्षाचा हॉर्न वाजला, तशी ती घाईघाइनं गॅलरीत आली. रिक्षातून उतरून मदन बाहेर उभा होता. एकीकडे पुन्हा हॉर्न वाजवण्याच्या तयारीत वर पाहत होता. हातानंच त्याला 'थांब, आलेच!' अशी खूण करीत ती पुन्हा आत आली. आरशासमोर उभं राहून तिनं एकदा सगळं जिथल्या तिथं असल्याची खात्री करून घेतली. पातळ टाचेखाली दाबून थोडं खाली ओढून घेतलं. मग ड्रेसिंग टेबलावरची वह्या-पुस्तकं उचलून ती खाली आली.

"आईऽ गेले गं!" म्हणत पायात हाय-हिल्स सरकवत ती डॅडींच्या बैठकीच्या खोलीपाशी आली. डॅडी कोणा जुन्या मित्राशी शिळोप्याच्या गप्पा मारीत बसले होते. त्यांच्या बोलण्यात तिचाच विचार सुरू होता. अर्थात, ते काय बोलत असणार, हे एव्हाना तिला पाठ होऊन गेलं होतं. एक वाक्य ऐकून पुढचं वाक्य ती सांगू शकली असती.

"डॅडी—" पडद्यातून डोकं आत सारत तिनं हाक दिली.

"हां बेटी, ये. तुझी ओळख करून देतो." डॅडींनी प्रेमळ स्वरात म्हटलं. खाली मदन उभा होता, तो लवकरच पुन्हा हॉर्न वाजवणार होता; पण नाइलाज होता. 'ये' म्हटल्यावर

आत जाऊन औपचारिक ओळख करून घेणं तरी आवश्यक होतं. म्हणून ती हसऱ्या चेहऱ्यानं आत गेली.

आता ओळख करून देणार म्हणून डॅडींसमोरचा त्यांच्याच वयाचा एक गृहस्थ अगदी हसण्याच्या तयारीत होता. नमस्कारासाठी त्याच्या हातांची वळवळ सुरू होती.

''ही कल्याणी.'' जवाहिऱ्यानं आपल्या स्टॉकमधला सर्वांत भारी, दुर्मिळ हिरा दाखवावा, तशा उत्साही स्वरात डॅडी म्हणाले, ''एफ. वाय. आर्ट्सला आहे. आम्हाला ही एकुलती एक मुलगी. शालेय शिक्षण सगळं इंग्लिश मीडियममध्ये झालं. आता—''

''नमस्कार.'' दोन्ही हात जोडून ती शुद्ध मराठीत म्हणाली.

''—आणि हे नाशिककर. वाईत ह्यांचं मोठं हॉस्पिटल आहे. आता हा मोठा डॉक्टर आहे; पण आम्ही ह्याला 'टेण्या' म्हणायचो!''

नाशिककरांनी लाजून नमस्कार केला. 'टेण्या'च्या शालेय उल्लेखानं त्यांना ओशाळल्यासारखं झालं असावं. कल्याणीलाही त्यामुळे हसू यायला लागलं. पन्नाशीचा चांगला जाडजूड माणूस, डॉक्टर; आणि 'टेण्या' काय?

डॉ. टेण्या नाशिककर!

''डॅडी— ते पाहा! तो मदन तीन-तीनदा हॉर्न वाजवतोय्! जाऊ मी?''

''आवरलं का सगळं तुझं?''

''हो. तुमच्या कपाटातून मी तीनशे रुपये घेतले आहेत. मदनचे रिक्षाचे शंभर देऊन टाकते, कॉलेजचेही सेकंड टर्मचे पैसे भरून टाकते.''

''ठीक आहे. हिशेब विचारला का तुला मी?'' डॅडींनी हसून विचारलं.

''तसं नाही, पण काही कामासाठी लागले न् कमी पडले, तर शोधत बसाल ना!''

''बरं-बरं, घेऊन जा.''

''बरं, येऊ डॅडी मी? बाऽय् डॉक्टर अंकल.''

पोर्चच्या पायऱ्या झपाझप उतरून ती गेटमधून बाहेर आली, तेव्हा मदन हताश होऊन सीटवर बसून कसलंसं मासिक चाळीत होता.

''चलो!'' मधाळ हसत ती म्हणाली. त्याचा वैताग कमी व्हायला

तेवढं हास्य पुरेसं होतं.

"निघायचं का बाईसाहेब? का तेवढ्यात आणखी काही विसरल्याचं आठवेल?"

"नाही, काही नाही. आज आधीच आवरून ठेवलं होतं."

"तरी उशीर झालाच!" स्टार्टरचा दांडा खेचून इंजिन स्टार्ट करीत तो म्हणाला. "मला काय, तुम्ही म्हणालात तर आणखी पंधरा मिनिटं थांबेन मी. मग तुम्हीच घाई करणार, रिक्षा जोरात मार म्हणणार. उद्या कुठं काही अपघात झाला, की लोक आहेतच रिक्षावाल्याच्या नावानं बोंब मारायला तयार!"

ती काही न बोलता रिक्षात बसली. फर्स्ट-सेकंड करीत मदननं हां-हां म्हणता चौथा गिअर टाकून रिक्षा रहदारीत मिसळली.

बसल्या-बसल्या तिच्या लक्षात आलं—आजही मदननं आरसा ॲड्जस्ट करून ठेवला होता. आरशात त्याचा चेहरा दिसत होता, म्हणजे ओघा-ओघानं त्याला तिचा दिसत असणार, हे आलंच; पण ती काही बोलली नाही. राग-बिग तर मुळीच आला नाही. तो रिक्षावाला असला तरी तरुण होता. असा आरसा ॲड्जस्ट करणं, हे एक प्रकारे तिच्या सौंदर्याची त्यानं तारीफ करण्यासारखंच नव्हतं का? जोपर्यंत असं चोरटं पाहण्यापलीकडे त्याची मजल जात नव्हती, तोपर्यंत तिला फिकीर करण्याचं कारण नव्हतं.

कल्याणी धीट होती. तिची मतं सुधारित होती आणि कोणाला कुठं थांबवायचं, हे तिला पूर्णपणे कळत होतं. घरातलं वातावरण दिलखुलास, मोकळं. त्यातून शालेय शिक्षण इंग्रजी माध्यमातून झालेलं. त्यामुळे मुलांशी बोलणं—त्यांच्या वात्रट कॉमेन्ट्सना फाड्कन उत्तर देऊन त्यांना गप्प करणं–एखाद्या 'हीरो'ला 'झीरो' करणं... हे प्रकार कल्याणीला चांगले अवगत होते. शाळेत असताना मैत्रिणींप्रमाणेच तिचे मित्रही घरी येऊ शकत असत. अडचण इतकीच असे की—संजय देसाई, नरेंद्र थत्ते, श्याम अग्रवाल... अशी हाताच्या बोटांवर मोजण्याइतकी मुलं वगळली; तर तिच्याशी मोकळेपणी बोलण्याइतका धीटपणा असणारी— तिच्या घरी येऊ शकणारी मुलंच फार कमी होती. एखाद्या मुलाला आग्रह करून स्वत:च्या घरी नेणं आणि डॅडींशी

ओळख करून दिल्यावर बोलता-वागताना त्याची उडणारी तारांबळ पाहणं, हा तिचा आवडता खेळच होता. तिच्याऐवजी आलेला मुलगाच वधू-परीक्षेच्या वेळी वधूनं लाजावं, तसा लाजत असे. बिचकून उलटी-पालटी उत्तरं देत असे. चहा वगैरे झाला, की तो आपलं अवतारकार्य संपल्याच्या थाटात नाहीसा होई नि त्याच्या गमती आठवून-आठवून ती खदखदून हसत राही. डॅडी तिला रागवत; पण 'काय हे कल्याणी— असं हसू नये हो कोणाला!' म्हणत तेही तिच्या हसण्यात सामील होत असत.

हे सगळं आठवून ती खुद्कन स्वत:शीच हसली आणि मग तिच्या लक्षात आलं—मदन आरशातून आपल्याकडेच एकटक पाहतो आहे. आपल्या मनात काय चाललं आहे याची मुळीच कल्पना नसल्यानं त्याचा गैरसमज होऊ शकेल. म्हणून ती त्यालाही शाळेतल्या गमती सांगू लागली, की बाबा रे, म्हणून मी हसत होते! पण त्याला हे अध्याहृत किती समजलं, कोण जाणे! तो इतकंच म्हणाला—

"सुंदर मुलींना पोरांची हृदयं गमतीखातर घायाळ करण्याचा अधिकारच असतो!"

ती एकदम गप्प झाली. उडवून लावता आलं असतं; पण मदनसारख्या अशिक्षिताला गप्प करण्यात कसलं चातुर्य? शिवाय तो उगाच दुखावला गेला असता. स्वभावानं बरा होता तसा तो. तारुण्यसुलभतेनं तिच्याभोवती मन घुटमळलं, तरी तो काही तिच्यापर्यंत पोहोचू शकत नव्हता. म्हणजे, तो खूप पोहोचला असता; तिनं पोहोचू द्यायला हवं ना? ती काही प्रेम-पागल वगैरे नव्हती. 'रिक्षावाला हुआ तो क्या हुआ?' असल्या मूर्ख विचारांनी तिला कधीच पछाडलं नव्हतं. डॅडींचं समाजातलं स्थान, आपली श्रेष्ठता या सर्वांची जाणीव तिला होती. डॅडींनी पहिल्यापासून तिला 'मुलगा' मानलं होतं. तिच्या बुद्धीवर, सारासार विचारशक्तीवर विश्वास टाकला होता. त्याचा तिनं गैरफायदा न घेता आपलं व्यक्तिमत्त्व अधिक प्रभावी केलं होतं. समाजात धिटाईनं वावरून निरनिराळे अनुभव पदरी बांधले होते.

"बाई, घ्यायचं का त्याला?"

मदनच्या प्रश्नानं भानावर येत तिनं बाहेर पाहिलं. ईश्वर जगताप

बसस्टॉपला उभा होता. जाणाऱ्या प्रत्येक वाहनाला लिफ्टसाठी हात करीत होता आणि आता कल्याणीची रिक्षा ओळखून तो सरळ बसच्या रांगेतून बाहेर पडून रस्त्यात उभा राहिला होता.

''थांबव.'' ती म्हणाली. मदनला ईश्वरचं येणं मुळीच आवडलं नव्हतं. प्रश्न विचारण्याच्या त्याच्या पद्धतीवरनंच तिच्या ते लक्षात आलं होतं. पण एक तर ईश्वरला ती ओळखत होती, तो तिच्याच वर्गात होता आणि तिनं कोणाला रिक्षात घ्यावं किंवा नाही—हे ठरवणारा हा कोण? ती दरमहा शंभर रुपये देत होती; मदन ते घेत होता— संपलं.

रिक्षा थांबताच ईश्वर घाईघाईनं आत बसला. ती थोडं पाठीकडे सरकली.

''सॉरी हं कल्याणी!'' ईश्वर चमकदार हसत म्हणाला, ''अगं, अर्धा तास स्टॉपला उभा आहे. एक बस रिकामी होती जवळजवळ; पण कंडक्टरला सिंगल बेल मारायचाही कंटाळा आला असावा; थांबलीच नाही!''

''शी! पी. एम. टी. इतकी गचाळ सर्व्हिस कोणत्याही बस कंपनीची नसेल! ह्यांची भाडी तेवढी बघून घ्या! अरे, मधे डॅडींबरोबर मुंबईला गेले होते ना, तर दादरपासून व्ही. टी. — अशी तब्बल वीस मिनिटं बस पळत होती. पुन्हा वेगात. हे आपल्यासारखं नाही; जऽरा वेग घेतला की आला स्टॉप, नाही तर चौकातला लाल दिवा! पासष्ट पैशांत नेलंय्.''

''आपल्या इथं मिनिमम अंतराला चाळीस पैसे! पुन्हा रुबाब असा, की बेट्यांनो, आम्ही आहोत म्हणून; नाही तर कसे गेला असता कॉलेजला? च्यायला, एकेकदा वाटतं— शहाण्यानं या बसच्या नादी लागू नये! सरळ पायी गेलो असतो, तर एव्हाना कॉलेजला पोहोचलो असतो. आता किती वाजले?''

''अकरा चाळीस.''

''गेला पहिला पीरियड! तो टकल्या देशपांडे वर्गात शिरताच दार लावून टाकतो. जणू ह्याच्या शिकवण्याला सोन्याचीच किंमत आहे! पाहिलं तर साधं 'टेक्सटाइल्स'चं स्पेलिंग लिहिता येत नाही!''

कल्याणी खदखदून हसायला लागली. ईश्वर म्हणत होता, ते खरं

होतं. देशपांडे सरांचं इंग्लिश अक्षर चांगलं होतं. सर्टिफिकेटवर लिहिल्याप्रमाणे रनिंग लिपी वळणदार होती. पण स्पेलिंगचे मात्र राडे असायचे. टेक्सटाइल्स्चं स्पेलिंग ते 'tekstails' लिहायचे! कन्फर्मला सी ओ एन् येतो म्हणून 'कॉनफर्म' म्हणायचे. पुन्हा काही सांगण्याची सोय नसायची. कोणी चूक काढली की, यू गेट आऊट! आणि हे मात्र अगदी अस्खलितपणे.

"तुला कसा उशीर झाला?"

"अरे, हा आलाच नाही वेळेवर!" ती मदनकडे बोट दाखवत म्हणाली. मदन चमकला.

"मी? छाऽन! मी दहा मिनिटं खाली थांबलेलो... चार-चारदा हॉर्न देतोय. तरी ह्यांचं आपलं 'थांब!' आणि आता—"

"पण हे गृहीत धरून तू पंधरा मिनिटं लवकर आला असतास, तर आपण तेवढेच आधी निघालो नसतो का?"

मदननं कपाळावर हात मारून घेतला. ईश्वर खदखदून हसायला लागला.

"अरे!... थांबव–थांबव." कल्याणी एकदम म्हणाली.

"का? आता कोण दिसलं?" मदननं रिक्षाचा वेग कमी करीत विचारलं.

"ती बघ, इनामदार चालली आहे; तिलाही घेऊ."

मदननं मान डोलावली. रिक्षाचा वेग पुन्हा वाढवला. एकदम इनामदारसमोर रिक्षा आत दाबली. ती स्वतःच्या नादात चालली होती. दचकून शरीर मुडपत बाजूला झाली. रिक्षावाल्याला शिव्या द्याव्यात, म्हणून तावातावानं पुढे आली—

तर, रिक्षात कल्याणी!

"काय हेऽ कल्याणी! किती घाबरले मी! ग्रेटच आहेस!"

"हा मदनचा चावटपणा. मी त्याला रिक्षा थांबवायला सांगितलं होतं; अंगावर घालायला नाही. चल, बैस."

इनामदारनं आत पाहिलं. आत आधीच ईश्वर बसलेला होता. तिसरं माणूस मावलं असतं; पण दाटी झाली असती. म्हणून ती म्हणाली,

"नको बाई. नाहीतरी पीरियड बुडालेलाच आहे. जाते मी आरामात पायी."

"चल गं, बैस. कुठे वेड्यासारखी पायी येतेस?"

"म्हणजे? हे पायी चालणारे सगळे वेडेच का?"

विचारीत असताना इनामदारची नजर ईश्वरवर. त्यामुळे तिची अडचण त्याच्या लक्षात आली.

"मी—मी उतरू का कल्याणी? नाही तरी पहिला पीरियड बुडला आहेच; तर—"

"आता तुझ्या डोक्यात हे उतरण्याचं खूळ कुठून आलं देवा?"

"तसं नाही. माझं काही विशेष नाहीये. पीरियड्ऽस बुडाले तरी आम्ही काही स्कॉलर नाही!"

"हे बघ, तूही उतरायचं कारण नाही आणि तिनंही पायी जायला नको. हं, ये गं इकडून—" दटावणीच्या स्वरात कल्याणी म्हणाली. ईश्वरच्या बाजूला सरकली. इनामदार संकोचानं पलीकडून आत बसली. तिचा दत्तकविधी होऊ नये, म्हणून कल्याणीला आणखी सरकल्यासारखं करावं लागलं. तिघं दाटीवाटीनं बसताच मदननं रिक्षा सुरू करीत म्हटलं,

"आता मात्र कोणाला घ्याल, तर तुम्हाला किंवा मला उतरावं लागेल हं!"

त्याचं बोलणं आवडून कल्याणी दिलखुलास हसू लागली; पण वेगवेगळ्या संदर्भात बाकी तिघांचं काही ना काही बिनसलेलं असल्याने ते हसू शकले नाहीत. मघाशी घळघळीत बोलणारा ईश्वर आता जिभेवरून वारं गेल्यासारखा गप्प होता. आपल्यामुळे ह्यांना दाटी झाली म्हणून इनामदार खुलत नव्हती अन् कल्याणीची जागा बदलल्यामुळे ती आरशात दिसू शकत नव्हती म्हणून मदन खट्टू झाला होता. त्यात ती ईश्वरच्या मांडीला मांडी लावून बसली होती. ते तर त्याला असह्यपणे डाचत होतं.

रिक्षात दाटी झाली होती, यात काही शंकाच नव्हती; पण ईश्वरला अजून अर्धा-एक इंच सरकता आलं असतं. दोन मांड्यांमध्ये त्यानं मुद्दाम जे अंतर ठेवलं होतं, ते कमी केलं असतं तरी त्याची मांडी कल्याणीच्या

मांडीला टेकली नसती; पण तो सहज होत असल्याप्रमाणे सैल होऊन बसला होता. तिच्या मांसल दंडालाही त्याचा दंड स्पर्शत होता. कल्याणीच्या हे केव्हाच लक्षात आलं होतं; पण असे चोरटे स्पर्श मिळवून त्यातून सुख अनुभवण्याच्या प्रवृत्तीबद्दल ईश्वरचा राग येण्याऐवजी तिला त्याची कीव येत होती. आणि अगदी प्रामाणिकपणे मनाशी कबुली द्यायची, तर त्याच्या पुरुषी शरीराचा स्पर्श पाप-वासना निर्माण न करताही तिला सुखावत होता. म्हणून ती काही म्हणाली नाही वा तिनं अंग चोरायचा प्रयत्न केला नाही; पण तिच्या या मौन राहण्यानं ईश्वरचा मात्र गैरसमज झाला असावा. सहजपणे त्याचा हात तिच्या उजव्या मांडीवर विसावला. आपोआपच बोटं तिच्या मांडीला स्पर्शू लागली. मग मात्र तिनं एकदा त्याच्या हाताकडे पाहिलं, एकदा त्याच्याकडे. 'अरे!' असं उद्गारत त्यानं हात काढून घेतला. नीट बसला.

रिक्षा कॉलेजच्या आवारात शिरून पोर्चपाशी थांबली, तेव्हा पीरियड सुरू होऊन गेला होता. सुट्टी असल्यासारखा आसपासचा परिसर ओसाड दिसत होता.

''आता काय करणार कल्याणी तू?''

खाली उतरत ईश्वरनं विचारलं. इनामदार तिच्याकडे पाहायला लागली.

''काय आयडिया आहे?''

''कँटीनला बसून गप्पा मारू या? नाही तरी लेडीज रूमला जांभया देतच बसणार तू!'' या प्रकारात त्यानं इनामदाराला गृहीत धरलं नव्हतं, हे स्पष्टच होतं. ती तडकून म्हणाली.

''ए बाई, मी जाते! पीरियड बुडाला आहेच, तर इकॉनॉमिक्सचं ट्युटोरिअल तरी करते!''

''का गं, चल की तूपण.''

''नको.''

ती फार घोळ न घालता निघून गेली. तिच्या पाठमोऱ्या आकृतीकडे पाहत ईश्वर म्हणाला,

''आलवण साली! स्वत:ला कोण समजते, कोणास ठाऊक!''

आलवण? कल्याणीच्या डोळ्यांसमोर इनामदारची जुन्या पद्धतीची विधवा मूर्ती उभी राहिली. कपाळ पांढरं, वर चकोट आणि लाल रंगाचं नऊवारी लुगडं. त्याचा पदर असा डोक्यावरून लपेटून कान तेवढे बाहेर काढलेले! ती जोरजोरात हसायला लागली. ईश्वरही स्वत:च्या शब्दांवर खूष होऊन हसू लागला. मदनला मात्र हसू येत नव्हतं.

“जाऊ का बाई मी?” स्टार्टरला हात घालत त्यानं रूक्ष स्वरात विचारलं.

“अरे, तुझे पैसे घे ना!”

“पैसे?” ईश्वर म्हणाला, “मदनचा पगार का आज? आणि लेका, तसाच पळतो होय रे?”

“पार्टी पाहिजेल काऽ? मग घ्या की! कल्याणीबाईंच्या पैशाचा काय संबंध मग? रिक्षा आपली स्वत:ची आहे जगतापसाहेब. तीस-चाळीस तर सहज मिळून जातात. पाच-पन्नास इकडे-तिकडे! चला, बसा.”

मदननं आपल्याबरोबर हॉटेलात वा कॉलेजच्या कॅंटीनला यावं, हे कल्याणीला मुळीच आवडण्यासारखं नव्हतं; पण ईश्वरनं तसं म्हटल्यावर नाही म्हणणंही तिच्या हातात नव्हतं. दोघे पुन्हा आत बसले. मदननं रिक्षा सरळ कॉलेजातून बाहेर काढली.

“अरे, इकडे कुठे—?”

“तुम्हाला पार्टी द्यायची संधी आम्हा गरिबाला तरी सारखी-सारखी कुठे मिळणार? द्यायचीच तर चांगल्या हॉटेलात देऊ की!”

ईश्वरनं हसून कल्याणीकडे पाहिलं. ‘बघ, कसा बकरा गटवला!’ अशा थाटात मदनच्या दिशेनं भुवया नि डोळे उडवले; पण ती थोडी अस्वस्थच झाली. तिच्या मते, ‘अशा’ लोकांना चार हात दूर ठेवणंच चांगलं होतं. एकदा कुठे गेलं, की दुसऱ्या वेळी ‘नाही’ म्हणता येत नाही. असं हळूहळू वाढत जाऊन शेवटी परिस्थितीच हातातून जाते. ती आठवी का नववीत असतानाच हे शहाणपण शिकली होती. तिला नातं आता नीटसं आठवलं नसतं; पण दूरचा कुठलासा भाऊ त्यांच्याकडे पाहुणा आला होता. त्याची तेव्हा एस. एस. सी.ची परीक्षा जवळ आलेली. ती पूर्ण रिकामी. ही अभ्यास करायची, तेव्हा पाहुणा तिथे बसूनच राहायचा. कल्याणीला काही

अडलं वगैरे तर सांगायचा. अन् एकदा पुस्तक हातातून देता-घेताना धरला हात! कुरवाळल्यासारखा केला अन् सोडून दिला. हे सगळं इतकं अस्पष्ट, की त्याला संशयाचा भरपूर फायदा मिळावा! कल्याणीला वाटलं, ह्याच्या मनात तसं काही नाही. ती लगेच विसरून गेली; पण या पराक्रमी बाळानं तिच्या गप्प राहण्याचा सोईस्कर अर्थ घेऊन दुसऱ्या दिवशी दुपारी तिला एकांतात मिठी मारली. अर्थात, याही वेळी असंच काहीतरी कारण काढून म्हणजे, पलीकडची वस्तू घेतोय वगैरे भासवत. नंतर पुन्हा काही नाही. त्यामुळे संशय येऊनही तिला तो बोलून दाखवता येईना. रात्री अभ्यास करताना त्यानं कल्याणीला थेट आपल्या अंगावरच ओढलं, तेव्हा तिनं फाड्कन् मुस्कटात मारली. त्याला हाकलून दिलं. दुसऱ्या दिवशी सकाळी आईला सगळं सांगितलं, तर त्याला परत पाठवून देणं वगैरे सगळं तिनं रीतसर उरकलं; पण म्हणताना मात्र ती म्हणाली,

"टाळी एका हातानं वाजत नसते कल्याणी! त्याचं हे धाडस एकदम झालेलं नसणार. तू का त्याला पुढे जाऊ दिलंस? त्यानं तुझा हात धरला, तेव्हाच थोबाडीत का नाही मारलीस?"

कल्याणीला ते चांगलंच पटलं. स्वभावात बसत नसूनही हा सावधपणा तिनं स्वीकारला; नाहीतर शक्यतो दुसऱ्याला दुखावणं तिला आवडायचं नाही. अगदी अंगाशी प्रकरण येतं असं वाटायला लागलं, की तीच झटकून टाकायची. मग मात्र समोर कोण आहे, याची तिला पर्वा नसायची.

जिमखान्यावरच्या एका रेस्टॉरंटसमोर मदननं रिक्षा थांबवली तेव्हा ईश्वरकडे पाहिलं. तो असा ऐसपैस बसला होता, जणू जोडपंच आहे!

"चला, उतरा." मदन खाकी बुशशर्ट ओढून त्याचा चुरगळा काढत म्हणाला.

दोघं खाली उतरले, तर मागून येणाऱ्या दीप्ती आणि नवीन शहानं त्यांना गाठलं.

"अरे, तुम्ही तर छुपे रुस्तम निघालात!" दोघांकडे पाहत नवीन म्हणाला.

"तू समजतोस, तसं काही नाही नवीन." तो कोणत्या अर्थानं

म्हणतोय, ते लक्षात घेऊन कल्याणी म्हणाली. "आम्ही—"

"ओ. के, बेबी... ओके." दीप्ती तिला डोळा मारीत म्हणाली, "एक चोर कधी दुसऱ्या चोराचं बिंग फोडत नसतो— डोन्ट वरी! आम्ही तुम्हाला पाहिलेलं नाही. झालं समाधान?"

कल्याणीनं हताश होऊन ईश्वरकडे पाहिलं. तो हे सगळं खरं असल्याच्या मिस्कील थाटात हसत होता. ते पाहून तिची कवटी आणखीनच सरकली. तेवढ्यात मदन रिक्षा लावून त्यांना येऊन मिळाला. त्या दोघांनी 'हा प्राणी कोण?' अशा नजरेनं त्याच्याकडे पाहिलं. दीप्तीच्या डोळ्यांतलं प्रश्नचिन्ह पाहून कल्याणी म्हणाली,

"हा मदन. याचा आज वाढदिवस आहे, म्हणून तो आम्हाला पार्टी देतोय!"

मदननं अगदी मान लववून हसून नमस्कार केला. प्रत्युत्तरादाखल नवीन नुसता एक गाल उडवून हसला. दीप्ती मांजरासारखी अंगावर रंगीबेरंगी केसांची कुरणं असलेल्या कुत्र्याकडे कुतूहलानं पाहावं, तशी पाहत राहिली.

वाढदिवसाचं कल्याणीनं अगदी अचानक काढल्यानं ईश्वराचा चेहरा बावळट होऊन गेला. गोंधळात पडल्याचं त्याच्या चेहऱ्यावर स्पष्ट दिसायला लागलं. मदन मात्र एकदम परफेक्ट होता. बिचकला नाही, की गांगरला नाही. कल्याणीला त्याच्या प्रसंगावधानाचं कौतुक वाटलं. म्हणाला,

"तुम्हा लोकांची ओळख झाली, फार आनंद झाला. तुम्हीही आजच्या पार्टीत सामील व्हा."

कल्याणी पुन्हा अस्वस्थ झाली. की, महागड्या हॉटेलात पाच जणांचं बिल किती होईल याची मदनला कल्पना नसणार. शंभर रुपये तर सहज उडणार त्याचे. नंतर बसेल एवढंसं तोंड करून! पण तिला ते बोलून दाखवायला संधीच नव्हती. त्याचं निमंत्रण स्वीकारून दोघं त्यांच्यात सामील झाले होते.

बसल्यावर वेटर आला. त्यानं जाडजूड बांधणीचं पॉश मेनूकार्ड त्यांच्यासमोर ठेवलं. "बघा, हवं ते मागवा!" म्हणून मदन बसून राहिला. ईश्वरनं पुढाकार घेतला. कॉलेजला यायचं म्हणजे त्याचं घरी व्यवस्थित

जेवण झालेलं असणार; पण बिल मदन देणार म्हणून त्यानं भसाभस दोन-तीन पदार्थ सांगितले. दीप्ती आणि नवीन तर भूक लागली म्हणून काहीतरी खायलाच आले होते. कल्याणीला मात्र भूक नव्हती आणि मदनला आपण उगाच खड्ड्यात घालतोय, अशी अपराधी बोच मनात असल्यानं पदार्थ काही घशाखाली उतरवणंही तिला शक्य नव्हतं. ती काही खात नाही म्हणाली, तर मदननं आग्रह करून तिला आइस्क्रीम घ्यायला लावलं.

खाताना या तिघांच्या वेव्हलेंग्थ कुठेतरी जुळल्या असाव्यात. मदन रिक्षा ड्रायव्हर आहे, हे विसरून ईश्वर आणि नवीन त्याच्याशी गप्पा मारीत होते. दीप्तीला पहिल्यापासूनच फारसं बोलायला लागायचं नाही. ती नुसती त्यांच्यात आहे, असं दाखवण्यासाठी हसत होती. कल्याणीला मात्र ऑक्वर्ड होऊन गेलं होतं.

सगळ्यांचं खाणं-पिणं व्यवस्थित झाल्यावर मदननं वेटरला बिल आणायला सांगितलं. बिलाची डिश टेबलावर येताच सर्वांनी आपला संबंध नाही असं भासवत इकडे-तिकडे पाहायला सुरुवात केली; पण त्यापूर्वी प्रत्येकानं बिलाचा 'रुपीज् सिक्सटी ओनली' आकडा पाहून घेतला होता. प्रत्येक जण मनात खुदखुदत होता.

आपण ह्याला महिना शंभर देतो; त्यातले साठ गेले, तर ह्याला काय मिळालं? आपल्यासाठी एका रिक्षावाल्याला भुर्दंड नको म्हणून कल्याणीनं झट्कन आपल्याजवळचे शंभर रुपये डिशमध्ये टाकले. तसा मदन म्हणाला,

"हे काय बाई? पार्टी मी दिली आहे; तुम्ही नाही."

"असू दे रे. त्यात काय बिघडलं?"

"नाही-नाही, असं नाही चालणार. हवं तर तुम्ही उद्या पार्टी द्या. ही माझी पार्टी आहे; बिल मी देणार!"

त्यानं तिची नोट उचलून तिच्या हातात ठेवली.

"ठीक आहे, तू बिल दे. उरलेले तुझ्याकडे घे. नाहीतरी—"

"नाही, हिशेबात घोटाळा नको. नंतर द्या तुम्ही. नाही तर या लोकांना वाटायचं— मदन या शंभर रुपयांवरच अवलंबून होता!"

मदननं पँटच्या खिशात हात घातला. निरनिराळ्या एकत्रित नोटांची

एक गड्डी बाहेर काढली. चार-पाचशे सहज असतील.

"आज पगाराचा दिवस; नाही का?" ईश्वरनं कुत्सितपणे हसत विचारलं.

"आपला रोजच पगार असतो!" मदन रहस्यमय पद्धतीनं म्हणाला. ईश्वरनं झट्कन् विचारलं,

"खत्री प्रसन्न का?"

"माय-बाप खत्री सरकार प्रसन्न!"

"आयला!" नवीन एकदम इंटरेस्ट घेत विचारू लागला, "आज काय फिट्ट आहे?"

"खेळता का तुम्ही?"

"कोण खेळत नाही; आपण कबूल करण्याचा मूर्खपणा करतो, इतकंच! 'आपण त्यातले नाही' असं दाखवत सगळेच खेळत असतात. फुकटचा पैसा मिळाला, तर कोणाला नको आहे?"

"दीप्ती, काय चाललं आहे ह्यांचं?" काहीही न समजून कल्याणीनं विचारलं; पण तिला तरी कुठं नीट समजलं होतं. स्वत:चं अज्ञान लपवण्यासाठी ती इतकंच म्हणाली,

"सॉर्ट ऑफ गॅम्बलिंग."

"तुला पैसे हवेत का कल्याणी? पाच रुपये दे, उद्या चारशे पाच मिळतील—"

"किंवा पाच जातील!" ईश्वरचं वाक्य मदननं मिस्कीलपणे पूर्ण केलं.

"अरे, पण गेले तर पाचच... मिळाले तर चारशे पाच!" ईश्वरला दुजोरा देत नवीन म्हणाला.

"मदन, तुझ्या थिअरीत आज काय निघतं—एकच फिट्ट सांग."

"नाईन्टी टू— ब्याण्णव."

"एकोणतीस—?"

"नाही!"

"ब्याण्णव?" विचार करीत ईश्वर म्हणाला, "कितीचा लावणार आहेस?"

"का, खायचा विचार आहे?"

"हो."

"खाऊ नका, मी नऊ दिवस फॉलो केला आहे आणि आज दुसरा कोणताच बसणार नाही! वीस...पंचवीस रुपयांचा तरी कापीन मी." मदन गंभीर स्वरात म्हणाला.

"तुझी एवढी खात्री असेल, तर खा ईश्वर." नवीन डोळे मिचकावत म्हणाला, "उद्या दोन हजार तयार ठेव, म्हणजे झालं!"

"नको! त्यापेक्षा मीच खेळीन पाच-दहा रुपयांचा."

"खेळ. डोळे झाकून नव्वेसे दुर्री खेळा."

नवीननं खिशात हात घालून नोटा बाहेर काढल्या. सात रुपये मदनच्या हातात ठेवले.

"तुमच्याबरोबर माझेही ब्याण्णववर पाच नि एकोणतीसवर दोन लावा."

"माझे पाच—तीन ब्याण्णववर, एक एकोणतीसवर, एक बेचाळीसवर." ईश्वरनं पाच रुपये मदनजवळ देत म्हटलं.

मदनला असला सुरक्षित खेळाचा प्रकारच मान्य नव्हता. आर या पार! —हा त्याचा गेम खेळण्याचा खाक्या होता. दोघांचे पैसे गोळा करीत तो कुत्सितपणे हसला. ब्याण्णव सोडून उरलेली कोणतीही फिगर तो खाणार होता. हे चार रुपयेही स्वतःच्या जबाबदारीवर तो ब्याण्णववरच लावून मोकळा होणार होता.

"तुला खेळायचं आहे दीप्ती?" नवीननं मध्येच दीप्तीकडे पाहत विचारलं.

"काय, आहे काय पण हे?"

"त्याच्याशी तुम्हाला काय करायचं आहे? पाच रुपये द्यायचे, उद्या पेपरात पाहायचं. जर ब्याण्णव हा आकडा आला असेल, तर खुशाल इथं यायचं; माझ्याकडून चारशे पाच घ्यायचे!"

दीप्तीनं कल्याणीकडे पाहिलं.

"काय कल्याणी खेळू या?"

"पण पेपरात कुठं पाहायचं?"

"अहो, 'केसरी'तसुद्धा आलेला आकडा छापतात! टिळकांनी 'केसरी' सुरू केला, तेव्हा त्यांना बिचाऱ्यांना आपल्या पेपरचा हा उपयोग करता येईल याची कल्पनाही नसेल!"

"काय 'केसरी'त...?' 'केसरी' तर आमच्याकडे रोज येतो! मी नाही पाहिलं कधी."

"पहिल्या पानावर ते 'बाळूकाका' का कोणाचं चित्र असतं, त्याच्याखाली 'मुंबई बाजार' 'कल्याण बाजार'चे आकडे नसतात का? —तेच ते!"

"अय्याऽ! मी इतके दिवस समजत होते, ते कसल्या व्यापारी तेजी-मंदीचे भाव आहेत!"

"बाई, तुम्ही फक्त काय द्यायचे ते पैसे द्या; पेपरात आकडा नाही बघितला नाही तरी चालेल, मी सांगेन तुम्हाला. ब्याण्णव आला, तर उद्या पुन्हा इथेच ग्रँड पार्टी करू!"

एव्हाना हा जुगाराचा कोणता तरी प्रकार आहे, हे कल्याणीला समजलं होतं. दीप्तीही जरा विचारात पडली होती.

"नको बाबा!" ती घाबरत म्हणाली, "माझ्या वडिलांना समजलं, तर ते काठीनं बडवून काढतील मला!"

"आणि आमचे डॅडी जणू माझं कौतुक करून विचारून घेतील— बेबीऽ ही पैसे कमावण्याची युक्ती तू मला सांगशील का?" कल्याणी फणकाऱ्यानं म्हणाली.

तिघं हसायला लागले. नवीननं समजूतदारपणे नवाच मुद्दा उपस्थित केला.

"पण हे घरी सांगता कशाला तुम्ही?"

"सांगत कोणीच नसतं; पण चुकून कोणी पर्स पाहिली अन् एवढे पैसे कुठून आले विचारलं, तर काय सांगणार?— अंहं, आम्हाला नका या भानगडीत घेऊ!"

कल्याणीनं ठामपणे नकार दिल्यामुळे दीप्तीही ढेपाळली.

"बरं, पण ब्याण्णव आला तर पार्टीला तरी याल की नाही?"

"पार्टीला येऊ."

"ठीक आहे. कल मजा आयेगा!"

सगळे उठून बाहेर आले, तेव्हा दुसरा पीरियड संपून तिसरा सुरू झाला होता. बाकीच्या दोन पीरियड्ससाठी कॉलेजला जाणं सगळ्यांच्याच जिवावर आलं होतं. दीप्ती म्हणाली, ''नवीन, आता जाण्यात काही अर्थ नाही. मॅटिनीला बसलो असतो, तर तीही वेळ गेली!''

''तीनच्या जाऊ या का?''

''जाऊ. कोण दाखवतो?''

''मी दाखवतो ना!'' मदन उत्साहानं म्हणाला.

कल्याणी एकदम सावध झाली. चाललेलं होतं, त्यातलं तिला काहीच आवडत नव्हतं आणि आता प्रकरण पुढं जाऊ पाहत होतं. ती निग्रही स्वरात म्हणाली—

''मदन, तू मला घरी सोड; मग जा तुम्ही कुठं जायचं ते!''

''म्हणजे—? तुम्ही नाही येणार बाई?''

''नाही!''

''तुम्ही येणार म्हणून तर मी सगळ्यांना पिक्चर दाखवायला तयार झालो.''

''सॉरी. मी येणार नाही.'' त्याच्या बोलण्यात निर्माण होणारी जवळिकीची, आपलेपणाच्या अधिकाराची जाणीव झटकून ती रुक्ष स्वरात म्हणाली.

''मग कॅन्सल!''

''तुम्ही जा की! मी नसले तर तुम्हाला आत सोडणार नाहीत का?''

''तो प्रश्न नाही कल्याणी.'' ईश्वर नाराजीच्या स्वरात म्हणाला, ''वुई आर ऑल ॲडल्ट्स. आपल्याला कोणत्याही चित्रपटाला कोणी अडवू शकणार नाही. पण इतका वेळ आपण एकत्र होतो; आता एक कटणार म्हटल्यावर बाकीच्यांचा मूड ऑफ् होतो!''

''नाही तर काय! ए कल्याणी—मी पण येतीय ना; इतकी आखडतेस कशाला?''

''सॉरी बाबा! तुम्ही जा. मदन, तू मला पोहोचवून ये कसा.''

''मरू दे! जादा शहाणीच आहे नाहीतरी ही!'' फुकटात पदरात पडणारा चित्रपट बुडणार, या भीतीनं खवळून दीप्ती म्हणाली, ''मदन,

तिला सोडून ये; आपण जाऊ.''

''तुम्ही जा; मी नाही येत.'

''कॅन्सलच करा नाऽ... सांगितलीय कोणी नसती झगझग!'' ईश्वर वैतागून म्हणाला.

''बघ कल्याणी, तुझ्या एकटीच्या आडमुठेपणामुळे सगळ्यांचा विरस होतोय!''

''त्याबद्दल मी क्षमा मागते. पण—''

''त्या कशा येणार?'' कडवट हसत मदन म्हणाला, ''एका रिक्षा ड्रायव्हरनं दिलेल्या पार्टीला त्या मोठेपणानं आल्या, हेच मी माझं भाग्य समजतो!''

तो म्हणाला, ते अगदी बरोबर होतं. मदनबरोबर सिनेमाला जाणं तिला मुळीच मान्य नव्हतं. पार्टीलाच ती कशी 'हो' म्हणाली, ते तिचं तिलाच माहीत!

''चल नवीन,'' दीप्ती झटका आल्यासारखं म्हणाली, ''आपण दोघे जाऊ; ह्यांच्या नादी लागण्यात अर्थ नाही!''

कल्याणी काही न बोलता रिक्षात जाऊन बसली. ती जाताच ईश्वर म्हणाला, ''साली फार आखडते; नाही?''

''श्रीमंत बापाची एकुलती एक मुलगी ती! ती आपल्याबरोबर कशाला येते?''

''च्यायला, असली श्रीमंती आम्ही कोलतो!'' ईश्वर म्हणाला, ''ही काय समजते? माझ्या बापाचे मंडईत सहा गाळे आहेत!''

''आणि आम्ही काय रस्त्यावर पडलो आहोत का?'' नवीन म्हणाला, ''माझ्या बापाचा 'नवीन बनियन्स'चा कारखाना माझ्याच नावावर आहे आत्तापासून! पोरी-पोरी काय—''

स्वतःचं कर्तृत्व जाहीर करण्याच्या विचारात होता तो; पण दीप्ती बरोबर आहे आणि आपण तिच्या गळ्याची शपथ घेऊन तिला 'तूच माझ्या जीवनात आलेली पहिली नि शेवटची तरुणी आहेस!' असं छातीठोकपणे सांगून ठेवल्याचं वेळीच त्याला आठवल्यानं तो गप्प झाला.

"ते काहीही असो; एकदा मी तिला बरोबर पिक्चरला काढीन!" अभिमानानं छाती फुगवत ईश्वर म्हणाला, "या पोरींना भुलवायला वेळ लागत नाही. उद्यापासून गाडीवर बसून जायला लागतो. बघ मग काय चमत्कार होतो!"

मदन एक शब्दही बोलत नव्हता, पण ईश्वरबद्दलचा राग त्याच्या डोळ्यांत एकवटला होता. जी स्वप्नं ईश्वर पाहत होता, तीच तो कधीपासून पाहत होता. फरक इतकाच, की आपल्या कमी शिक्षणामुळे, धंद्यामुळे मनात जो न्यूनगंड निर्माण झाला होता; त्यामुळे तो ते इतकं स्पष्टपणे बोलून दाखवू शकत नव्हता. कल्याणीबद्दल आपल्याला काही वाटतं, हेपण त्याला चेहऱ्यावर दर्शविता येत नव्हतं.

"मी बाईंना सोडतो!" शांतपणे त्यांचा विषय तोडत तो म्हणाला.

"ओ. के. उद्या ब्याणाण्णव, एकोणतीस, बेचाळीस—काहीही आलं तरी आपण एकमेकांना भेटायचं."

"हां, असं करू या का — मी दुपारी कॉलेजवरच भेटतो. बाईंना सोडायला यावंच लागेल. कुठं नि कसं, कोण कोण जायचं—ते तेव्हाच ठरवू."

"ठीक आहे. पण मदन, नक्की ये आणि उगाच आकडा खाण्याच्या भानगडीत पडू नकोस हं."

मदन हसला. घाईघाईने तिघांना सलाम ठोकून रिक्षापाशी आला. नवीन आणि दीप्ती ह्यांच्यातच ईश्वर घोटाळत राहिला.

"काय, जाणार का शेवटी?" कल्याणीनं उगाच प्रश्न केला.

"माझ्यापुरतं तरी ते कॅन्सल झालंय." मदन गंभीर स्वरात म्हणाला, "ते तिघं काय करणार आहेत, मला माहीत नाही अन् त्यांची मला गरजही नाही."

रिक्षा घराच्या दिशेनं पळू लागली. नेहमी त्यांच्यात एका मर्यादेपर्यंत मोकळेपणा असायचा, तो आज नाहीसा झाला होता. अवघडल्यासारखं होऊन गेलं होतं. अधून-मधून आरशात त्यांची नजरानजर व्हायची, तेव्हा ते विशेषकरून जाणवायचं.

"बाई," बऱ्याच वेळानं मदन म्हणाला, "तुम्ही हुशार आहात, सावध आहात. माणसाची पारख तुम्हालाही असणारच, पण... एक सांगावंसं

वाटतं; सांगू का?''

"सांग की, त्याला एवढी प्रस्तावना कशाला रे हवी?'' तिनं आश्चर्यानं विचारलं.

"तसं नाही बाई, आम्ही पडलो अशिक्षित, अडाणी. तुम्हाला राग यायचा, म्हणून आधी परवानगी घेतली.''

ती प्रश्नार्थक मुद्रेने आरशातल्या त्यांच्या प्रतिबिंबाकडे पाहत राहिली.

"त्या ईश्वर जगतापला तुम्ही मित्र मानता! पण... त्याची नजर काही चांगली नाही बाई. तुम्ही सावध राहा, तुमच्याबद्दल तो वाईट बोलतो.''

ती गंभीर झाली. स्वत:शीच हसली. मदननं सांगितलं म्हणून असं नाही; पण एकूणच त्याच्या वागणुकीनं तिला सावध केलं होतं. ईश्वरच काय, मदनपासूनही यापुढे ती सावध राहणार होती!

—काय करावं, या विचारातच ती अंतर्मुख झाली. घर येण्यापूर्वीच तिला काही निर्णय घ्यायचा होता.

ooo

२

आज पहिल्यांदाच कल्याणीच्या हातून अशी काहीतरी गोष्ट घडली होती, जी ती घरी सांगू शकत नव्हती. कॉलेजात यायला लागल्यापासून उशीर झाल्यामुळे पहिला तास बुडवण्याचे प्रसंग तिच्यावर चार-दोन वेळा आले होते; पण त्यात घरी न सांगण्यासारखं वा आवर्जून सांगण्यासारखं काही आहे, असं तिला कधी वाटलं नव्हतं. आजची गोष्ट मात्र वेगळी होती. तिनं पहिला तास बुडवला होता. तो बुडाला म्हणून ईश्वर आणि मदन ह्यांच्यासारख्या थर्ड-ग्रेड मुलांबरोबर ती हॉटेलात गेली होती. हॉटेलात गेली म्हणून तिचे पुढचे तासही बुडले होते आणि कॉलेजला म्हणून गेलेली मुलगी कॉलेजचं फक्त तोंड पाहून कॉलेज सुटायच्या बेतालाच घरी आली होती!

हे डॅडी किंवा मम्मीला सांगण्यासारखं निश्चितच नव्हतं. सांगितलं असतं, तर कोणी लगेच धारेवर धरलं असतं, अशातला भाग नव्हता. त्यातली अपरिहार्यता कदाचित डॅडींना समजू शकली असती; पण मम्मी मात्र काळजीत पडली असती. बोलून दाखवलं नसतं, तरी मुलीबद्दल तिच्या मनात थोडा संशय निर्माण झाला असता. 'तू गेलीसच कशाला?...आपलं आपल्याला भलंबुरं समजायला नको का?' असल्या निरुत्तरी प्रश्नांनी तिनं कल्याणीला गांजवून

टाकलं असतं.

गोष्ट तशी अगदी साधी होती; निस्तरणं तिच्या हातात होतं. तेवढ्यासाठी दोघांना काळजी लावण्याचं काही कारण नव्हतं, म्हणून तिनं घरी काही सांगितलं नाही. पण तिच्यात काहीतरी बदल झाला आहे, हे डॅडींच्या अचूक लक्षात आलं. तिचं कमी बोलणं मम्मीला खटकलं. जेवताना तिनं तिला हटकलं; पण कल्याणीनं उडवाउडवीची उत्तरं देऊन विषय बदलून तिला हातोहात गंडवलं. डॅडी मात्र बनले नाहीत. नेहमीच्या सवयीप्रमाणे बागेत खुर्ची टाकून सिगारेट ओढत बसताना त्यांनी कल्याणीला बोलावून घेतलं, तेव्हाच तिच्या ते लक्षात आलं. निमूटपणे दुसरी खुर्ची घेऊन ती त्यांच्यासमोर जाऊन बसली.

"काय गं, आज कॉलेजात काय झालं?" त्यांनी नेहमीच्या मैत्रीच्या स्वरात विचारलं. काय सांगावं, म्हणून ती जरा अस्वस्थ झाली; पण डॅडींना गुंडाळताही येणार नव्हतं, म्हणून म्हणाली,

"तसं विशेष... म्हणजे सांगण्यासारखं काही झालेलं नाही डॅडी."

"मग तू अशी अस्वस्थ का?"

"सांगितलं ना, तसं काही नाही. असतं, तर मी तुम्हाला सांगितलं नसतं का?"

"कोणी मुलगा त्रासबिस देतोय का?"

"छे! तसं काही असतं, तर परस्पर मीच त्याला दोन चढवून दिल्या असत्या अन् आल्या-आल्या तुम्हा सांगितलं असतं!"

डॅडी शांतपणे सिगारेट ओढत लेकीकडे पाहत राहिले. मग खिन्न स्वरात म्हणाले,

"आजपर्यंत असं काही घडलं नव्हतं बेटा— जे 'विशेष नाही' या कारणासाठी तुला माझ्यापासूनही लपवून ठेवण्याची बुद्धी व्हावी! ठीक आहे— तू आता मोठी झालीस, असं मी समजतो; पण तरीही महत्त्वाचं असं असलं तर स्वत:चे निर्णय तू स्वत: घेऊ नकोस, इतकंच सांगणं आहे. म्हणजे... आम्ही तुझ्यावर निर्णय लादू, असा याचा अर्थ नाही. अंतिम निर्णय तुझाच; पण सल्ला आमचा घे!"

आपण काय घडलं ते सांगितलं नाही, हे डॅडींना लागल्याचं तिच्या

लक्षात आलं. ती म्हणाली,

"डॅडी, कुठून कुठे विषय नेलात! मी विचार करीत होते, रिक्षाला दरमहा शंभर रुपये घालवण्यापेक्षा दोन-तीन हजारांची एखादी मोपेड घेतली तर काय होईल?"

"इतकंच? मग म्हणायचं नाही का?"

"म्हणणारच होते; पण मागच्या महिन्यात आपण सगळं फर्निचर बदललं. वीस हजार खर्च केले. या महिन्यात नुकताच फ्रीज आला."

"हे हिशेब तुला कोणी विचारले? मागंच तुला म्हटलं होतं— सुवेगा, लुना काहीतरी घेऊन टाक. तर म्हणालीस, गर्दीत चालवायची भीती वाटते! घेऊन टाकू उद्या सुवेगा. कमलशी बोलतो आज मी."

डॅडींचा अस्वस्थपणा घालवण्यात यश मिळत असतानाच तिला हा नवा मार्ग सापडला.

बस्, सुवेगा घेतली की रिक्षाचा प्रश्न मिटला. मदनशीही संबंध नाही नि कोणाला लिफ्ट देण्याचाही प्रश्न नाही!

दुसऱ्या दिवशी सकाळी ती डॅडींबरोबर सुवेगाच्या डीलरकडे गेली. सगळ्या फॉर्मॅलिटिज् पार पडून तीन-चार दिवसांत सुवेगा मिळेल, असं कळलं. डॅडींनी लगेच चेक देऊन टाकला. एका प्रकरणावर वेळीच पडदा पडला, म्हणून कल्याणीचा जीव भांड्यात पडला.

ते उरकून घरी येईपर्यंत चक्क कॉलेजची वेळच होत आली होती. दहा वाजले होते. अकराला मदननं रिक्षा आणून लावली की, सुरू त्याचं हॉर्न वाजवणं!

मदन म्हणताच तिला त्यांच्यातलं कालचं बोलणं आठवलं. 'केसरी'तले 'शुभ-अंक', 'बाजारभाव' वगैरे हेडिंग्जखालचे आकडे आठवले.

आला असेल का त्याचा तो फेवरिट ब्याण्णव आकडा?

कुतूहलानं तिनं टी-पॉयवरचा केसरी उचलला. 'बाळूकाका'च्या खालचे आकडे पाहिले— ११०-२, २२०-४.

म्हणजे नक्की कोणता आकडा आला, ते तिला समजलं नाही; पण एवढं मात्र कळलं, की त्यात मदनचा 'नऊ' कुठेच नव्हता.

चलाऽ, आजचं पार्टीचं वगैरे आपोआप कॅन्सल झालं!

ती जाणार नव्हतीच; पण तरीही तिला उगाचच बरं वाटलं. ती खळाळून हसली. त्याच वेळी नेमकी मम्मी हॉलमध्ये आली. 'लवकर आवरून घे' असं सांगणार होती. कल्याणीला हसताना पाहून तिनं विचारलं,

"काय गं, काय आलंय पेपरात एवढं?"

"अं? अगं, 'बाळूकाका'ची कॉमेन्ट फार मार्मिक आहे."

"हं— हं. चल, आवरायला घे. झालं का ते बुकिंगचं?"

"होऽ चार-पाच दिवसांत डिलिव्हरी मिळेल. मम्मी, डीलर डॅडींचा मित्र आहे अगं."

"चला! चार-पाच दिवसांनी जिवाला एक नवीन घोर सुरू! तू वेड्यासारखी फास्ट गाडी चालवणार; परत येईपर्यंत काळजी करीत बसायचं."

कल्याणी हसून आत पळाली. झरझर आवरायला घेतलं. जेवण उरकून साडी वगैरे बदलून होईपर्यंत खाली रिक्षाचा हॉर्न वाजला.

मम्मीला अच्छा करून कल्याणी खाली आली.

"बघ, आज तुला ताटकळत ठेवलं नाही." रिक्षात बसताना ती मदनला म्हणाली.

"या! बाईसाहेब खुशीत दिसतायत् एकदम!"

"असं काही नाही. मी दुःखी कधी असते?"

"तरीपण!"

"सुवेगाचं बुकिंग केलं आज. चार-पाच दिवसांत गाडी येईल."

मदन अभिनंदन करेल, अशी तिची अपेक्षा होती; पण तो एकदम जाणवण्याइतका गंभीर झाला. विचार केल्यावर तिच्या लक्षात आलं, त्याचं दरमहा शंभर रुपयांचं नुकसान होणार... आपला सहवास संपणार; वाईट वाटणं साहजिक आहे. आपण त्याला इतक्या फट्कन ही बातमी सांगायला नको होती. विचार बदलण्यासाठी तिनं विचारलं,

"तुझ्या 'ब्याण्णव'चं काय झालं रे?"

"कुठे— नाही ना आला!"

"मग सगळ्यांचे बुडाले का?"

"सगळ्यांचे नाही; इतरांचे बुडाले!"

"आणि तू?"

"मदन कोणत्याच व्यवहारात बुडत नसतो बाई! ओपनला ११०ची दुर्री आल्यावर मी सरळ क्लोजला दहा रुपयांची २२० तिकडम कापली— अडीच हजारांचं पेमेंट आहे आज!"

"अडीच हजार?— तुला मिळाले?" तिनं चमकून विचारलं.

"मग! दोनशे वीस म्हणजे डबल तिकडम् ना! दोनदा एकच आकडा आला– रुपयाला अडीचशेचा भाव असतो!"

त्यानं काय सांगितलं, ते नीटसं तिला समजलं नाही. त्याला दोन हजार पाचशे मिळाले, इतकंच पूर्णपणे समजलं.

"पैसे मिळाले?"

"तुम्हाला सोडलं की आणायला जाईन. जिमखान्यावरच अड्डा आहे."

"पाहू तुझं तिकीट?"

"तिकीट?... हां, हां— आकड्याची चिठ्ठी पाहाचीय का?"

त्यानं हसत-हसत पँटच्या वॉच-पॉकेटमध्ये हात घातला. हाताला लागलेले कागद हॅन्डलच्या मोकळ्या जागेवर टाकले. त्यातलं एक हिरवं चिठोरं उचलून मागं तिच्या हातात दिलं. पाहूनच ती थक्क झाली. चिठोऱ्याचा आकार जेमतेम बसच्या तिकिटाएवढा होता. त्यावर बॉलपेननं २२०-१० एवढंच लिहिलेलं होतं आणि या क्षणी त्या चिठोऱ्याची किंमत दोन हजार पाचशे रुपये होती!

"ही चिठ्ठी दाखवली की पैसे मिळतात?"

"लगेच!"

"पण यावर तर कोणाची सही नाही, कसलं नाव नाही... तो माणूस म्हणाला— ही आमची नाही... तर?"

"तसं होत नाही बाई." मदन हसून म्हणाला, "कोणत्याही प्रकारचा जुगार हा नेहमी विश्वासावर चालत असतो. दोन-अडीच हजारांसाठी महिना वीस-पंचवीस हजारांचा धंदा बरबाद करीत नाही कोणी."

जुगारात सहसा बायकांना स्वारस्य नसतं, गती नसते; तशीच ती

कल्याणीलाही नव्हती. पण तिला सगळ्याचं कौतुक मात्र वाटलं. तिनं तो चिठोरा अगदी जपून मदनच्या ताब्यात दिला.

"आज येणार ना बाई...?" आरशातून तिच्याकडे पाहत त्यानं विचारलं.

"कुठे रे?"

"म्हणाल तिथं! एवढे अडीच हजार मिळणार; झाले दोन-तीनशे खर्च... काय बिघडतं?" हा इतका वेगळाच मुद्दा तिच्या ध्यानी आला नव्हता. त्यानं विचारल्यावर पोटात गोळा आला.

"हे बघ मदन — हॉटेलिंगमध्ये मला काही इंटरेस्ट नाही. तुम्ही- "

"मग ट्रिपला जाऊ! ते तिघंही तयार होतील."

"सॉरी... नाही जमायचं."

त्याला ते तोडून टाकणं चांगलंच जाणवलं असावं, पण तिचा नाइलाज होता. उगाच आपलं कोणाहीबरोबर पार्ट्या-सहलीला जाण्याइतकी काही ती सवंग नव्हती. वेळीच तोडणं योग्य होतं.

मदननंही मग आग्रह केला नाही. विषय वाढवला नाही. तिला कॉलेजच्या गेटपाशी सोडून तो नुसताच निघून गेला. एकमेकांची गाठ कुठं पडली—त्यांच्यात काय ठरलं—काही कळायला मार्ग नव्हता; पण दुपारी पीरियड्स संपल्यावर ती बाहेर आली; तेव्हा रिक्षापाशी मदनबरोबर नवीन, ईश्वर, बना, दीप्ती... अशी पाच-सहा जणांची गँग उभी होती. त्यांच्यात जोरजोरात हसणं-खिदळणं सुरू होतं.

कल्याणीला पाहताच ईश्वर पुढं आला. कमरेत झुकत कृत्रिम स्वरात म्हणाला—

"अभिनंदन!"

"कशाबद्दल?" सर्वांकडे आळीपाळीनं पाहत तिनं विचारलं.

"तू सुवेगा घेतीयस! त्याबद्दल तू आम्हाला पार्टी देणार आहेस, का आम्ही तुला पार्टी देऊ?"

ईश्वरनं तिला मस्त कोड्यात टाकलं— पार्टी दे किंवा घे! म्हणजे कोणत्याही परिस्थितीत पार्टीला जाणं आलंच! नाही म्हणावं, तर कद्रूपणा दिसतो.

"सुवेगाची पार्टी ना, देऊ की!" ती मधला मार्ग काढीत म्हणाली,

"सुवेगा येऊ देत तर खरी!"

"अरे!" बना म्हणाला, "साखरपुडा झाला की लग्न होणार, हे नक्कीच असतं! त्यासाठी कोणी 'थांब, लग्न होऊ दे!' असं म्हणत नाही. लग्नापेक्षा लग्न ठरण्याची पार्टीच जोरदार होते!"

"आज बुकिंग केलंस, पैसे भरलेस; म्हणजे सुवेगा येणार, हे नक्की. मग पार्टी द्यायला काय हरकत आहे कल्याणी?"

"बघ कल्याणी," दीप्ती तिलाच मोलाचा सल्ला देत म्हणाली, "द्यायची असेल तर आजच दे. अजून इतर कोणाला माहीत नाही. हा बना टपकला, तसे दहा-पाच टपकतील नंतर!"

"दीप्ती, मी कॅन्टीनला पार्टी देणार. केव्हाही दिली तरी, ओळखी इतक्या आहेत, की वीस-पंचवीस मित्र-मैत्रिणी येणारच! मग निदान—"

"थोडक्यात बाई, आज पार्टी द्यायची तुमची इच्छा नाही." मदन शांतपणे म्हणाला, "ठीक आहे. आज पुन्हा माझी पार्टी आहे; त्यात सामील व्हा."

त्यांच्या दृष्टीनं पार्टी कोणी दिली याला महत्त्व नव्हतं; पार्टीला महत्त्व होतं. त्यात कल्याणी असणं आवश्यक होतं आणि कल्याणीला तो ग्रुपच टाळायचा होता.

काय कारण सांगून नकार द्यावा, हे तिच्या लक्षात येत नव्हतं. तेवढ्यात पोर्चच्या पायऱ्या उतरून येणारा सारंग चक्रपाणी तिला दिसला. तो त्यांना हिस्टरीला 'ट्युटर' म्हणून होता. पीरियड्स सुरू असताना तो नेहमी वर्गात एकटी कल्याणी आहे मानूनच डिस्कशन करीत असे. त्यामुळे त्याच्या नावानं पोरं काहीही अर्वाच्य बोलत असत. स्वभावानुसार कल्याणीनं अफवांचं कधी खंडन केलं नव्हतं नि चक्रपाणीला दादही दिली नव्हती; पण क्षणार्धात विचार करून तिनं सुटकेसाठी या चक्रपाणीचाच उपयोग करून घेतला.

"खरं सांगू का—?" लाजऱ्या आवाजात ती म्हणाली, "आजही पार्टी द्यायला हरकत नाही. पण... तो पाहा, 'कल्याणराव' येतोय! आज त्याची अपॉइंटमेंट आहे!"

'कल्याणराव' हे चक्रपाणीला 'कल्याणी'वरून लाभलेलं टोपण नाव होतं. त्याचा उल्लेख करताच सर्वांच्या माना कॉलेजच्या दिशेनं वळल्या; तर

चक्रपाणी खरोखरीच शेवटच्या पायरीवर उभा राहून कोणाला शोधत असल्यासारखा इकडे-तिकडे पाहत होता. तो कोणाला शोधत होता, का कोणी त्याला थांबायला सांगितलं होतं, कोण जाणे! पण त्याचं शोधक नजरेनं पाहणं तिच्या फायद्यावर पडलं होतं.

"मलाच शोधताय् तो! जाऊ?" गोड हसत तिनं विचारलं.

"आयला, कल्याणी...!" दीप्ती अविश्वासानं म्हणाली, "इतकं होईपर्यंत कोणाला पत्ता लागू दिला नाहीस हं अगदी— कमाल आहे तुझी!"

ईश्वर, बना, नवीन — तिघांनाही ते आवडलं नव्हतं. त्यांचे चेहरे पडले होते. मदन तर रागानं धुमसत सारंग चक्रपाणीकडे पाहत होता. यातल्या प्रत्येकाशी कल्याणीचं वागणं मोकळेपणाचं होतं. सर्वांशी मैत्रीचे घनिष्ठ संबंध होते. तिला 'चालू' मुलगी कधीच म्हणता आलं नसतं. तिनं मर्यादा कायम सांभाळल्या होत्या. तरीही तिच्या गोड बोलण्यामुळे, सर्वांमध्ये मिसळून राहण्यामुळे, मुलगा-मुलगी असा भेद न मानण्यामुळे प्रत्येकाला ती आपल्या 'खास' ओळखीतली वाटायची. आपण धाडस करून हिला प्रपोज केलं तर... ती बहुतेक नाही म्हणणार नाही, अशी खात्री असायची. आणि, आता सारंग चक्रपाणीनं तिला अपॉइन्टमेंन्ट दिली, याचा अर्थ काय?

सरळ होता— प्रत्येकाला उशीर झाला होता. चक्रपाणीनं तिला गटवलं होतं!

ती त्यांच्यातून निघून गेली. कोणी तिला अडवलं नाही. दीप्तीला तर मनातून बरंच वाटलं, कारण ही महामाया असताना तिला कोणी विचारीतच नसे ना! सगळे आपले 'कल्याणी-कल्याणी'! आता तीच नाही म्हटल्यावर दीप्तीलाच भाव देणार!

पाठीमागं वळून न बघताही कल्याणीला एकेकाचा चेहरा कसा झाला असेल, हे सहज कळू शकत होतं. हसू दाबण्याचा प्रयत्न करूनही ते डोळ्यांतून पूर्णतः प्रतिबिंबित होत होतं.

घाईघाईनं चालत ती चक्रपाणी सरांजवळ आली, तर त्यांचं तिच्याकडे लक्ष नव्हतं. बुटाच्या टोकानं ते एक दगडाशी खेळत होते. तोंडाने एका हिंदी गाण्याचा विचार करणं चाललं होतं—

"आयुतबाऽप्या-रकातुम क्याऽ जाऽ नोऽऽ"

मागच्याच वर्षी मास्टर डिग्री घेतलेला सारंग हा कॉलेजात हुशार विद्यार्थी म्हणून गाजलेला होता. अतिशय हुशार माणसं थोडी अब्सेंट माइन्डेड किंवा क्रॅक असतात, या ढोबळ नियमाला तो मुळीच अपवाद नव्हता. आत्ताचं त्याचं गाणं नि दिसणं पाहून कोणालाही हसू आलं असतं. त्याचं विचारांमधलं चांचल्य त्याच्या ताल-सुरातही उतरलं होतं. एखाद्या निष्णात पेटीवाल्यालाही त्याची साथ करणं जमलं नसतं. त्याचा एक सूर सापडेपर्यंत हा त्या स्वरांच्या बंधनातून पसार झाला असता!

ते सगळं—जोडीला त्याचं आळवून-आळवून म्हटलेलं 'आयुतबाऽ'!

ती चांगलीच हसण्याच्या मूडमध्ये होती. काही केल्या हसू आवरेना. फस्‌दिशी हसली, तसा सारंग दचकून तिच्याकडे वळला.

"हे 'आयूतबा' म्हणजे काय गं कल्याणी?" त्यानं सरळ विचारलं. काहीतरी चुकतंय, हे लक्षात येऊन त्यालाही हसू यायला लागलं. "हे... हे हिंदी-उर्दूवाले काय काय शब्द तयार करतीऽल, नि त्यात गाणारे गायकही असे लाडात येऊन म्हणतात, की उच्चारच कळत नाहीत!"

त्याच्या स्पष्टीकरणामुळे तिला अगदी पोटातून हसू यायला लागलं.

"बघ ना!" तो पोकळ हसत म्हणाला, "हे 'आयूतबा' कसं 'अैजोबा'-सारखं वाटतं!"

"सर, ते 'फलसफा प्यार का तुम क्या जानो' असं असावं." हसण्यावर नियंत्रण करीत ती म्हणाली.

"फलसफा—? हे तर आणखीनच अवघड झालं!"

"हे तरी उर्दू वगैरे आहे. मला एका मराठी गाण्याची ओळ सांगता का सगळी?"

"नको— नको! जुने नाट्यगीत असेल, तर त्यात खूप समास-संधी असतात!"

त्याचं घाबरणं पाहून तिला फार गंमत वाटली. म्हणाली,

"बरं, राहिलं. 'हे आदिमा, हे अंतिमा' हे गाणं कोणाला उद्देशून म्हटलंय बरं?"

“हॅं! त्यात काय, देवीचं—”

“चूक!”

“काय— देवीला उद्देशून नाही हे?”

“मुळीच नाही!”

“तू मला इतका बावळट समजतेस काय?” त्यानं खवळून विचारलं.

“अहो सर—”

“लागली, एक्कावन्न रुपयांची!”

“मी वाटेल ती पैज लावायला तयार आहे!”

“लावा!”

“लागली. कोणाला विचारताय्?”

“जरा थांब. फडके सर — ते बघ, आलेच! त्यांना विचारू. चालेल?”

“ते मराठीचेच आहेत. विचारा.”

फडके सर तेवढ्यात डुलत-डुलत आले.

“अहो फडके, ‘हे आदिमा, हे अंतिमा’ गाणं कोणाला उद्देशून म्हटलंय हो?” ते जवळ येताच सारंगनं रुबाबात विचारलं.

“पुरुषोत्तमाला, म्हणजे श्रीकृष्णाला. का?”

कल्याणी खुसखुसायला लागली. सारंगचा चेहरा फक्कन पडला.

“श्रीकृष्णाला?”

“हो. ‘हे आदिमा, हे अंतिमा’ म्हणजे ‘हे आदिपासून अंतापर्यंत असणाऱ्या म्हणजे अरे आदिमा, अरे अंतिमा’ या अर्थानं! त्यातला मी ‘मा’ या अर्थी नाही घ्यायचा!”

“सर, तरी मी सांगत होते—!”

“काय पैज का?” फडके सरांनी रुंद हसून विचारलं.

“हो, एकावन्न रुपयांची— आणि मीच लावली!” खिन्न होत सारंग म्हणाला. सर हसायला लागले.

“छाऽन... छाऽऽन! वा चक्रपाणी! तुमच्या आडनावाची फोड आता ‘चक्रावून टाकून पाणी मागायला लावणारा!’ अशीच केली पाहिजे.”

कल्याणी खदखदून हसत होती. सारंग खवळत चालला होता. म्हणाला,

"कल्याणी, पैज जिंकली म्हणून इतकं दाताड विचकण्याचं कारण नाही! मी 'चक्रावून टाकणारा नि पाणी मागायला लावणारा' असेन, नाही तर 'चक्रमपाणी' असेन; तुला तुझे पन्नास रुपये मिळाल्याशी कारण!"

"मला पन्नास रुपये नकोयत सर."

"मग?"

"फडके सरांनी निर्णय दिला, म्हणजे तेही या पैजेत आले. तुम्ही फक्त आम्हाला कॉफी पाजा."

"वा! इसको कहते है लडकी!" फडके खुशीत येत म्हणाले, "पोरी, युनिव्हर्सिटीत तू पहिली येशील, असा मी तुला आशीर्वाद देतो. चल रे, चक्-रपाणी."

"चला."

"कुठे—कॅन्टीनला कॉफी पाजणार?"

"मग—?"

"अरे, कॉफी प्यायची लहर आली तर कॅन्टीनवाला दास्ताने 'पूरब'ला जाऊन कॉफी पिऊन येतो! इथे चहा...कॉफी सगळं समाजवादी! एकापासून दुसरं अलग नाही करता येत!"

"मग 'पूरब'ला जायचं का?"

"हां."

"चला, 'पूरब'ला चला. कल्याणी, तू कशी आहेस?"

"कशी म्हणजे—?" फडके म्हणाले, "ती छानच आहे! स्वतःलाच विचार की लेका हे!"

फडक्यांच्या उत्तरानं कल्याणीला लाजल्यासारखं झालं. सारंग गोरामोरा झाला.

"अंऽ त-त-सं नाही. म्हणजे पायी—सायकल—का—?"

"मी रिक्षानं येते, पायीच आहे."

"अस्सं. तेच विचारलं. बैस फडक्यांच्या मागे!"

फडक्यांनी एकदम चमकून मागं पाहिलं. कल्याणी ठसकत हसत सुटली.

"अरे, ते कमरेला बरं वाटावं म्हणून रात्री फळकूट बांधतो; मला

वाटलं, आज घाईघाईत ते तसंच राहिलं की काय!''

''काय कमाल करता सर तुम्ही—!'' कपाळावर हात मारून घेत सारंग म्हणाला, ''अहो, सकाळी बाहेर पडताना लक्षात नसतं का आलं मग? आणि कोणी बसण्यासारखं आडवं कुठं उगवेल ते?''

''तेही खरंच म्हणा!'' फडके भोळेपणानं म्हणाले, ''पण हिला— हां-हां, स्कूटरवर मागं बैस म्हणतोयस होय?''

क्षणार्धात फडक्यांनी जो काही गोंधळ उडवून दिला, तो अवर्णनीय होता. कल्याणीला राहून-राहून त्यांचं 'फळकुटासह'चं रूप डोळ्यांसमोर दिसू लागलं.

''चला चला—'' फडके गडबडीनं म्हणाले. तिघं स्कूटर स्टँडच्या दिशेनं आले. स्टँडपाशी येताच फडक्यांनी थबकून कपाळावर हात मारून घेतला.

''का हो, स्कूटर आणली नाही की काय?'' सारंगनं हसू दाबत विचारलं.

''नाही, आणली आहे; पण तो रवी देशपांडे घेऊन गेलाय.''

''कुठे पाठवला त्याला?''

''नोट्सची वही घरी राहिली. एम. ए. च्या मुलांना—अरे! मला आत्ता जादा तास आहे! नाही येता येणार.''

सारंगनं खदाखदा हसत, दोन्ही हात जोडून सरांना नमस्कार केला. ओशाळं हसत ते म्हणाले,

''सतत वाचनानं डोकं पार हे होऊन जातं. एकदा शिकवताना 'आरती प्रभू'ऐवजी सारखं 'महाप्रभू'च तोंडात यायचं! शेवटी पोरांना निक्षून सांगितलं— महाप्रभू म्हणजेच आरती प्रभू! म्हणजे तसं समजून घ्या. तर ट्युटोरिअलला एका महाभागानं 'आरती प्रभू' म्हणजेच 'चैतन्य महाप्रभू' असं ठणकावून सांगून, त्यांच्यावर ट्युटोरिअल लिहिलं रे!''

सारंग आणि कल्याणी एकत्र होऊन जोरजोरात हसत सुटले.

''हसतोस काय लेका! हात जोडण्याची पाळी येते आणि कळस म्हणजे, त्या वर्षाला कॉलेजनं अमृत दांडेकर नावाचा एक बी. सी. ट्युटर घेतला होता, त्याच्याकडे हे ट्युटोरिअल तपासायला! तर अमृतराव म्हणतात, सर, हे मला माहीतच नव्हतं! मी आपला उगाचच 'चिं. त्र्यं खानोलकरां'नाच

'आरती प्रभू' समजत होतो!''

तिघंही यावर खो-खो हसत सुटले. हसणं थांबता-थांबता सारंग म्हणाला,

''काय कमाल करतात एक-एक! त्या दांडेकराला 'चिं. त्र्यं. खानोलकर' आणि 'आरती प्रभू' या नावात अगदी घोटाळा होण्याइतकं साम्य का वाटावं बुवा!''

कल्याणी ते ऐकून हातातली वह्या-पुस्तकं खाली टाकून, वेडी-वाकडी होत हसायला लागली. फडके सर मठ्ठ होऊन सारंगकडे पाहायला लागले.

''का, काय झालं?'' बावचळून जात सारंगनं विचारलं.

फडके सरांनी एक दीर्घ नि:श्वास सोडला. ''बाळ शारंगधरा... एवढ्यासाठी तरी, आपला विषय नसला तरी साहित्य चाळत राहावं! म्हणजे असं होत नाही.''

''झालं काय पण?''

''चिं. त्र्यं. खानोलकर याच प्राण्यानं 'आरती प्रभू' या टोपण नावानं कविता लिहिल्या!''

फडके उदास होत निघून गेले. सारंग जरा घोटाळ्यात पडला. कल्याणीचं हसणं कमी झाल्यावर म्हणाला,

''पण ही साहित्यिक मंडळी टोपण नावाचा चावटपणा करतातच कशाला? मरा म्हणावं. लिहा दहा-दहा नावांनी! अगं, 'सकाळ'मध्ये 'उषा वहिनी' चा सल्ला देणारा एक टकल्या बाप्या आहे म्हणे! छे, शहाण्यांनी या नावांवर विश्वास ठेवू नये. उद्या 'पु. ल. देशपांडे' हेही टोपण नाव होतं कळलं, तरी मला आता आश्चर्य वाटणार नाही!''

ही सगळी बडबड सुरू असतानाच सारंगनं आपली व्हेस्पा बाहेर काढली होती. छानपैकी किक् मारली. ''बराय्!'' म्हणून गिअर टाकून गेलासुद्धा पुढे! ती आपली तोंडाचा आ वासून पाहतच राहिली.

पठ्ठ्या पार अर्धे ग्राउंड पार करून परत आला; तर कल्याणी आता काय करावं बरं?— अशा विचारात तिथेच उभी होती.

''अगं कल्याणी—'' त्यानं तिच्यासमोरच स्कूटर थांबवत विचारलं, ''आपण कॉफी घेणार होतो; त्याचं काय झालं?''

"सर, तुम्हीच निघून गेलात; मी काय करणार?"

"बैस-बैस. चालेल ना तुला माझ्यामागं?"

"फळकूट नाही ना?"

फडक्यांच्या आठवणीनं सारंग हसू लागला. म्हणाला,

"म्हातारा ॲब्सेन्ट माइन्डेड आहे, पण अतिशय प्रेमळ नि हुशार आहे!"

चक्रपाणी सरांनी फडक्यांना अब्सेन्ट माइन्डेड ठरवावं, याचंच तिला हसू यायला लागलं. ते लपवीत ती त्याच्यामागं स्कूटरवर बसली. व्हेस्पा टर्न घेऊन पळू लागली.

कॉलेजचे बहुतेक वर्गांचे तास संपून गेले होते, म्हणून फार मुलं नव्हती; पण होती ती असूयेनं सरांकडे नि तिच्याकडे पाहत होती.

म्हणजे सारंग चक्रपाणींबरोबर कल्याणी गेली, हे उद्या जाहीर होणार तर! एकेका ग्रुपची प्रतिक्रिया पाहण्यासारखी असेल!

बाहेर पडताना तिनं मघाशी ईश्वरचा ग्रुप उभा होता, त्या जागी नजर टाकली. कोणी नव्हतं; पण कॉर्नरला मदनची मोकळी रिक्षा उभी होती. बहुतेक सगळा ग्रुप जवळपासच्या हॉटेलात मदनच्या 'अडीच हजारांची' पार्टी एन्जॉय करायला गेला असावा. आपण त्यातून वाचलो, म्हणून तिला बरं वाटलं.

'पूरब'ला खूप गर्दी होती. आत शिरायलाही जागा नव्हती. कुठलं तरी टेबल रिकामं झालं की आपल्याला बसता येईल नि मग खायला मिळेल— अशी आशाळी चेहऱ्यावर धारण करून माणसं रेंगाळत होती. त्यांच्यातलं एक होणं कल्याणीच्या जिवावर आलं.

"अरे बाप रे! अर्धा तास थांबावं लागणार आपल्याला!" गर्दीवरून नजर फिरवत सारंग म्हणाला, "खाण्याच्या बाबतीत लोकांचा पेशन्स फार जबरदस्त असतो!"

"सर, आपण 'मोती महल'ला पाहू."

दोघं बोळातून पलीकडे आले. 'मोती महल'ला त्या मानानं खूपच कमी गर्दी होती. वरची फॅमिली रूम तर निम्म्याच्या वर रिकामीच होती.

"आपण काहीतरी खाऊ या का?" एक टेबल निवडून बसताच

सारंग म्हणाला, ''नंबर न लावता खाण्याचं भाग्य लाभतंय!''

तिनं हसून 'चालेल' म्हणून मान डोलावली. मेनू कार्ड तिच्यापुढे सारत, ऑर्डर देण्याचं काम त्यानं तिच्यावरच सोपवलं. वेटर येताच तिनं दोन पदार्थ सांगितले.

''कल्याणी, तू अभ्यास कधी करतेस गं?'' सारंगनं ऐसपैस बसत कौतुकानं तिच्याकडे पाहत विचारलं.

''कधी म्हणजे—?''

''कॉलेजात तू इतक्या टोळक्यांबरोबर फिरताना दिसतेस—पीरियड्सनाही गप्पा मारतेस; अभ्यासाला वेळ केव्हा मिळतो?''

''मी सगळ्यांमध्ये असते; पण वाहवून जात नाही. सगळ्यांच्यात राहूनही 'स्व'ची जाणीव जागृत असते सर माझी.''

''खरंय्. हेच तुझं वैशिष्ट्य आवडतं मला. कित्येक दिवसांपासून मनात होतं, की तुला चहाला चल म्हणावं!''

''मग का नाही म्हणालात?''

''नाही... का असं नाही... पण गैरसमज होण्याची शक्यता असते ना!''

''गैरसमज कोणाचा? माझा स्वत:चा की लोकांचा?'' मिस्कीलपणे हसत तिनं विचारलं.

''अर्थात, लोकांचा.''

''जोपर्यंत स्वत:चा गैरसमज होण्याची शक्यता नसते, तोपर्यंत माणसानं कशालाही घाबरू नये! मी 'नाही' म्हणाले असते, अशी भीती वाटत होती का सर तुम्हाला?''

''भीती नाही; पण तू नाही म्हणाली असतीस, तर चमत्कारिक झालं असतं ना! त्यातून मुलं आधीच आपल्याबद्दल काहीतरी बोलत असतात!''

''हो?'' तिनं भोळा चेहरा करीत विचारलं, ''पण तसं काही नाहीये!''

''नाही ना, म्हणून तर— उगाच बदनामी होते!''

''म्हणजे काही असतं, तर तुम्ही घाबरला नसता!''

सारंगचा चेहरा एकदम गोरामोरा झाला. तिनं धीटपणे प्रश्न विचारला होता; पण त्याच धीटपणे तो उत्तराची योग्य दिशा पकडू शकत नव्हता.

त्याच्या चेहऱ्यावरचा गोंधळ पाहून तिला खूप गंमत वाटत होती.

तेवढ्यात वेटर आला अन् त्याची त्या गोंधळातून सुटका झाली. मग खाताना तो फार जपून बोलत राहिल— पुन्हा ती खोडा टाकू शकणार नाही, या पद्धतीत.

"आइस्क्रीम खाऊ या सर?"

"खाऊ या की. तुझे पैजेचे पन्नास वसूल केलेस, तरी माझी हरकत नाही!"

तिनं वेटरला स्लॅब्स्‌ची ऑर्डर दिली. मग हसून म्हणाली,

"सर, ही तुमची पैजेची पार्टी नाही!"

"मग—?"

"पैजेच्या पार्टीत फडके सर हवेत! ही पार्टी मी दिलीय."

"वा! काय कारण बरं? मी मार्क्स वाढवणार नाही आंऽ सांगून ठेवतो!"

"त्यासाठी पार्टीची काय गरज? ते तुम्ही आधीच जादा देता... सगळी पोरं ओरडतात की!"

तो चुळबुळायला लागला. कारण, हे खरं होतं. कल्याणीचं ट्युटोरिअल म्हटलं, की दोन-तीन मार्क्स तरी त्याच्या हातून जास्त सुटत असत.

"पण मग... पार्टी कशाबद्दल?"

"मी सुवेगा घेतली. चार-पाच दिवसांत येईल."

"वा! अभिनंदन! कुठे नोकरी पण करतेस की काय तू?"

"नोकरी? नाही. नोकरीचा काय संबंध?"

"मग सुवेगा कशी घेतलीस तू?"

"अं? मला वडील नाहीत, असं मी कधी म्हणाले सर?"

सारंग एकदम चमकला. ऐकण्यात काहीतरी चूक होतीय्, असं त्याला वाटलं. तिच्या वडिलांचा विषयच त्यानं काढला नव्हता तर! मग संदर्भ लागला, तसा तो प्रसन्नपणे हसायला लागला.

"कल्याणी, खरं सांगायचं तर—! सौंदर्य आणि बुद्धी— यांचा इतका सुंदर संगम मी एका स्त्रीत कधीच अपेक्षित केला नव्हता. तू सुंदर असून पुन्हा हुशार, चतुरही आहेस!"

"थँक यू सर." ती लाजून म्हणाली.

"इतके दिवस तुझ्याबद्दल माझ्या मनात गैरसमज होता." तो अगदी निष्कपटपणे म्हणाला, "माझाच काय, स्टाफचा नि कॉलेजच्या पोरांचा अजूनही आहे! सगळ्यांना वाटतं— तू एक सवंग, श्रीमंती लाडानं बिघडलेली नि नखरेल मुलगी आहेस! सारं कॉलेज तुझ्याकडे याच दृष्टिकोनातून पाहतं. याच कारणासाठी पोरं तुझ्याभोवती घुटमळतात—"

"आणि सर, याच कारणासाठी तुम्ही माझ्याकडे एकटक पाहत डिस्कशन करता?" तिनं संथपणे विचारलं; पण तिच्या आवाजात अनपेक्षेचं दु:ख, विषाद होता. डोळ्यांत उदास छटा होती.

तिच्या स्पष्ट विचारण्यानं सारंग गांगरला. क्षणभर तिच्या नजरेत पाहत राहिला. मग शांतपणे त्याची मान होकारार्थी हलली.

"माझी चूक मी कबूल करतो, कल्याणी. तुझ्याकडे पाहण्याचा माझा दृष्टिकोन चांगला नव्हता. पण... आता तो बदलला आहे. तू मनमोकळी आहेस, बडबडी आहेस, अल्लड आहेस; वाईट किंवा वाईट चालीची नाहीस!"

"असं तासाभराच्या सहवासात निष्कर्षापर्यंत कसे येता सर तुम्ही? कदाचित—"

"नाही. इतक्या जवळून माणसाशी बोलल्यानंतर माझं रीडिंग कधीच चुकणार नाही! यापुढे तुझ्याशी मैत्री करायला मला आवडेल कल्याणी."

ती काही न बोलता सुन्न बसून राहिली.

"आणि त्याही पुढं जाऊन सांगतो—मैत्रीची सीमारेषा तू ठरवायचीस; मी कितीही खोलपर्यंत इन्व्हॉल्व्ह व्हायला तयार आहे!"

तिनं आश्चर्यानं सारंगकडे पाहिलं. घशाला कोरड पडल्यासारखं झालं म्हणून गटागट पाणी प्यायली. खाड्कन विचारून टाकलं—

"सर... तुम्ही चक्क माझ्या प्रेमात पडताहात का?"

"डोन्ट नो!" खांदे उचकत सारंग म्हणाला. मंदपणे हसला.

ती तोंडाचा आ वासून, डोळ्यांची पापणीही लवू न देता त्याच्याकडे पाहतच राहिली.

OOO

३

पहाटेच्या धुक्याप्रमाणे सुख चहू बाजूंनी मनावर दाटत राहण्याचेच दिवस होते ते. लांबून धुक्याच्या या पुंजक्याकडे पाहताना ते इतकं दाट नि घट्ट दिसतं, की माणसाला संभ्रम पडावा— या धुक्यात कोणी श्वास कसा घेऊ शकेल? नक्कीच गुदमरायला होईल! नि नंतर त्या लपेटीत शिरलो केव्हा, तेही समजू नये. सगळं कसं तरल... पारदर्शी. कशाचा तरी शोध असल्यासारखं भिरभिरत्या नजरेनं ते अजून चाचपडत फिरत राहतं नि अचानकपणे एक सुंदर गुलाबाची कळी सामोरी यावी! ध्यानी-मनी नसताना तिनं मोहित करावं—सारी अवधानं त्या कळीतच गुंतून पडावीत.

धुक्यातल्या या फुलाच्या कळीप्रमाणेच कल्याणीला सारंगचं प्रेम गवसलं होतं. या इवल्या कळीनं तिच्या हृदयात प्रेमाची हळुवार उधळण केली होती आणि ती कोणाला समजू नये, म्हणून कल्याणी फार सावध होती. इतर पोरांना संशय येऊ नये, म्हणून सारंगच्या ट्युटोरिअल्स्च्या तासांना ती अधिक बेफिकीरीनं वागत होती. त्याची पूर्वीप्रमाणेच टिंगल करीत होती आणि ठरल्या वेळी, ठरल्या ठिकाणी त्याला भेटतही होती! सावधगिरी म्हणून हे ठिकाण बंड गार्डन असे, तर कधी पर्वती. साधारणत: कॉलेजच्या आसपास,

जिमखान्यावरची हॉटेल्स, मध्यवर्ती चित्रपटगृहं— ही ठिकाणं त्यांनी कटाक्षानं बाद ठरविली होती. कारण यातल्या कोणत्याही ठिकाणी, कोणीही ओळखीचं भेटण्याची शक्यता होती.

सगळ्या प्रकाराची तिची तिलाच गंमत वाटत होती.

जेव्हा सारंगशी हे नवं, गूढ नातं अजिबात नव्हतं; तेव्हा ते निर्माण होत असल्यासारखं भासवून तिनं ईश्वरच्या ग्रुपला त्या दिवशी गुंगारा दिला होता आणि आता ते नातं खरोखरच अस्तित्वात आल्यानंतर मात्र ती 'काही नाही'च्या थाटात वावरत होती. निरनिराळ्या ग्रुप्समध्ये मिसळत होती. या ना त्या पोरात स्वारस्य असल्याप्रमाणे वागत होती. प्रत्येकाशी गोड बोलत होती.

सुवेगा आल्यापासून कल्याणीनं मदनची रिक्षा बंद करून टाकली होती; पण तिला तो बऱ्याचदा कॉलेजवर दिसायचा. त्याची नि ईश्वरच्या ग्रुपची चांगलीच दोस्ती जमली होती. त्यांना भेटण्याच्या निमित्तानं तो यायचा, कल्याणीशी बोलायचा. पण तो कुठेतरी दुखावला गेल्याचं कल्याणीच्या लक्षात आलं होतं. त्याचं बोलणं साधं नसायचं. बोलताना चेहऱ्यावर सतत कुत्सित हास्य असायचं. तिच्या श्रीमंतीवर शेरे असायचे. ईश्वर, बना, नवीन— ही पोरंही त्यात सामील असायची.

खरं सांगायचं तर कल्याणीनं कितीही प्रयत्न केले, तरी या प्रकरणाची सुरुवात कोणापासून लपून राहिलेली नव्हती. त्यांना कल्पनाही नसेल; पण मदन आणि ईश्वरनं एकदा कल्याणीवर दिवसभर पाळत ठेवून प्रत्यक्ष डोळ्यांनी दोघांना कात्रजच्या बागेत हातात हात घालून गुलुगुलु गप्पा मारताना पाहिलं होतं. नंतर निरनिराळ्या वर्तुळांत ही बातमी प्रत्येक वेळी नवी भर पडत पोहोचली होती. कल्याणीवर जीव टाकणारी बरीच मुलं या खात्रीलायक बातमीनं दुखावली गेली होती. आपली संधी या चक्रपाणीनं घालवली, म्हणून त्यांच्या मनात त्याच्यविषयी राग निर्माण झाला होता. वेगवेगळे ग्रुप्स त्याला कोठे तरी गाठून त्याची धुलाई करावी की काय, यावर गंभीरपणे चर्चा करीत होते.

ईश्वरचा ग्रुपही याला अपवाद नव्हता. त्यात त्यांना मदनची फूस मिळत होती.

एकदा कॉलेजजवळच्या इराण्याच्या हॉटेलपासल्या सिगारेट्सच्या स्टॉलपाशी ईश्वर वगैरे पोरं सिगारेटी फुंकत उभी होती. तेवढ्यात व्हेस्पावरून कॉलेजकडे जाणारा चक्रपाणी आणि त्याच्याच जोडीनं सुवेगावरून जाणारी कल्याणी त्यांना दिसली. त्यांची टाळकी सरकायला तेवढं दृश्य पुरेसं होतं.

"बघ—कसे जोडीनं चाललेत साले!"

"ते येडं हसतंय् कसं— मोठा विजय मिळवल्यासारखं!"

"पण त्यानं का आनंदानं हसू नये? हीच कल्याणी आज तुझ्याबरोबर अशी हसत-खिदळत चालली असती, तर तुझा चेहरा सुतकी दिसला असता का?"

"बना—? बना मला वाटतं, सतत तिच्याभोवती नाचत राहिला असता!"

"हाँऽ इतके काही हे नाही आ, आम्ही!"

"काय, कल्याणी तुला मिळाली असती तर तू असा आमच्यात तास न् तास गप्पा मारत उभा राहिला असतास?"

"त्यात काय बिघडलं मग?"

"म्हणूनच तुला ती मिळाली नाही, हे योग्यच आहे!"

पोरं फकाफक धूर सोडत हसायला लागली. बना एकदम बावळट दिसायला लागला.

"पण आपल्याला हे सहन होत नाही यार!" ईश्वर अस्वस्थपणे दूर जाणाऱ्या त्या दोघांच्या पाठमोऱ्या आकृत्यांकडे पाहत म्हणाला.

"काय सहन होत नाही?"

"हेच— कल्याणीचं त्या छपरी हीरोबरोबर बोलणं... त्याच्याबरोबर हिंडणं..."

"मग तिनं तुझ्याबरोबर हिंडायला हवं होतं?"

"अलबत्! अरे, पुस्तकी ज्ञानाशिवाय आहे काय त्या चक्रमजवळ?"

"तुझ्याकडे काय आहे?"

"गोट्या, भडव्या—सांगून ठेवतो हं— आपलं डोकं फिरवू नकोस! अरे, बॉडी बघ ना आपली! छाती न फुगवता चाळीस आहे! पैशाचं

म्हणशील, तर रोज शंभरची पत्ती तिच्यावरून ओवाळून टाकू शकतो आपण! अभ्यास सोडला, तर माझ्यात काय कमी आहे?''

''आणि काय रे, खाज भागवण्यात अभ्यासाचा संबंध येतोच कुठे?''

''आऽस्संऽऽ! आता कसं बोललास!''

''हे पाहा,'' मदन शांतपणे म्हणाला, ''त्यांचं छान जमलं आहे. तुम्ही नुसतं पाहत जळफळत राहणार आहात. तिकडे तो चक्रम मजा मारील; तुम्ही नुसते चर्चा करीत राहाल. काय फायदा आहे? त्यापेक्षा तिचा नाद सोडा— दुसऱ्या पोरी गटवा.''

''छट्! कल्याणीशिवाय आपण कोणत्याही पोरीचा तूर्त तरी विचार करू शकत नाही.''

''का?''

''तिनं आपल्याला आशेला लावलं राव! खरं सांगतो. वाटत होतं, पोरगी हातात आली. तेवढ्यात त्या मुंगळ्यानं हातोहात उडवली! आता आपण तिला सोडणार नाय!''

''मग करा की काहीतरी— नुसते पाहता कशाला?''

''करणार आहे... करणार आहे. तू बघशीलच मदन; नाही त्या चक्रमला ससूनला पाठवला, तर नावाचा ईश्वर नाही!''

गोट्या अविश्वासानं त्याचं बोलणं ऐकत होता. मध्येच त्यानं धीर करून विचारलं, ''ईश्वर, कल्याणी खरंच आधी तुला लाईन देत होती का रे?''

गोट्याचा भोळा प्रश्न ऐकून ईश्वरचे डोळे स्वप्नाळू झाले. तो उसासत उद्गारला, ''पूछो मत याऽर!''

''ईश्वर, तुला ती लाईन देत होती?'' मदननं आव्हानात्मक अविश्वासानं विचारलं.

आता घेतलेला पवित्रा बदलणं ईश्वरला अपमानास्पद वाटू लागलं. वास्तविक, ती आपल्याला मित्र मानते, का प्रियकर — हा संभ्रम प्रथमपासून त्याच्या मनात कायम घर करून होता; पण ती हातातून गेली म्हटल्यावरही ती मित्रच मानत होती, हे सत्य काही त्याला स्वीकारता आलं नव्हतं. मदननं

आणखी चॅलेंज करून त्याला होकार द्यायला भाग पाडलं.

"तुला काहीच माहीत नाही मदन!" गूढपणे हसत सिगारेटच्या धुराचा भपकारा सोडत तो म्हणाला, "किस्से ऐकशील तर गोट्या कपाळात जातील!"

त्यानं इतकं म्हटल्यावर पोरं किस्से सांगण्याचा आग्रह धरणारच, हे ओळखून त्याचा चलाख मेंदू भराभर प्रसंग तयार करू लागला. निरनिराळ्या चित्रपटांमधले प्रणय-प्रसंग त्याच्या मदतीला धावू लागले.

"सांग, काय घडलं—?"

"आयला! इश्श्या... आपल्याला सांगितलं नाहीस नाऽ?"

"जगताप— अरे, सांऽऽ ग लवकरऽर! तू तिचा हात हातात घेतलास?"

ईश्वरच्या चेहऱ्यावर नुसतं गूढ हास्य.

"तिला मिठीत घेतलंस?"

"आणि चुंबन पण— असं 'च्यॉक्' करून?"

कल्पनेनं ग्रुप पुढे सरकत होता, त्यातूनच ईश्वरच्या डोक्यात प्रसंगांची साखळी तयार होत होती. डोळ्यांसमोर एक बाग दिसू लागली... कलती संध्याकाळ... बागेच्या एका कोपऱ्यातल्या झाडापाशी कल्याणी उभी— त्याची वाट पाहत...

पाहता-पाहता हे सगळं त्याच्यापुरतं खरं झालं. कल्याणीनं आपल्याला कधीही इशारा केला नव्हता, हे विसरलं गेलं. हळूहळू त्याची 'एक प्रियकर नि त्याची दगाबाज प्रेयसी' ही कहाणी आकार घेऊ लागली, रंगू लागली... तिनं त्याला वाचायला एक कादंबरी दिली होती. चाळावी म्हणून उघडून पाहतो, तर आत सरळ तिची चिठ्ठी!

'प्रिय ईश्वर...

माझं तुझ्यावर प्राणापलीकडे प्रेम आहे. तुझ्या हे कधी लक्षातच आलं नाही का रे? का तुझं माझ्यावर प्रेम नाही, म्हणून लक्षात येऊनही तू तसं दाखवतोस? प्रिय प्राणेश्वरा, ही दुरी... ही अनिश्चितता मला सहन होत नाही. तुझं माझ्यावर प्रेम असेल, तर आज संध्याकाळी सहा—अं... सहा नको, सात वाजता पेशवे पार्कमध्ये ये. मी तुझी

वाट पाहीन. कुठे ते मुद्दाम सांगत नाही. शोधून काढ राजा—सदैव तुझीच,

- कल्याणी.'

चिठ्ठीचा मजकूर ईश्वरनं जिथल्या तिथं तयार करून सांगितला आहे, हे इतरांच्याही लक्षात आलं असण्याची शक्यता होती; पण मदनच्या तर नक्कीच लक्षात आलं होतं. पाचच मिनिटांपूर्वी 'माझ्यात काय कमी आहे?' असं गोट्याला विचारून स्वत:च्या श्रीमंतीचा, सुदृढ शरीराचा हवाला देणारा ईश्वर— 'तिनं माझ्याबरोबरच भटकायला हवं होतं', असा दावा करणारा ईश्वर— आता तिच्याबरोबरच्या भेटीची हकिगत रंगवू पाहत होता! मदनचा हिशेब सरळ होता— कल्याणी ह्यानं गटवली असती, तर ती चक्रपाणीच्या मागं कशाला गेली असती? हा कशाला विव्हळत राहिला असता?

पण ईश्वरच्या सांगण्यात, निवेदनाच्या पद्धतीत एक प्रकारची स्वप्नील आर्तता होती. तिचा भंग करावा— त्याच्या हकिगतीवर अविश्वास दाखवावा— असे विचारही कोणाच्या मनात येत नव्हते, कारण त्या जागी प्रत्येक जण स्वत:ची कल्पना करीत होता. चिठ्ठीच्या मायन्यात त्यानुसार 'प्रिय गोट्या—', 'प्रिय नवीन—' असे जरूर ते बदल होत होते!

"आयला, अशी चिठ्ठी लिहिली कल्याणीनं—?"

"मग? तुला काय वाटलं—मी हापसतोय होय?" ईश्वरनं दुखावल्या स्वरात विचारलं. त्याच्या विचारण्यात उघडं पडल्याची भीती स्पष्टपणे डोकावली.

"एऽ तू गप रे!" विचारणाऱ्याला कोणीतरी परस्पर झापून टाकलं.

"हं, सांग रे इश्या— चिठी वाचलीस. मग—?"

"मग काय?" पुन्हा चिठ्ठीचा धागा पकडून ईश्वर स्वप्नात शिरत म्हणाला, "पयले छूट माझा तर विश्वासच बसेना राव डोळ्यांवर! म्हटलं, कल्याणीनं अशी चिठ्ठी आपल्याला लिहिली असेल? नाही, काहीतरी मिस्टेक आहे; पण पुन्हा पाहतो— तर 'प्रिय ईश्वर'च!"

"गेलास की नाही मग बागेत?" बनानं अधीरपणे विचारलं. इतरांच्या डोक्यातही तोच प्रश्न मूक अधीरपणे तरळत होता, कारण त्याच्या 'हो' किंवा 'नाही' वर त्यांचंही प्रकरण अवलंबून होतं. तो गेला असेल, तरच

कल्पनेतलं स्वतःचं पात्र बागेत गेलेलं असणार होतं. सारं काही ईश्वरच्या योग्य वागण्यावर अवलंबून होतं!

''गेलो नाऽ!'' ईश्वर म्हणाला, तसे सर्वांचे डोळे चमकले. प्रत्येकाच्या नजरेसमोर पेशवे पार्क तरळू लागला. घटना शब्दा-शब्दानं पुढं सरकू लागली, तीत गहिरे रंग भरले जाऊ लागले...

तिनं ईश्वरला सात वाजता बोलावलं होतं. दिवसभर तो अस्वस्थपणे संध्याकाळ होण्याची वाट पाहत होता. शेवटी राहवेना, तसा त्याचा लाल रंगाचा पोलो नि पांढरी पँट घालून तो सहा वाजताच पेशवे पार्कमध्ये हजर झाला.

इथं परत प्रत्येकाची थोडी तारांबळ उडाली. पांढरी पँट ठीक आहे; पण प्रत्येकाजवळ लाल पोलो नव्हता. असता तरी त्यांच्या मरतुकड्या देहांना तो शोभणार नव्हता. त्यामुळे मेंदूचे व्यापार भराभर विस्कळीत झाले. गोट्यानं लाल पोलोऐवजी मोठ्या भावाचा लाल स्वेटर चढवला, बनानं झट्कन निळा शर्टच अडकवून टाकला. मदनला आपल्या खाकी सफारीतून बाहेरच पडता येईना, त्यामुळे नाइलाजानं त्यानं तोच अंगावर ठेवला.

तरी बरं—ईश्वरनं आपण कसे गेलो याचा उल्लेख केला नव्हता, नाहीतर पुन्हा वाहनं बदलण्यात वेळ गेला असता. कारण तो जाणार बुलेटवरनं! बुलेट होती कोणाकडे? अन् ती चालू कशी करायची, हे कोणा लेकाला माहीत होतं! मदननं बुलेटच्या जागी रिक्षा ॲड्जस्ट केली असती; पण ते वाईट होतं. कल्याणीसारख्या सुंदर मुलीला तिचा प्रियकर म्हणून 'रिक्षावाला' मान्य झाला तरी रिक्षा त्याला आवडली नसती. गोट्याला 'बुलेट म्हणजे मोटरसायकल... म्हणजेच सायकल!' असं समीकरण मान्य करून बुलेटच्या वेगानं सायकल मारावी लागली असती. त्यात पुन्हा पायडल मागं फिरणार नाही याची खबरदारी घ्यावी लागली असती; कारण पायडल थोडं मागं आलं, तरी त्याच्या चेनला खाली घसरून लोंबकळण्याची सवय होती! म्हणजे, कडेला थांबून हात काळे करून चेन बसवणं आलं. उशीर झाला असता नि शिवाय हात तेलकट अन् काळे! कल्याणीचे हात हातात घ्यायची वेळ आली, की तिला काय सांगणार? 'प्रिये, माझ्या हातांना चेनचं

काळं लागलं आहे, तेव्हा मी हात हातात घेतले आहेत, असं समज!' बनाचा प्रॉब्लेम तर त्याहून भीषण होता. गेल्याच महिन्यात शाहू टँकवर पोहायला गेला असता वरतून मारलेला सूर चुकीचा पडून त्याला अवघड जागी मार बसला होता. भेलगा उतरला होता. सहा महिने तरी त्याला सायकलवर बसण्याची परवानगीच नव्हती. म्हणजे पायी, रिक्षानं किंवा सायकलवर जायचं; तर प्रत्येक वेळी 'सहा महिन्यांनी' हे लक्षात ठेवणं आलं!

पण आपण पेशवे पार्कपर्यंत कसं गेलो—हे न सांगून ईश्वरनं त्यांचे खूपच कष्ट वाचवले होते. कपडे ॲड्जस्ट करून प्रत्येकाला झट्कन पेशवे पार्कात अवतीर्ण होता आलं होतं...

ईश्वरनं पेशवे पार्कमध्ये शिरताच संपूर्ण बागेला आधी चक्कर मारली. सावधगिरी म्हणून कोणी ओळखीचं नसल्याची खात्री करून घेतली. आडोशाच्या जागा हेरून ठेवल्या. मग अतिशय धूर्तपणे तो तळ्यावर बांधलेल्या लाकडी जपानी पुलावर येऊन उभा राहिला. ही एकच जागा अशी— इथून सारसबाग आणि इकडे नीलायमकडचा रस्ता— दोन्ही रस्त्यांवर नजर ठेवता येते! मात्र, डोळ्यांत तेल घालून सतत डाव्या-उजव्या हाताला पाहण्याचं कसब साधलं पाहिजे.

ईश्वर अगदी एकाग्र चित्तानं दोन्ही रस्त्यांवर नजर ठेवून होता. अन् बरोबर सात वाजता त्याच्या तपश्चर्येला फळ आलं! सारसबागेकडच्या रस्त्यानं त्याला कल्याणी येताना दिसली. तिनं निळी साडी नेसली होती. हातात पर्स नि पुस्तक होतं.

प्रत्येकानं सुटकेचा निःश्वास टाकला!

निळ्यापेक्षा गुलाबी रंगाच्या साडीत कल्याणी अधिक चांगली दिसली असती, असा एक विचार नवीनच्या मनात येऊन गेला. पण म्हटलं, निळी तर निळी! कोणतीही साडी नेसून का होईना, ती आली याला महत्त्व होतं! नसतीच आली तर?

ती आली, तसा ईश्वर झाडाआड लपत-लपत तिच्यामागं आला. ती जाईल, तसा तिच्या नकळत चालत राहिला.

त्यात पुन्हा दोन उद्देश होते. एक म्हणजे, तिनं ईश्वरला धडा शिकविण्यासाठी बरोबर कोणी गुंड आणलेले नाहीत, हे पाहाणं—? काय घ्या? समजा, तसं नसेल; पण ही कुठं जाते म्हणून घरातलंच कोणी तिच्या पाळतीवर असेल, तर? तर, हे एक आणि दुसरा उद्देश— तिला जरा वाट पाहायला लावणं. ती आपल्या इंतजारीत किती अधीर... व्याकुळ होते, त्याचा मजा घेणं.

कल्याणीसारख्या सुंदर, सुकुमार तरुणीला असं तडपावणं कोणालाच आवडलं नव्हतं; पण ती 'आपली' वाट पाहते का नाही, याचीही उत्सुकता होतीच.

कल्याणी पण हुशार! जरा वेळ पार्कात आल्यासारखी प्राण्यांच्या पिंजऱ्याशी रेंगाळली. चणेवाल्याकडून चणे घेऊन माकडाला खाऊ घातले. झुलत-झुलत, पोरांना पाठीवर घेऊन हिंडणाऱ्या हत्तीला उसाचं एक कांडकं दिलं.

"संध्याकाळी सात वाजता हत्ती हिंडतो?"

"आणि ऊस कुठून आला?"

दोघांच्या दोन प्रश्नांनी ईश्वरची साखळी तुटली. इतरांचा रसभंग झाला. मदन चिडून म्हणाला,

"फालतू गोष्टींना महत्त्व देऊन फरगाडे फोडू नका रे! सिरीयसनेसपणा म्हणून काही चीज आहे का नाही?"

"त्या दिवशी पौर्णिमा होती. छान चंद्र-प्रकाश होता. हत्तिणीला आठपर्यंत फिरवलं असेल माहुतानं!" नवीन झट्कन म्हणाला,

"आणि ऊस काय, कोणीही माणूस विकू शकतो!"

दोन्ही प्रश्नांची अशी झट्कन वासलात लागल्यावर ईश्वरनं मध्ये-मध्ये चमचा न ढवळण्याची वॉर्निंग देऊन पुढं सांगायला सुरुवात केली—

जरा वेळ कल्याणी अशी गमली. मग इकडे-तिकडे पाहत तळ्याच्या दिशेनं आली. जपानी पुलावर रेंगाळली; कोणाचं लक्ष नाही, असं पाहून पलीकडच्या निर्जन गवतात गेली. एका झाडाआड बुंध्याला टेकून बसली.

पायांचा मुळीच आवाज न करता झाडामागं येऊन ईश्वर उभा राहिला.

कल्याणी तोंडानं 'प्यार किया तो डरना क्या - जब प्यार किया तो डरना क्या?' असं गाणं गुणगुणत होती. त्याला ते स्पष्ट ऐकू येत होतं. मध्येच ती थांबायची. मान उंचावून इकडे-तिकडे पाहायची— ईश्वर अजून आला नाही, या कल्पनेनं भलतीच खिन्न व्हायची. शेवटी रडक्या स्वरात गुणगुणायला लागली. 'जब याद आये तिहारी, सूरत वो प्यारी प्यारी... नेहा लगा के हारी...' तसं मात्र ईश्वराला राहवेना. तिच्या प्रेमाची पूर्ण खात्री पटून तो झाडाआडून पुढे आला...!

सर्वांनी श्वास रोखून धरले. चेहऱ्यावर असे भाव की— कल्याणीसमोर आपण... फक्त आपण तिचा प्रियकर म्हणून उभे आहोत आणि आता ती—

ओ ऽ देवा रे ऽ या ईश्वरला भरपूर चांगलं काहीतरी करण्याची बुद्धी दे!

"ईश्वर... किती वाट पाहायला लावायची!" त्याला आलेला पाहताच कल्याणी फुरंगटून म्हणाली. त्याच्याकडे पाठ फिरवून बसली.

"कल्याणी—" ईश्वर तिच्याजवळ बसत म्हणाला, "रागावू नकोस कल्याणी. अगं, वाट पाहण्यातच प्रेमाचं खरं सार्थक आहे."

नको... हे काही खरं नाही, चुकीचं वळण लागतंय! आता यावर ती 'जन्मभर वाटच पाहा माझी!' म्हणून निघून गेली, तर आपण काय करायचं?

अन् तसंच झालं! आहे—?

"वाट पाहाण्यातच प्रेमाचं सार्थक असेल, तर आपण एकमेकांना भेटायचंच कशाला?"

"आयला! असं म्हणाली कल्याणी?"

"म्हणणारच! इश्याला कोणी नसता शहाणपणा सांगितला होता?"

"आधी तर हा मुद्दाम उशिरा उपटला. वर तिचा रुसवा काढायचं सोडून प्रेमाचं तत्त्वज्ञान शिकवायचं होय?" ईश्वरही भांबावला होता. आपण डायलॉग चुकीच्या दिशेनं वळवले, म्हणून आता पुढचं काही सांगता येत नाही, हे त्यांच्या लक्षात आलं होतं. करवादून म्हणाला,

"गपा रे साल्यो, माझी सगळी लिंक तोडून टाकलीत!"

मदन हसून म्हणाला,

"पुढचं मी सांगतो ईश्वर!"

सगळे बावळटासारखे 'आ' करून मदनकडे पाहायला लागले. ईश्वराची जागा आता मदनच्या 'मी'नं घेतली. हा बदल कसा होऊ शकेल, हा विचारही कोणाच्या डोक्यात आला नाही; कारण कोणीही हकिगत पुढं सुरू ठेवली नि ती तितकीच सळसळती असेल, तर प्रत्येकाच्या मनातल्या 'मी आणि कल्याणी' या कल्पनेला तडा जाण्याचं कारणच नव्हतं. सांगणारा बदलल्यानं काय बिघडतं?

"वाट पाहण्यात प्रेमाचं सार्थक असेल, तर आपण एकमेकांना भेटायचंच कशाला?" तिनं फुरंगटल्या स्वरात, पापण्यांची फडफड करीत आता मदनला विचारलं.

मदन हसला. तिचे हात हातात घेत म्हणाला,

"वाट पाहताना भेटीच्या आठवणी सोबत असाव्यात, म्हणून!"

"वा! जवाब नहीं मदन!" मदनला मिठी मारीत गोट्या म्हणाला, "क्या उत्तर दिया!"

"अरे, ये स्साला छुपा रुस्तुम है! सांगो, सांगो. आगे सांगो."

ईश्वर सोडून सर्वांनाच मदनचं उत्तर फार आवडलं. ईश्वरनं स्टोरीची वाट 'समाप्त'वर आणून सोडली होती. तिथंच इन्टरव्हल करून मदननं स्टोरीला खूप वाव दिला होता. प्रकरण फडाक्कन बंद होता-होता पुन्हा सुरू झालं होतं. हे उत्तर आपल्याला न सुचल्यानं आपल्या हातून नेतृत्व गेलं, म्हणून ईश्वरला तेवढं उत्तर आवडलं नव्हतं; पण आता विरोध करण्याची वेळ नव्हती. पोरं मदनच्या बाजूनं होती, म्हणून तो निमूटपणे ऐकायला लागला.

"असं छान-छान बोललं की काम भागलं; नाही?" कल्याणी लटक्या रागानं म्हणाली; पण तिच्या चेहऱ्यावर हास्य तरळत होतं.

"राणी... खरं सांगू? मला उशीर झाला, त्याला कारण तू आहेस!"

"मी? आणि ते कसं काय बाई?"

"अगं, येताना डोक्यात सारखे तुझेच विचार, डोळ्यांसमोर तुझाच

चेहरा! रहदारीकडे लक्ष राहिलं नाही. एका पोराला रिक्षाचा धक्का बसला!''

अगंगंगं! करा धावपळ... बदला वाहनं!

रिक्षाची सायकल... रिक्षाची बुलेट... सगळं जाऊन पायी!

हं, झाली भांडणं— सांग पुढे.

"आईऽ मदन-! इतकं का तुझं मन मी व्यापून टाकलंय?'' कल्याणीनं मदनच्या नजरेत नजर मिसळत विचारलं. तिचे ओठ थरथरू लागले. नाकपुड्या विस्फारल्या.

"कल्याणी-!'' तिच्या डोळ्यांत खोलवर पाहत मदन म्हणाला, "आय लव्ह यू कल्याणी— तेरे बिना मै जी नहीं सकता!''

कल्याणीनं स्वत:ला त्याच्या शरीरावर झोकून दिलं. मदननं तिची कानशिलं हाताच्या तळव्यात गऽच्च दाबून तिचं एक करकचून चुंबन घेतलं!

ऐकताना बना थरथर कापू लागला होता. त्यांचं वर्तमानाचं भान सुटत चाललं होतं. आपण काय करतो-बोलतो, हे त्याला कळेनासं झालं होतं. चिरक्या आवाजात म्हणाला—

"मग मी तिला जोऽरात आवळलं. तिचे स्तन माझ्या छातीवर टोचू लागले. मी तिच्या ब्लाऊजची बटणं काढू लागलो. तशी—''

"—तशी तिनं अशी थोबाडीत मारली!'' ईश्वर दात-ओठ खात म्हणाला. बोलत असतानाच त्याच्या दगडी हाताची एक सणसणीत थप्पड बनाच्या गालावर बसली. आपल्याला मार बसला आहे, हे कळण्यापूर्वीच बना आडवा धडपडला. विजेच्या तिरप्या तारेला खेचला गेला. तारेला धरूनच सावरला.

"इश्या—''

"भडव्या, कल्याणी म्हणजे काय तुला झोपडपट्टीत धंदा करणारी मुलगी वाटली होय रे—बागेत नागडी व्हायला?''

"बना,'' मदनही धारदार स्वरात म्हणाला, "फुटायचं आता! काय? पावसाळ्यात रात्री अजून अंथरुणात मुतत असशील! आणि निघाला कल्याणीचा ब्लाऊज काढायला!''

आपलं काय चुकलं, ते बनाला अजूनही समजलं नव्हतं; पण सगळे

खवळले आहेत, एवढं कारण काढता पाय घ्यायला पुरेसं होतं. सगळ्यांकडे रागारागानं बघत, थरथरती पावलं सावरत, सुन्नपणे तो निघून गेला.

"गोट्या, सिगारेट घे रे!" वातावरणातला ताण कमी करण्याच्या उद्देशानं ईश्वर म्हणाला.

ही संधी ईश्वरच्या दोस्तीखात्यात जायला चांगली आहे, असा विचार करून नवीननं किंग-साईज फोर स्क्वेअरचं अख्खं पाकीट नि एक माचिसच खरेदी करून टाकली.

"चला, चहा मारू." गोट्या खिशातल्या नोटा चाचपत म्हणाला.

दर वेळी कोणी चहा पाजतो म्हटलं, की कोण आनंद होत असे. पोरं लगेच भडाभडा मोकळी होत. उत्साहानं नको तितकी बडबड करत, पण आज— या क्षणी चहा ही प्रत्येकाची गरज होती. त्यात कसला आनंद नव्हता.

सगळा ग्रुप इराण्याच्या हॉटेलात घुसला. निरनिराळ्या टेबलांभोवतीच्या रिकाम्या खुर्च्या कुरकुरत सरकल्या. एकाच टेबलाभोवती दाटीवाटीनं बसल्या. गोट्यानं टाळकी मोजून बरोबर निम्म्या सिंगल चहाची ऑर्डर दिली. नवीनचं सिगारेटचं पाकीट टेबलावर मध्यभागी पडलं. त्यातल्या सिगारेट्स लंपास होत पोरांच्या ओठांत जाऊन बसल्या. दमदार कश् मारीत अर्धी सिगारेट संपली, तेव्हा कुठे ईश्वरचं टाळकं ठिकाणावर आलं.

"मदन," तो शांतपणे म्हणाला, "तू पुढचा किस्सा अचूक सांगितलास. आम्ही भेटलो, तेव्हा तू पाळतीवर होतास का?"

"नाही." तितक्याच शांतपणे मदननं उत्तर दिलं. "माझ्याबाबतीतही थोड्याफार फरकानं हाच प्रकार घडला आहे!"

सगळे मदनकडे अविश्वासाने पाहायला लागले. ईश्वरच्या डोळ्यांत तर क्षणभरासाठी लाल निखारे फुलले.

"तुझ्याबाबतीत—?"

"होय. मी तिला रोज रिक्षातून कॉलेजात आणायचो नि घरी सोडायचो!"

"मग?"

"आरशात आमची नजरानजर चालायची. ती हसायची. गालात

जीभ घोळवायची. 'जाने कैसा है मेरा दिवाना-'सारखी गाणी गुणगुणायची.''

''इतकंच?''

''नाही. बरंच काही आहे; पण ते सांगावं, असं मला वाटत नाही.''

''का?''

''अशा गोष्टी तमाम पब्लिकमध्ये होऊ नयेत, असं मला वाटतं!''

''का, तुझी कोण लागते ती?''

''आता कोणीच नाही. पण... पण एके काळी मी तिचं सर्वस्व होतो. ती विसरली, तरी मी विसरू शकत नाही ते.''

''आणि हे? ती आज चक्रमबरोबर आहे, हे विसरू शकतोस का?''

''नाही. तेही मी विसरू शकत नाही. मी त्या प्रोफेसरला सोडणार नाही. पाहशील तू.''

सगळे चहाचे घोट घेत राहिले. पाहता-पाहता चहा संपला. आधीच चहा सिंगल. त्यात एक चहा दोघांत; संपायला किती वेळ लागतो? पण डोक्यातला विषय काही चहाबरोबर संपला नाही, सिगारेटींबरोबर तोही डोक्यात घुमत राहिला. मध्येच नवीननं बॉम्ब टाकला—

''दीप्तीच्या आधी ही कल्याणीच माझ्याबरोबर घुमत होती!—माहितीय्?''

''अं? तुझ्याबरोबर?''

मदन काही सांगायला तयार नाही, म्हणून निराश झालेली मनं नव्या आशेनं तरारली. नवीन शहा हा मुलींच्या बाबतीत एकदम किडा होता. या वयात त्याच्या पदरी निरनिराळ्या वयोगटांतल्या पंधरा-वीस तरुणींचे अनुभव जमेस होते. तो काय करायचा, कोणास ठाऊक; पण त्याला आवडलेली पोरगी तो ठरल्या मुदतीत फिरवायचा. ती त्याच्याबरोबर काही दिवस दिसायची. मग मध्ये काही काळ तो उदासपणे रिकामा असायचा. पुन्हा आनंदात दिसला, की पोरं ओळखायची— ह्यानं नवा माल गटावला! या विषयात त्याला चांगली गती होती, तितकीच त्याची जीभही सैल होती. सर्व प्रकारची वर्णनं तो न लाजता करायचा. कोणत्या पोरीच्या अंगावर कुठे तीळ आहे, हे लक्षात ठेवून सांगणं—हा त्याचा फारच आवडीचा छंद! अर्थात, त्याची

शहानिशा करणं कधीच शक्य नसल्यानं त्याच्या म्हणण्यावर विश्वास ठेवण्याची सर्वांनाच सवय होऊन गेली होती.

मदनच्या डोक्यात विचारांची चक्रं फिरू लागली.

कल्याणीला कॉलेजात पोहोचवणं नि घरी नेणं— ही दोन्ही कामं आपण गेलं वर्षभर तरी नेमानं करीत होतो. एकदा घरी गेल्यावर ती काही पुन्हा बाहेर पडू शकत नाही, हे नक्की. बरं, कॉलेजला ती सगळे तास हजर असते. तिनं दांडी मारली, तर पोरं लगेच चर्चा करणार.

—असं असताना नवीन कोणाला थांगपत्ता लागू न देता कल्याणीला कसं नि कुठे घुमवू शकेल?

"नवीन, तूही तिला घुमवली म्हणतोस—?" त्यानं अविश्वासानं विचारलं.

"होय." नवीन अभिमानानं म्हणाला, "अरे, कल्याणीसारखी मुलगी माझ्या नजरेतून सुटेलच कशी?"

"केव्हाची गोष्ट ही?"

"गेल्या वर्षीची! तू तेव्हा तिला सोडायला येत नव्हतास!" नवीन मख्खपणे म्हणाला. आपल्या सगळ्या शंका बाजूला ठेवून मदनला त्याच्या बोलण्यावर विश्वास ठेवणं भाग पडलं.

"काय, झालं तरी कसं हे?" ईश्वरनं अर्धवट उत्सुकतेनं, अर्धवट अस्वस्थपणे विचारलं.

"आपली लायब्ररी आहे ना, तिथं जमलं!" नवीन भराभरा विचार करीत म्हणाला, "गेल्या वर्षापर्यंत मी स्कॉलर होतो—मला कॉलेजची फ्रीशिप होती—हे तर तुम्हाला मान्य आहे?"

सर्वांना हेदेखील नवीन होतं; पण त्यानं प्रश्नच अशा थाटात विचारला होता की, 'हो' या अर्थी माना डोलावणं भागच होतं.

"तेव्हा मी या मुलीबाळींच्या भानगडीत नसायचो. आपण बरे नि आपला अभ्यास बरा— अशी माझी वृत्ती होती. सगळे पीरियड्स अटेन्ड करायचो. ट्युटोरिअल्स सबमिट करायचो. युनिव्हर्सिटीत झळकणं, एवढी एकच तमन्ना होती तेव्हा."

ईश्वर एकदम हसायला लागला.

"नवीन, त्या वेळी तुझं अन् कल्याणीचं जमलं?"

"हां. तिच्यापासूनच सुरुवात झाली."

"आणि तू तर म्हणतोस— दीप्तीच्या आधी ती तुझ्याबरोबर होती?"

क्षणासाठी नवीन काळाच्या गोंधळात अडकला. कारण त्याच्या म्हणण्यानुसार दीड वर्ष कल्याणी त्याच्याबरोबर होती, असं मान्य केलं; तर ईश्वर, मदन ह्यांची प्रकरणं खोटी ठरत होती. शिवाय कल्याणीसारखी पॉप्युलर पोरगी एका मुलाबरोबर दीड वर्ष फिरत होती आणि कॉलेजात ते कोणालाच कळलं नाही— हे कसं? पण नवीन असा अडकणार नव्हता.

"ते मी पहिल्या वेळचं सांगतो आहे!"

"अं?"

"दीप्तीच्या आधी ती माझ्याबरोबर होती, ते दुसऱ्यांदाचं!"

"म्हणजे... जुळलं-फाटलं... जुळलं... असं?"

"होय. माझ्याशिवाय करमेना, म्हणून ती पुन्हा पाया पडत आली होती!"

मदन आणि ईश्वर एकमेकांकडे पाहून हसू लागले. पण नवीननं सोईस्करपणे त्यांच्या टवाळखोर हसण्याकडे दुर्लक्ष करीत हकिगत ठोकली.

म्हणे, ती नियमितपणे लायब्ररीत यायची. नवीन बसला असेल, त्याच्या समोरचा कॉर्नर गाठून बसायची. केव्हाही पाहिलं, तरी त्याच्याकडेच भारल्यासारखी पाहत असायची. मग एकदा धाडस करून त्यानं तिला डोळा मारला. लायब्ररीची पुस्तकं परत करून तो बाहेर आला, तर त्याच्या मागोमाग हीपण बाहेर!

पंधराव्या मिनिटाला दोघं 'सतलज'मध्ये बसले होते नि कल्याणी कबुली देत होती—

"तू मिळावास, म्हणून मी वेडी झाले होते! तुझ्यासाठीच केवळ लायब्ररीत येत होते. तास-तास अभ्यासाचं नाटक करीत, तुला नजरेत साठवून घेत होते..." वगैरे.

आता पुढे काय असणार, ते सगळ्यांनाच माहीत होतं. नवीनच्या हकिगतीतली पोरगी तेवढी नेहमी बदलायची. बाकीच्या वर्णनाशी मात्र तो

एकनिष्ठ असायचा. ती त्याच्या घरी जायची, वडील होजिअरीच्या कारखान्यावर गेलेले असायचे. आई कुठंतरी महिला मंडळात किंवा कोणाच्या घरी काही मदतीसाठी गेलेली असायची. भाऊ शाळेत गेलेला असायचा. नि अख्ख्या घरात हा एकटाच!

पोरगी आत आल्यापासून बाहेर पडेपर्यंत मुद्द्यात कुठे फरक नसायचा. असला तर इतकाच— कधी पोरगी पुढाकार घ्यायची, कधी ती घाबरलेली असायची, नि ह्याला पुढाकार घेणं भाग पडायचं!

ते सगळं आता कल्याणीच्या संदर्भात ऐकायला मिळणार, म्हणून पोरं आवंढे गिळत ताठरपणे बसून राहिली. त्यांच्या हरवलेल्या नजर आपापल्या घरातल्या एकांताच्या जागा शोधू लागल्या, मेंदू घरातल्या माणसांना बाहेर पाठवण्याची कारणं शोधून काढण्यासाठी तरारले.

पण मदननं एकदम सर्वांना तडिपारच नेलं!

"थोडक्यात म्हणजे, कल्याणीच्या शरीरावरचे तीळ तू सांगू शकतोस!"

"होय!" नाराज होत नवीन म्हणाला.

"ह्याचा अर्थ—आपण समजत होतो तशी, कल्याणी ही साधी-भोळी मुलगी नाही. तिनं आपल्यापैकी बहुतेकांना नादी लावलं आहे, आशा दाखवल्या आहेत नि आता सर्वांनाच टांग मारून ती सारंग चक्रपाणीच्या पलंगावर गेली आहे!"

"बघ ना! या पोरींचं काही सांगताच येत नाही आजकाल. 'प्यार हुआ चारोंसे— शादी की औरसे— बच्चा पैदा हुआ, उसकी सूरत मिलती गैरसे!' असली अवस्था ह्यांची!"

गोट्याचं हिंदी काव्यच असलं भारी होतं की, सगळ्यांचा गंभीरपणा एकदम तडकून गेला. त्यातून हास्याचे फवारे बाहेर उडाले.

त्या वातावरणातून थोडीशी सुटका झाल्यामुळे एक गोष्ट ईश्वरच्या लक्षात यायला लागली होती. त्याची हकिगत जितकी अस्सल भासत होती, तितकीच प्रत्येकाची हकिगत ही तद्दन खोटी होती; पण प्रत्येकानं ती अशा तन्मयतेनं सांगितली होती, की त्यातला खोटेपणा प्रत्यक्ष सांगणाऱ्याच्या ध्यानातूनही गळून पडावा! सगळे कल्याणीशी मानसिक पातळीवर शृंगार

करण्यात इतके रंगून गेले होते की, त्यांना वाटू लागलं होतं— हे सारं खरं आहे. कल्याणी ही याच टाइपातली मुलगी आहे. तिनं आपली नि सर्वांचीच फसवणूक केली आहे. हकिगतीतला खोटेपणा खरेपणाचं रूप धारण करून बसला होता.

"हरामखोर साली! त्या चक्रपाणीच्या गळ्यात पडते काय?"

"—आम्हाला डावलून!"

"आपण सारंगला याबद्दल चांगला धडा शिकवला पाहिजे!"

इतका वेळ चाललं होतं, ते सारं कल्याणीला बदनाम करणारं होतं. सर्वानुमते ती वाईट चालीरीतीची मुलगी ठरली होती नि धडा मात्र सारंगला शिकवायचा होता! हे कसं? तेही कोणी विचारात घेतलं नाही. कल्याणी कॉलेजभर प्रसिद्ध होती, सगळ्यांची आवडती होती. तिला धडा शिकवणं शक्य नव्हतं. कुठं तरी तो राग निघणं तर आवश्यक होतं, म्हणून चक्रपाणीला धडा शिकवण्याबद्दल त्यांचं लगेच एकमत झालं. मदन म्हणाला,

"त्याचं काय करायचं ते तुम्ही ठरवा; पण मी मात्र त्या चक्रपाणीला सोडणार नाही! येत्या आठ दिवसांत चक्रपाणीला ससूनला ॲडमिट व्हावं लागेल!"

"कबूल. हम भी पीछे है तुम्हारे!" गोट्या म्हणाला.

चक्रपाणीला कसा धडा शिकवायचा, या चर्चेत आपोआपच चहाचं दुसरं सत्र सुरू झालं. चहा संपवता-संपवता त्यांचे बेत तयार होऊ लागले. आपण इतक्या वाईट ठरलो आहोत नि त्याची शिक्षा सारंगला भोगावी लागणार आहे, याची तिकडे कल्याणीला कल्पनाही नव्हती.

ooo

४

त्या ग्रुपबरोबर कुठेही जाण्याची कल्याणीची इच्छा नव्हती. आधी तिला ती पोरं फारशी आवडायची नाहीतच; पण स्वभावानुसार तिनं त्यांच्या मैत्रीचा तेव्हा स्वीकार केला होता, त्यांना दुखावलं नव्हतं. अपरिहार्य म्हणून या ना त्या कारणानं त्यांच्या एक-दोन पार्ट्यांनाही ती हजर राहिली होती. पार्ट्यांमधील मैत्री विशेष घनिष्ठ असते, असा सर्वसाधारण अनुभव असतो; पण तिच्या बाबतीत तेही उलटं झालं होतं. प्रत्येक पार्टीच्या वेळी तिला त्या ग्रुपचे नवे काळे पैलू लक्षात आले होते नि तो ग्रुप तिच्या मनातून साफ उतरला होता.

उदाहरणार्थ— पहिल्याच वेळी तिला ही पोरं मटका नामक जुगार खेळतात, याचा धक्कादायक शोध लागला होता. दुसऱ्या वेळी फुकट मिळते म्हणून हावरटपणे दारू पिऊन त्यांनी स्वतःचं हसं करून घेतलं होतं. कोणी बोलता-बोलता ओकलं होतं...कोणी ओकता-ओकता झोपलं होतं...तर कोणी गप्पा आणि शिव्या यात फरकच ठेवला नव्हता. ईश्वर आणि छोटालाल नावाच्या पोराची मारामारी तर केवळ तिच्या मध्यस्थीनं वाचली होती!

अन् हे सगळं दुपारी!

का, तर इतरांना रात्री जमता येतं— दीप्ती, विद्या— कॅमल (कॅमल म्हणजे कमल. ती चांगली सहा फूट उंच आणि लुकडी होती. उंची पेलवायची नाही, म्हणून सगळे तिला 'कॅमल' म्हणायचे.) या सगळ्या पोरी थापा मारून रात्रीच्या पार्टीला हजर राहू शकतात; पण कल्याणीला ते शक्य नाही, म्हणून!

सिगारेट्सचे भपकारे... मद्याचा कडवट वास... पोरांचं अश्लीलतेकडे झुकणारं गचाळ बोलणं...!

घरी आली, तर डॅडी विचारायला लागले— काय गं, तू सिगारेट ओढलीस का? जबरदस्त वास येतोय! हिच्या कपड्यांना, केसांना वास लगडलेला नुसता.

तेव्हाच तिनं निर्णय घेऊन टाकला—पुन्हा कोणत्याही करण्यासाठी, कोणाच्याही पार्टीत सामील व्हायचं नाही! वेळेपरी वेळ वाया घालवायचा, त्यासाठी घरी खोटं बोलायचं, दोन-तीन तास सतत धास्तावलेलं राहायचं आणि घरी पुन्हा नसत्या शंका-कुशंका! नकोच ते!

—आणि हा निश्चय पक्का होत असतानाच ईश्वरनं तिला गाठलं होतं. ट्रिपला येणार का, म्हणून विचारीत होता.

हल्ली ती पूर्वीसारखी झट्‌कन हाती लागायची नाही. एक तर तो चक्रपाणी तिच्याबरोबर असायचा; नसला तरी ती सुवेगावरून भुर्रदिशी निघून जाताना दिसायची. हाक मारणं असं सभ्य दिसलं असतं; पण मदननं तेही एकदा करून पाहिलं होतं, तर कल्याणीनं लक्ष नाही असं दाखवून हॉर्न वाजवत सुवेगाचा वेग चढवला होता. चिडून एकदा त्यानं रिक्षा तिच्या मागं सोडून तिला चौकात लाल सिग्नलला गाठलं होतं. तर, 'काय रे मदन, कसं काय? ठीक आहे ना?' असं हसून विचारत ती सुळुक्‌कन् रहदारीत शिरून पुढं निघून गेली होती.

"काय कल्याणी," तिला एकटीला गाठता आलं म्हणून खूष होत ईश्वर म्हणाला, "साधं भेटायलापण तयार नाहीस आजकाल!"

सारंगची आज रजा होती आणि ईश्वरनं तिला कॉलेजातून बाहेर पडतानाच पकडलं होतं. सुटका करून घेणं शक्य नाही, हे ओळखून

म्हणाली—

"वेळ आहेच कुठं तुम्हा लोकांना, मला भेटायला! तुमच्या आपल्या सारख्या पार्ट्यांवर पार्ट्या चालू आहेत! मला तर त्या आवडत नाहीत; तुला माहीतच आहे."

"छाऽन! वर या चोराच्या उलट्या का—?"

"तसं नाही हं ईश्वर. दीप्तीला विचार— मध्ये ती भेटली होती, तर सगळ्यांची चौकशी केली मी."

"अगं, पण आम्ही नाही आहोत; का तू दुसऱ्या कॉलेजात गेली आहेस? गाठ-भेट शक्य नसल्यासारखं दीप्तीकडे का खुशाली विचारतेस? आता दिसतसुद्धा नाही का आम्ही?"

'आता' म्हणजे सारंगशी सूत जमल्यापासून, हे तिच्या लक्षात आलं; पण तिनं धोकादायक म्हणून तो विषय अचूक टाळला. हसून म्हणाली,

"आता भेटलो आहोत तर वादातच वेळ घालवणार का? गप्पा मार की."

"चल ना, बसू कुठे तरी."

"बाकीचे सगळे कुठे गेले?"

"ते कँटीनला तुझी वाट पाहत बसले आहेत."

"माझी वाट पाहत? याचा अर्थ, तू अगदी ठरवून— वाट पाहून मला गाठलेलं दिसतंय."

"अर्थात! त्याशिवाय आपलं दर्शनही दुर्मिळ असतं ना!"

"काही विशेष?"

"आपलं दर्शन झालं; आता आपण थोडा वेळ आमच्या सहवासात—"

"ईश्वर, हा काय चावटपणा आहे? नीट काय ते सांग हं—"

"अगं, रागावलीस का? बरं, खरं सांगतो. आपण सर्वांनी ट्रिपला जायचं, असं ठरतंय."

"आपण नाही; तुम्ही!"

"का? 'आपण' का नाही?"

"मला वेळ नाही."

"तुला वेळ असेल तेव्हा जाऊ ना!"

तिनं विचारपूर्वक नकारार्थी मान डोलावली.

"दीप्ती, कॅमल, उषा... पाच-सहा मुलीपण येणार आहेत."

"त्यांनी आलं म्हणून मीही यायला हवं, असं थोडंच आहे?"

"पण तू का येणार नाहीस?"

"मर्जी माझी!"

"ते तर आहेच गं. नाहीच म्हणालीस, तर तुला काय कोणी जबरदस्तीनं पळवणार नाही; पण काहीतरी कारण असेलच की!"

"मला घरून परवानगी मिळणार नाही."

"हे खोटं आहे. तू परवानगी मागणार नाहीस; तुला ती नकोच आहे, हे खरं आहे!"

"तसं समज."

"पण कारण तरी सांगशील? की बुवा तुम्ही मवाली आहात... दारू पिता... चाळे करता... काहीतरी असलंच कारण असेल तर..."

"तसलंच आहे?—पुढे?"

"तर मग तू येच! कारण आम्ही बिअरसुद्धा घेणार नाही आहोत. ट्रिप अगदी सभ्यपणे पार पडणार आहे."

"चांगलं आहे. तरी पण मी यायलाच हवं, हे काही खरं नाही."

आपण कितीही चांगलं वागायचं आश्वासन दिलं, तरी येणारच नाही म्हटल्यावर ईश्वर निराश झाला. स्वत:वर नि तिच्यावरही खवळला.

"हे बघ कल्याणी, सगळे कँटीनला तुझी वाट बघतायत्. तिथं तरी येणार आहेस का नाही? का आमच्या बरोबर कोल्ड ड्रिंक घ्यायलाही तुला कमीपणाचं वाटेल?"

"असं मी कधी म्हणाले? तूच इथं ट्रिपचा विषय काढलास; आपण बोलत राहिलो."

"चल तर. तुला काय हो-नाही सांगायचं, ते ग्रुपला सांग."

"चल!" म्हणून ईश्वरबरोबर ती कँटीनला आली, तर समारंभाची सगळी तयारी उरकून अध्यक्षांच्या वाटेकडे डोळे लावून बसावं, तशी

सगळी मंडळी तिचीच वाट पाहात होती. त्यांच्यात मदनलाही पाहून तिच्या चेहऱ्यावर अस्पष्टपणे नाराजीची छटा पसरली; मग तिच्या प्रसन्न हास्यात अदृश्य झाली.

"आल्या... महाराणी कल्याणीदेवी आल्या!"

"टाळ्या!"

"सलाम!"

पोरांनी टाळ्या वाजवल्या. खुर्च्यांतून बुडं उचलून अर्धवट वाकत सलाम केले. कँटीनमध्ये असलेल्या इतर मुलांचं लक्ष त्यामुळे वेधलं गेलं. काऊंटरमागे सुस्तपणे खुर्चीत रेलून बसलेला नि काडीनं कानातला मळ काढणारा दास्तानेही आपलं थुलथुलीत पोट उडवून हसायला लागला.

स्वागताचा तो प्रकार खोचक होता; पण कल्याणीनं मनावर घेतलं नाही. तीही थट्टेच्या त्याच पातळीवर येत म्हणाली—

"प्रजाजनांना अभय आहे. त्यांनी आपल्या रास्त मागण्या वा तक्रारी सांगाव्यात!"

दीप्ती, कॅमल, उषा, प्रभा अशा चार-पाच मुली होत्या. आपल्या उपस्थितीत पोरांनी कल्याणीला इतका मान द्यावा नि तिनं रुबाब करावा, हे त्यांना आवडलं नव्हतं. त्या एकमेकींकडे पाहून खुणा करू लागल्या. कल्याणीनं लक्षात येऊनही त्यांच्या जळफळण्याकडे दुर्लक्ष केलं.

"ए, ही ट्रिपला येणार नाही म्हणते!" ईश्वरनं पहिल्यांदाच सांगून टाकलं. मुलींचे चेहरे उजळले; पण मुलांचे मात्र पडले.

"का?"

"ते तिलाच विचारा."

"काय गं कल्याणी, का नाही येणार तू?"

"हे पाहा, मला सहलीत मुळीच इंटरेस्ट नाही. तेवढा वेळही नाही आणि घरून परवानगीपण मिळणार नाही." कल्याणीनं निक्षून सांगून टाकलं.

"घरच्या परवानगीचं नंतर पाहता येईल; तू यायला तयार आहेस का?"

"नाही, नको— तुम्ही आपले जा!"

"या वेळी बाई—" मदन स्थिर नजरेनं तिच्याकडे पाहत म्हणाला, "आम्ही तुम्हाला घेतल्याशिवाय जाणार नाही आहोत."

"होय," गोट्यानं त्याची री ओढली— "सहल झाली तर तुझ्यासह, नाही तर नाही!"

"कल्याणी, पोरं एवढा भाव देतायत् तर चल की गं!" दीप्ती चिडून म्हणाली. "किती भाव खायचा माणसानं?"

"मी त्यांना गूळ लावायला सांगत नाहीये आणि त्यांनी कितीही गूळ लावला तरी मी येणार नाहीये."

"आम्ही नाही का तयार झालो?"

"म्हणून मी व्हावं का?"

"जाऊ दे ना." कॅमल नाक उडवत म्हणाली, "तिला नसेल यायचं, तर इतका आग्रह कशाला? आपण जाऊ."

"नाही, नाही... येईल ती."

"मुळीच येणार नाही!"

"चक्रपाणी सर आले तरी—?"

कल्याणीचे डोळे चमकले. सारंग अशा ग्रुपबरोबर ट्रिपला जायला कधीच तयार होणार नाही, याची कल्पना असल्यानं ती मिस्कील हसत म्हणाली,

"हां—मग ते वेगळं—चक्रपाणी सर आले, तर मी येईन!"

सर्वांनी अर्थपूर्ण नजरेनं एकमेकांकडे पाहिलं. पोरी एकमेकींना कोपरखळ्या मारू लागल्या.

"ठीक आहे." मदन आत्मविश्वासानं म्हणाला, "तुमचे चक्रपाणी सर येतील. ते माझ्याकडे लागलं. ते आले, तर तुम्ही येणार, हे नक्की ना?"

"नक्की. कुठं जाणार आहात?"

"आपलं काय, ठिकाण बघणं महत्त्वाचं नाही; सहलीच्या निमित्तानं एकत्र येणं, गप्पा मारणं, थट्टा-मस्करी करणं... हे महत्त्वाचं." नवीन दीप्तीकडे पाहून डोळे मिचकावत म्हणाला.

"सहलीचं ठिकाण तूच ठरव कल्याणी. तू म्हणालीस तर 'जिजामाता' बागेत यायलाही आपण तयार आहोत!''

"जिजामाता बागेचा आपल्याला उपयोग नाही, कारण ती फक्त 'आठ का बारा वर्षांखालील मुलं' आणि 'कुलीन स्त्रियां'साठीच आहे!''

कल्याणीनं अक्षरश: गंमत म्हणून ही माहिती पुरवली. सांगताना या पोरींकडे पाहून हसण्यात तिचा कसलाही हेतू नव्हता; पण उषा एकदम कडकडली. डोळे मोठे करून भांडणाच्या स्वरात म्हणाली,

"आम्ही पोरांबरोबर हॉटेलात जातो—सिनेमे पाहतो, याचा अर्थ आम्ही 'कुलीन' नाही, असं नाही!''

आपल्या बोलण्याचा असा विपर्यास होईल, त्यातून असा अर्थ काढला जाईल याची कल्पनाच नसल्यानं कल्याणी अवाक् झाली. उषाचा मुद्दा पोरींच्या मेंदूत घुसला. त्याही खवळल्या. दीप्ती जळक्या आवाजात बोलली—

"आणि ही स्वत: काय आहे? एकाला सिनेमाला येते म्हणून सांग, तर दुसऱ्याला पेशवे पार्कात बोलाव...! आता चक्रपाणीसारखा हुषार तरुण गटवलाय, म्हणून नाकानं कांदे सोलतेय मोठी!''

"दीप्तीऽऽ''

"आम्हाला सगळं माहितीय गं—कोण किती पाण्यात आहे ते! ज्या गावच्या बाभळी, त्याच गावच्या बोरी. आम्हाला कशा हिणवतेस तू?''

"स्टॉप इट्!'' कल्याणी खवळून म्हणाली, "तुम्ही कोणाबरोबर कुठं जाता नि किती मुलांबरोबर हिंडता, याचा हिशेब मी ठेवलेला नाही. माझ्या भानगडीत लक्ष घालायचं तुम्हाला काही कारण नाही.''

"पुरे!'' ईश्वर दोन्ही हातांनी खुणा करीत म्हणाला, "तुम्ही हे काय चालवलं आहे? आपला विषय काय नि हे विषयांतर कशासाठी?''

"मग—!''

"मग... मऽग. ट्रिप झाल्यावर आपण उखाळ्या-पाखळ्यांचा कार्यक्रमच ठेवू; आता नको. इथंच फाटाफूट झाली, तर मजाच जाईल सगळा.''

"ही दीप्ती आणि उषा ट्रीपला असतील, तर मला नाही यायचं!''

कल्याणी बेभानपणे म्हणाली.

"पळ्, गेलीस उडत!"

"अरे!" ईश्वर जरबेच्या स्वरात म्हणाला, "गप्प बसा म्हणतो ना? एऽ शंकर... थंडगाऽर काय आहे बाबा?"

"गोल्ड स्पॉट." शंकरनं ओरडून सांगितलं.

"आण. म्हणजे, या पोरींची भडकलेली माथी थंड होतील!"

"ईश्वर, बिल कोण देणार आहे?" दास्तानेनं बोचऱ्या स्वरात विचारलं.

"ए, काकाऽ मागची काही बाकी आहे का तुझी?"

"वीस रुपये."

"ठीक आहे. आजच्या बिलासकट बाकी घे. भणभण नाय पायजेल!"

दास्तानेनं हसून मान डोलावली अन् शंकरला गोल्ड स्पॉट देण्याची खूण केली.

ईश्वर चालू होता, तर काका दास्ताने त्याचा बाप होता! गेले दोन महिने ईश्वरच्या अंगावर वीस रुपये बाकी होते. खिशात भरपूर पैसे असून ईश्वर आज देता-उद्या देतो करीत, दास्तानेला टांग मारायला पाहत होता. आज पोरींना घेऊन तो कँटीनला आला, तेव्हाच काकानं ही संधी हेरून ठेवली होती. मुलींसमोर पंचनामा होण्यापेक्षा ईश्वर पैसे देणं मान्य करणार, ही त्याची अटकळ खरी ठरली होती.

गोल्ड-स्पॉटच्या बाटल्या समोर येताच संताप विसरून पोरी ओठांचे चंबू करून स्ट्रॉनं गोल्ड-स्पॉट प्यायला लागल्या, त्यांची डोकी थंडावली.

"हं, कुठं जायचं कल्याणी?" गोट्यानं उत्साहानं विचारलं.

"कुठेही—ठरवाल तिथं जाऊ."

"एखादा दिवस राहता येणार नाही ना? शनिवार-रविवार असं."

"नाही आं! संध्याकाळी, फार तर रात्री साडेआठ-नऊपर्यंत घरी परत!"

"म्हणूनच म्हटलं बाई, ठिकाण तुम्हीच निवडा."

"असं करू या! जवळपासच जाऊ कुठंतरी. म्हणजे खेळायला, गप्पांना भरपूर वेळ मिळेल."

"चालेल ना!"

"ओ. के. कात्रजची बाग कशी काय वाटते?"

"कात्रज—?"

"तू गेलायस का कधी गोट्या?"

"नाही."

"छान पिकनिक स्पॉट आहे. पलीकडे विस्तीर्ण जलाशय, निवांत बाग. शिवाय काही लागलं-सवरलं तर हाय-वे समोरच. अर्ध्या-पाऊण मैलावर कात्रज गाव."

"तुला आवडलं ना ठिकाण? मग आपण ते पक्कं करून टाकू. काय रे?"

पोरांनी तातडीनं मान्य असल्याच्या माना डोलावल्या. त्यांच्या दृष्टीनं 'कुठं'पेक्षा कल्याणीबरोबर जायचं, याच गोष्टीला महत्त्व अधिक होतं.

"केव्हा जायचं? रविवारी?" ईश्वरनं उत्साहानं विचारलं.

"रविवारी थोडी तरी गर्दी असणारच. पिकनिक स्पॉट आहे ना!" मदन म्हणाला.

"पण इतर वारी कसं जमणार?"

"का? कॉलेजात दांडी मारणं माहीत नाही का कोणाला?"

"आपला प्रश्न नाही; पण चक्रपाणी सरांचं काय?"

"असं करू—त्यांना केव्हा जमतं, त्यावर दिवस ठरवू. काय बाई?"

कल्याणीनं मान डोलावली. सगळी नक्की करून ईश्वर किंवा कोणीतरी तिला सांगणार, असं ठरलं. मग ती सगळ्यांचा निरोप घेऊन गेली. ती जाताच उषा, कमल, प्रभा पोरांना चापायला लागल्या.

"ए, मला नाही यायला जमायचं हं, सांगून ठेवते!" गर्विष्ठपणे मान उडवत दीप्ती म्हणाली. तिची कल्पना अशी, की आता कल्याणी गेल्यावर तरी पोरं शुद्धीवर आली असतील; तर एक कोणीतरी मुलगा तंद्रीत बोलून गेला—

"जमणारच नसेल तर कोण काय करू शकणार? नाही का?"

दीप्तीनं विचारणाऱ्याकडे रागारागानं कटाक्ष टाकला. नवीनच्या लक्षात

आलं. तो एकदम म्हणाला,

"अं? नाही हं दीपू— ते काही नाही चालायचं. तुला आलंच पाहिजे. यू मस्ट कम."

"कशाला? ती महाराणी येणार— तिचे नखरे तुम्ही कसे झेलता पाहायला?"

"ए, काही नको गं आपण जायला. ती यावी म्हणून गूळ लावतायत् हे!"

"काही तरीच काऽय? अगं, ग्रुपनं गेलं तर गंमत येते, म्हणून तिला आग्रह केला. तोंडदेखलं म्हटलं आपलं. नाही आली तर गेली उडत!"

"काही सांगू नका. ती नाही म्हणाली, तर जंग-जंग पछाडाल तुम्ही!"

ईश्वर इतका वेळ बचावाचा पवित्रा घेऊन बोलत होता. त्याचं डोकं सणकलं. पवित्रा बदलून आक्रमक होत तो म्हणाला,

"ठीक आहे. आम्ही तिला भाव देतो! —तुमच्या पोटात का दुखतं?"

"अं? आमच्या पोटात कशाला दुखेल?"

"मग, च्यावाच्याव काय लावलीय्? ही ट्रिप आहे; माझ्या लग्नाचं जेवण नाही. यायचं त्यानं या; नसेल तर फुटा!"

पोरी ताड्कन उठल्या. तरातरा निघून गेल्या. जाताना त्यांच्यात गरमागरम चर्चा चालली होती.

"ईश्वर, हा काय भंपकपणा?"

"मरू दे! नाही कोणी आल्या, तर आपण सगळे 'दांडेकर' जाऊ!"

"अरे, 'होळकरां'शिवाय नुसत्या 'दांडेकरां'नी जाण्यात काय मतलब? तू असं नाही करायला पायजेल होतंस. या पोरींसमोर तू कल्याणीला इतका भाव दिलास आणि त्यांना मात्र हाड् हुड्!"

"मदन, यातल्या प्रत्येक पोरीची रेष न् रेष मला माहितीय्–काय समजलास? ह्यांना तू भाव देत बसशील, तर या डोक्यावर बसतील. हाड्हाड् केलं, तर शेपट्या हलवत पाय चाटायला येतील!"

"या भवान्या येतील." ईश्वरला दुजोरा देत नवीन म्हणाला, "आता

त्या चक्रपाणी सरांचं तेवढं पाहायला हवं. ते येडं येत नाही म्हणालं, तर कल्याणीदेखील येणार नाही.''

''त्याला कसं तयार करायचं मदन?''

''आज तो चक्रम आला नाही म्हणे कॉलेजला.''

''नाही.''

''त्याचं घर माहिताय् का कोणाला?''

''हां, नारायण पेठ पोलीस चौकी आहे ना— तिथून लक्ष्मी रोडकडे जाणारा आडवा रस्ता आहे. त्या कॉर्नरला नवीन अपार्टमेंट झालंय एक— तिथं राहतो.''

''जोशी गॅरेजजवळ?''

''हा—त्याच्या समोरच. 'स्वाभिमान' का असंच नाव आहे काहीतरी.''

''ओ. के. चल ईश्वर, आपण चक्रमकडे जाऊ!''

''आत्ता?''

''आत्ता. कल्याणीची न् त्याची गाठ पडण्यापूर्वी आपण त्याला चकवला पाहिजे.''

''चला.''

''मी पण येतो.''

''सगळेच जाऊ.''

''काय, अंत्ययात्रा आहे का चक्रपाणीची? साल्यो, दोघं-तिघं गेले, तर चहा-पाणी मिळण्याची शक्यता तरी राहील! एवढ्यांचं काय काम आहे?''

''अरेऽ सगळे गेलो म्हणजे—''

''पळ! मी न् मदन जाणार फक्त आणि नवीन— तुम्ही उद्या भेटा कॉलेजात.''

''चक्रपाणीला?''

''पुन्हा तेच! त्याला कशाला? आम्हाला भेटा. म्हणजे काय ठरलं, ते कळेल.''

ईश्वरनं काका दास्तानेला बजावून-बजावून सगळं बिल दिलं. तिघं

कॉलेजातून बाहेर पडले. नेहमीप्रमाणे मदनची रिक्षा इराण्याच्या हॉटेलाच्या अलीकडल्या पिंपळाच्या झाडाखाली उभी होती. नवीन आणि ईश्वर मागं बसताच मदननं रिक्षा सुरू केली. वाट काढून यू टर्न घेत रहदारीत मिसळली. 'विजय' टॉकीजकडे जाणाऱ्या चौकात बाजूला थांबवली.

"इथं—?"

"रिक्षा इथंच राहू दे. त्या दोन-तीन इमारतींपैकीच असणार."

त्यानं रिक्षा का सोडली, हे लक्षात आल्यानं दोघं काही म्हणाले नाहीत.

'स्वाभिमान' नाही ते, 'अभिमान' अपार्टमेंट्स होतं. दुसऱ्या माळ्यावरचा बारा नंबरचा ब्लॉक 'प्रा. सारंग चक्रपाणी'च्या नावावर होता.

तिघांनी रुमालानं चेहरे स्वच्छ केले. अंदाजे केस सारखे केले. मग तिघंही बारा नंबरसमोर येऊन थांबले. ईश्वरनं बेल वाजवली. दार उघडलं गेलं. समोर स्वत: चक्रपाणी सर लुंगी आणि बनियन—अशा विनोदी पोशाखात. त्यांनी तिघांचे चेहरे ओळखले. नावं माहिती होती; पण कोणतं कोणाचं, यात घोळ झाला असता.

"याऽ!" हसून तो म्हणाला. तिघांना हॉलमध्ये कोचावर बसवून शर्ट वगैरे घालायला आत निघून गेला. तो येईपर्यंत काय करायचं, म्हणून तिघं हॉलचं निरीक्षण करीत बसले. हॉलमधल्या वस्तूवरनं तरी चक्रपाणी उच्च मध्यमवर्गीय वाटत होता. छताला गडद तपकिरी रंगाचा, चकचकीत पंखा लटकत होता. कोपऱ्यात फुलदाणीपाशीही स्टँडचा मोठा पंखा होता. भिंतीच्या करकरीत रंगावर एक क्वार्टझ वॉल-क्लॉक लटकत होतं. त्यातल्या सेकंदाचा धारदार काटा 'आलोऽ आलो!' करीत थबकत-थबकत पुढे सरकत होता.

"ईश्वर... ते पाहिलंस का? शो-केसमध्ये." नवीननं कानाशी पुटपुटत दोघांचं लक्ष वेधून घेतलं. पाहतात तर वॅट-६९ ची एक रिकामी बाटली होती, त्यात कागदी गुलाबांचा गुच्छ होता.

"म्हणजे पीत असेलच, असं नाही काही. त्या बाटल्या विकतही मिळतात."

"नाही... नाही, हा पीत असणार!"

"कशावरून?"

"कशावरून असं नाही. पण... घरचं सगळं चांगलं आहे. निरनिराळ्या बड्या लोकांत उठणं-बसणं असणार..."

"म्हणून पीत असणार, असं काही नाही..." ईश्वर कडवटपणे हसत म्हणाला, "आमचा हॉल याहून सुंदर आहे. शो-केसच्या दाराला रोल्ड गोल्डच्या मुठी आहेत. आमच्या अण्णांचं उठणं-बसणं आमदारांत असतं. ते कुठे पितात?"

"ते काही श्रीमंती-गरिबीवर अवलंबून नसतं." मदन म्हणाला, 'पिण्याची आवड नि गट्स असायला हवेत, तरच कोणी पिऊ शकतो. हा बुळ्या कसला पिणार!'

हेच बोलणं आपल्या अण्णांनाही लागू पडतं, हे लक्षात येताच ईश्वर तडकला; पण काही उत्तर देण्यापूर्वीच सारंग बाहेर आला. लुंगीवर त्यानं झब्बा चढवला होता. हातात चहाचा ट्रे होता.

"कशाला त्रास घेतलात सर—?" असं विचारीत मदन पुढं आला. त्यानं सारंगच्या हाताला ट्रे घेतला. टी-पॉयवर ठेवला.

"बोला, तू ईश्वर जगताप ना?"

"नाही. मी मदन. हा ईश्वर आणि तो नवीन."

"अच्छा, अच्छा! काय, कसली समिती वगैरे स्थापन केलीय का?"

"अनौपचारिक 'सहल-समिती' म्हणायला हरकत नाही सर!"

"कुठं सहल वगैरे काढताय वर्गाची?"

"वर्गाची नाही. मग ते प्रिन्सिपॉलसाहेबांची परवानगी घेणं... नोटीस लावणं... नावं, वर्गणी गोळा करणं... हे सगळं करीत बसावं लागतं!"

"पुन्हा कुठं जायचं, यावर पन्नास जणांची साठ मतं!"

"मग—?"

"दहा-बारा जॉली मुलामुलींचा ग्रुप तयार केला आहे."

"कल्पना चांगली आहे. कुठं जायचं ठरलं आहे?"

"कात्रज बाग. त्याचं काय आहे सर, मुली बरोबर आहेत. संध्याकाळपर्यंत घरी परत गेलं पाहिजे. चार-पाच तास प्रवासात गेले, तर काय उपयोग?"

''अच्छा, कोण कोण येतंय?''

''कल्याणी येते म्हणाली. तिनंच विचारायला पाठवलं—तुम्ही येणार का?''

सारंग जरा विचारातच पडला. कल्याणीचं या ग्रुपबद्दल चांगलं मत नाही, हे त्याला माहीत होतं. त्यामुळे ती कशी तयार झाली, ते त्यालाही आश्चर्य वाटत होतं.

''कल्याणी येतीय?''

''हो.''

''म्हणाली नाही पण तसं.''

''आजच ठरलं ना! म्हणाली, मी येते; पण चक्रपाणी आले तर आणखी धमाल येईल! येणार ना सर?''

''बघतो! केव्हा जाणार आहे ही ट्रिप?''

''रविवार सोडून कोणताही वार ठरवा सर.''

''का? रविवार का नको?''

''सर... खरं सांगू का?'' ईश्वर अडखळत म्हणाला, ''ते... म्हणजे, काही मुलींची तशी रिक्वेस्ट आहे! का, तर ट्रिपला त्यांना घरून परवानगी मिळणार नाही!''

''मग त्या कशा येणार?''

''तसंच— न सांगता!''

''छे! हे चांगलं नाही. मला नाही पटत.'' सारंग झटकून टाकत म्हणाला.

''पटत आम्हालाही नाही सर; पण काय करणार? त्या कमलची आई सावत्र आहे. ती तिला कुठंच जाऊ देणार नाही. मग काय, तिनं सगळ्या आनंदांना मुकायचं का?''

''खरं आहे; पण अशी रिस्क घेणं चांगलं नाही. तुम्हा पोरापोरांचं ठीक आहे, पण मी बरोबर असलो नि कुठे काही झालं तरी जबाबदारी माझ्यावर येणार.''

''रिस्क कसली सर? कात्रज बागेत आपण जाणार. संध्याकाळी

परत येणार.''

''शिवाय साधी ट्रीप आहे. अगदी शुद्ध. पोरं सिगारेटसुद्धा ओढणार नाहीत.''

सारंगनी लगेच उत्तर दिलं नाही; पण पोरं सिगारेटही ओढणार नाहीत म्हणताना त्याचा विरोध थोडा फिका झाला.

''असं केलं तर सर—?'' तो निक्षून नाही म्हणत नाही, याचा फायदा घेत ईश्वरनं प्रस्ताव मांडला, ''तुम्हाला सर्वांत कमी नि लवकरचे तास असतील, असा दिवस आपण निवडू. म्हणजे तास संपल्यावर तुम्हाला येता येईल.''

''हं. आम्ही पुढे होऊ.''

सारंग ट्युटर होता. म्हणून पोरं त्याला 'सर' वगैरे म्हणत असली, तरी तो शेवटी अननुभवी तरुणच होता. पुस्तकी ज्ञान व अवांतर वाचनाने आलेली विचारशक्ती अजून त्याला व्यवहारात कशी वापरायची, ते समजलेलं नव्हतं. त्या दृष्टीनं तो 'त्यांच्या'तच मोडत होता. त्याच्या 'सर'मुळे त्याला जबाबदारीची, चांगल्या-वाईटाची जाणीव मिळाली होती, इतकंच. कल्याणीबरोबर ट्रिपला जायला मिळणार, हे प्रलोभन इतर कोणाही इतकंच— किंबहुना, ती त्याचीच असल्याने थोडं जास्तच त्याला मोहात पाडत होतं.

समजा, या पोरांनी परस्पर विचारविनिमय करून ट्रिपचं ठरवलं, पीरियड्सना दांड्या मारून ही गेली; त्याला आपण काय करणार? आपण विरोध दर्शवला किंवा येत नाही म्हटल्यानं ह्यांचा विचार बदलणार असेल, तरची गोष्ट वेगळी; पण तसं होणार नाही. हे पक्कं ठरवून बसले आहेत. आपण नाही म्हटलं, तरी हे जातील; मग हो म्हणून आपण गेलेलं काय वाईट? ह्यांच्यावर लक्षही ठेवता येईल अन् कल्याणीचा सहवासही दिवसभर लाभेल. आपण गेलो नाही तर कल्याणीही टाळाटाळ करेल; पण ह्यांच्या अगदीच ते डोळ्यांवर येऊ नये म्हणून ती आग्रहाला बळी पडली तर...? त्यापेक्षा जावं आपण!

'हे बघ ईश्वर, शुक्रवारी मला फक्त दोन ट्युटोरिअल्स असतात. एक सकाळी अकरा वाजता संपतं; दुसरं तीन चाळीसला असतं. तीन

चाळीसचं ट्युटोरिअल कॅन्सल केलं, तर अकराला मोकळा होऊ शकेन मी.''

"वा! मग काय हरकत आहे? तुमची व्हेस्पा आहे. पंधरा-वीस मिनिटांत कात्रजच्या बागेत पोहोचता तुम्ही.''

"येस. तोपर्यंत आपण जेमतेम हिंडायला लागलेले असू.'' नवीन म्हणाला. "कारण सगळे जमणार. कोणाची सायकल, कोणाची सुवेगा, कोणी बसवालं... सगळे निघून कात्रजच्या बागेत येईतोच दहा-साडेदहा होतील.''

"ठीक आहे. सगळं नीट आत्ताच ठरवून टाकू.'' सारंग म्हणाला, "कोणी काय आणायचं— कोणावर कोणती जबाबदारी ते–''

"तुम्ही फक्त या. काही आणायचं वगैरे नाही. आम्ही सगळं पाहून घेऊ. काय?''

"हां सर, खाण्या-पिण्याचं सामान मुलीच इतकं आणतील की, त्यात दोन-चार जणांचे डबे सहज भागतील. इतर काय— रिंग, पत्ते... असं काही आणा.''

"ओ. के. शुक्रवार ठरला.''

सगळं पक्कं ठरवून तिघं सारंगच्या ब्लॉकमधून बाहेर पडले, खाली आले. उत्साहानं त्यांचे चेहरे उजळले होते. मिळालेल्या यशानं मनं प्रसन्न होती.

"मदन, ये एक काम अच्छा हो गया.'' ईश्वर म्हणाला, "आता उद्या सकाळी-सकाळी कल्याणीला गाठून शुक्रवारचं ठरल्याचं सांगून टाकू.''

"काही घोळ नाही ना होणार?''

"घोळ कसला?''

"हे दोघं एकमेकांना भेटणारच. बोलताना लक्षात यायचं—ह्यांनी एकमेकांची नावं सांगून दोघांची परवानगी मिळवली.''

"येऊ देत की. तो चक्रम चांगला आशेला लागलाय. नाही म्हणणार नाही आता तो. आणि तो आला की कल्याणीही येईलच.''

"एकच वांधा आहे राव—"

"कोणता?"

"ट्रिपमध्ये सिगारेटही ओढणार नाही, असं आपण मान्य केलं आहे."

मदन हसायला लागला. ईश्वरच्याही चेहऱ्यावर लबाडीचं हास्य तरळलं.

"नवीन बेटा, सुंदर स्त्रियांना दिलेली वचनं कामचलाऊ असतात." ईश्वर तत्त्ववेत्त्याच्या थाटात म्हणाला, "समजा, आपण सिगारेट ओढली, तर बागेतून कोणी घरी निघून जाईल का?"

"—आणि आपण थोडी-थोडी दारू प्यायलो आहोत, हे कोणाच्या लक्षातच नाही आलं, तर कोण रागावू शकेल?"

"आयला! असं आहे होय?" नवीन खुशीत म्हणाला, "म्हणजे, सगळं साग्रसंगीत होणार?"

"मग? त्या चक्रपाणीलाही नाही थम्स-अपमधून दारू प्यायला लावली, तर आपलं नाव बदल बेट्या तू."

चक्रपाणी थम्स-अप् म्हणून रमचे पेग्ज घेईल आणि त्याला चढेल, या कल्पनेनंच तिघं चेकाळले. खदाखदा हसत तारे तोडू लागले. एकमेकांवर कडी करत त्यांचे विचार सैरावैरा धावू लागले. त्यातून नव्या-नव्या कल्पना आकार घेऊ लागल्या.

"याच पद्धतीत सगळ्या मुलींनाही दोन-दोन पेग्ज मारायला लावले तर...?"

फॅन्टॅस्टिक कल्पना म्हणून तिघांनी एकमेकांकडे स्तब्ध होऊन पाहिलं. मग डोळे चमकले. हातावर टाळ्या पडल्या.

"मुली पण प्यायल्या तर ना— विशेषतः कल्याणी—"

"पिणार! सगळ्या पिणार."

"मग राडाच! जय बलभीऽऽम!"

त्यांच्या कल्पनाशक्तीला हुंदडायला नवं दालन मिळालं. तिघांचे तेज मेंदू त्यात नव्या चमत्काराची भर टाकू लागले. सर्वांत ईश्वरची आयडिया सुपर्ब होती.

"मदन... समज, चक्रपाणीलाच ऐन वेळी कटवता आलं तर—?"

दोघं मठ्ठपणे ईश्वरकडे पाहत राहिले. 'चक्रपाणी नाही' याचा दुसरा अर्थ... आयला! कल्याणी चक्क आपल्या ताब्यात की! पुन्हा सगळ्याच पोरी टाईट!

"होईल... तसंच होईल!" मदन घोगऱ्या आवाजात म्हणाला.

तिघांनाही एका विचित्र एक्साइटमेंन्टनं घेरलं. बराच वेळ ते कसल्यातरी दडपणाखाली होते. त्यांच्या मनात मात्र विचारांची वादळं घटनांना आकारत होती.

OOO

५

रणदिवेनं ट्युटोरिअल शीट सब्मिट केलं आणि सारंगनं सुटकेचा नि:श्वास टाकला. पीरियड संपायला अजून भरपूर अवकाश होता; पण वर्गातच कोणी नसल्यानं थांबण्याची आवश्यकता उरली नव्हती. मुळात मागच्या डिस्कशनलाच बारा-पंधरा पोरं होती.

आजच्या तासाला त्यातलेही 'ट्रिपवाले' गळले होते. तिघं-चौघं थातुर-मातुर काहीतरी पान भरवून दहा मिनिटांत कटले होते आणि एकटा रणदिवे उरला होता. सारंगला वाटलं होतं, त्याला सांगावं—जा, घरी पूर्ण करून आण उद्या येताना! पण त्यानं तो मोह टाळला होता. इतर बरेच ट्युटर असं करायचे; पण सारंग नवीन होता. असं काही करायचं म्हणजे त्याच्या जिवावर यायचं. आपण पगार घेऊन कॉलेजची फसवणूक करीत आहोत, असं अपराधी वाटायचं.

रणदिवे जाताच त्यानं शीट्स गुंडाळले. त्यांना एक रबर-बँड लावला. तो स्टाफ-रूममध्ये आला, तर वाटवे सर तावातावानं बोलत होते. त्यांच्या बोलण्यात मोघमपणे मुलांच्या बेजबाबदारपणाचा नि त्यांना प्रोत्साहन देणाऱ्या अविचारी तरुण प्राध्यापकांचा उल्लेख आला होता.

"काय चाललं आहे एवढं?" आपण त्या गावचेच

नाही, असं भासवत सारंगनं विचारलं

"वा! जसं काही तुम्हाला माहीतच नाही!" बसल्या जागेवरून हातवारे करीत सारंगवरच वाटवे घसरले.

"अहो, पण... कशाबद्दल, ते तरी बोलाल की नाही?"

"आपल्या कॉलेजातली काही पोरं-पोरी दांड्या मारून ट्रिपला गेली म्हणे!"

"आँ!" फडके सर नेमके त्याच वेळी रुमालाला चेहरा पुसत आत आले. "अन् तुम्हाला नेलं नाहीन् काय त्या पोरांनी?"

"अहो फडके," किराड दाताड विचकत म्हणाले, "आता या वयात वाटवे काय दांडी मारणार!"

'दांड्या मारणं'ला एक वेगळाच संदर्भ प्राप्त झाला. स्टाफ-रूम खदखदून हसायला लागली. वाटवे सरांच्याही संतापाची लाली पार त्यांच्या विरळ केसांत घुसली.

"हेच ते—" डोळे गरागरा फिरवून बजावल्यासारखी बोटं नाचवत ते म्हणाले, "किराड, मी म्हणतो ते हेच! स्टाफच हल्ली पोरकट, थिल्लर नि बेजबाबदार व्हायला लागला आहे; मग पोरांना दोष देण्यात काय अर्थ आहे?"

"जाऊ दे हो सर." सारंग त्यांना शांतवण्याच्या हेतूनं म्हणाला, "अहो, या वयात पोरं दांड्या मारणार— पिरियड्स बुडवून सिनेमे पाहणार— सहलीला जाणार... एकदा आयुष्य स्थिर झालं, की या आठवणींवरच दिवस काढायचे असतात."

"तू त्या पोरांची बाजू घेऊ नकोस सारंग. पाणी कुठं मुरतंय, ते आम्हाला माहितीय." फडके सर स्पष्ट अन् खणखणीतपणे म्हणाले.

"प—पाणी? कसलं पाणी?" सारंगनं चमकून विचारलं.

"असं का? बरं, मला काही कामासाठी युनिव्हर्सिटीत जायचं आहे. येतोस का? तुझीही काय कामं असतील, ती उरकून टाकू!"

"म—माझी कसली कामं?"

फडक्यांनी इतकी सॉलिड बॉलिंग केली होती की, सारंगला बॅट

फिरवणंही सुचू शकत नव्हतं.

“अरे, तुला युनिव्हर्सिटी लायब्ररीतून काही रेफरन्सेस हवे होते, झालंच तर—”

“ओ फडके! कशाला उगाच त्या पोराला गांगरवून टाकता?”

“अहो, तो कसला येतो; तो जाणार—कात्रजला!”

सारंगचं तोंड एकदम उघडं पडलं.

च्यायला! या ट्रिपबद्दल आपण एका शब्दानं बोललो नाही कोणापाशी, तरी सगळ्यांना कुणकुण लागलीच!

“काय, कल्याणी गेली का पुढं?”

“अरे, ती थांबली असणार कोपऱ्यावर कुठं तरी— हा तिला कलेक्ट करणार!”

“पण जाताय ना नक्की कात्रजला? का पोरं आपली तिकडं वाट पाहतायृत नि हे बंड नाहीतर एम्प्रेस गार्डनमध्ये?”

“नाही ओ—” सारंग कळवळून म्हणाला, “पोरांनी फार आग्रह केला म्हणून जायचं मी मान्य केलंय; पण अजून माझं काही नक्की नाही.”

“हे—हे कोणाला सांगता राव!”

“अरे, असेल-असेल. नक्की नाही का मग तुझं?”

“नाही.”

“मग जा फडके सरांबरोबर—युनिव्हर्सिटीत.”

“हांऽ आग्रह करा सर. आग्रह केला की तो येतो. त्याला काही नाही म्हणता येत नाही.”

सारंग त्या हल्ल्यात अगदी गरीब होऊन गेला. इथून सुटका कशी करावी, ते त्याला समजेना. शेवटी वैतागून म्हणाला—

“छे! तुमच्या नादी लागण्यात अर्थ नाही. पाणी मागण्यासाठी ‘प’ म्हटलं की तुम्ही ‘प्रिय अमुक-तमुक’ म्हणून अख्खा प्रेमपत्राचा मजकूर खपवणार कोणाच्याही नावे. मी निघतोच!”

“हो, हो आणि हे बघ— ते आता नक्की करून टाक.”

“कसलं?”

"कात्रजला जाण्याचं; कारण पोरांनी फार 'आग्रह' केला आहे!"

कपाळावर हात मारून घेत त्यानं स्वत:चं लॉकर उघडलं, हातातलं भेंडोळं आत टाकून कुलूप लावून टाकलं. वाटवे सरांची सुरसुरी अजून कमी झालेली नव्हती. कोणीतरी काडी लावण्याचं काम करीत होतं—इट्' स नॉट फेअर. पोरांनी पोरकटपणा केला, हे मान्य आहे; पण एका जबाबदार ट्युटरनं त्यात अनधिकृतपणे सामील असावं, हे चांगलं नाही. पाच-सात पोरी नि आठ-दहा पोरं, सगळे अल्लड जवान. वर ट्रिपचं स्वच्छंद वातावरण. काही अनर्थ घडला, तर कोण जबाबदार? पेपरात बातमी येताना कॉलेजचं नाव प्रामुख्यानं बदनाम! शिवाय बरोबर एक प्राध्यापक होते, म्हटल्यावर तर पेपरवाल्यांना जोरच चढणार की... वगैरे.

सारंग प्रिमायसेसमधून बाहेर पडला, तेव्हा त्याची मन:स्थिती चांगलीच द्विधा झाली होती. पोरं फारशी चांगली नसली, तरी इतकं सगळं मान्य केल्यावर काही अनुचित प्रकार करतील, हे त्याला पटत नव्हतं; पण तरीही वाटवे सरांच्या मुद्द्यांनी त्याला विचार करायला प्रवृत्त केलं होतं. हे याच पद्धतीत— असंच प्रिन्सिपॉलसाहेबांच्या कानावर गेलं, तर त्याचे परिणाम निश्चित भोगावे लागणार होते. सरांनी त्याला बेजबाबदार, अविचारी ठरवून फायर केलं असतं, वॉर्निंग दिली असती आणि जसं हे न सांगता सगळ्यांना समजलं होतं, तसंच तेही समजणार होतं. विद्यार्थ्यांपर्यंत पोहोचून त्याची नामुष्की होणार होती.

झक् मारली न् येतो म्हटलं, असं त्याला वाटू लागलं; पण आता जायला तर हवं होतं. त्याच्या भरवशावर कल्याणी ट्रिपमध्ये सामील झालेली असणार होती आणि मनात शंकाकुशंका यायला लागल्यावर तिला त्यांच्या हवाली करून तो निर्धास्तपणे घरी राहू शकत नव्हता.

दोन्ही बाजूंनी कात्री!

विचारांच्या तंद्रीत तो स्टाफचा स्कूटर पार्किंगपाशी आला. व्हेस्पा बाहेर काढली. किक् मारली, तर व्हेस्पा स्टार्ट होईना.

अॅ! असं कधी झालं नव्हतं. हाफ किक्ला स्टार्ट झालीच पाहिजे.

मारतोय... मारतोय किक्! मांडीतून गोळे यायला लागले. कपडे

घामानं चिंब झाले. पण इंजिन फुदफदायलाच तयार नाही. जीव रडकुंडीला आला.

तेवढ्यात अप्पा आला. "बघू, का स्टार्ट होत नाही—" म्हणून त्यानं कव्हर काढलं. कपाळावर हात मारून घेतला.

"काय ते—?"

"अहो सर... नुसतं डोकावलं असतंत तरी लक्षात आलं असतं तुमच्याही. हा बघा, कोणी तरी प्लग काढून ठेवला आहे."

सारंगनं हुश्श् करून सुस्कारा सोडला. मनावरचं दडपण एकदम उतरलं.

कोणा विद्यार्थ्याचाच चावटपणा हा. पण म्हणजे— आपण ट्रिपला जाणार, हे सगळ्यांना समजलं की काय? का ट्रिपच्या पोरांपैकीच कोणाचं काम हे?

अप्पानं प्लग वायर्स जोडल्या, गाडीला एक किक् मारली. इंजिन लगेच फुदफुदायला लागलं. हसून त्याचे आभार मानत सारंगनं व्हेस्पा पिटाळली.

कॉलेजातून बाहेर पडतानाच अकरा वीस झाले होते. तो मनाशी चडफडला. पीरियड लवकर संपूनही काही उपयोग झाला नव्हता. शेवटी वाजायचे तितके वाजलेच होते. या उशिराचं खापर कोणावर तरी फोडल्याशिवाय मनाला शांती मिळणार नाही, हे लक्षात येताच आपोआपच त्यानं वाटव्यांना या उशिराला जबाबदार धरलं. मनोमन त्यांना शिव्यांची लाखोली वाहिली. हो, त्यांनीच तुसतुस लावली, म्हणून हे झालं.

कॉर्नरला पेट्रोल पंपापाशी त्यानं स्पीड कमी केला, तर कोणी हाक मारली. आवाजाच्या दिशेनं वळून पाहतो, तर मोहन पासलकर.

अरे! हा तर ट्रीपला जाणार होता; मग हा इथं काय करतोय्?

क्लच दाबत सारंगनं व्हेस्पा त्याच्याजवळ उभी केली.

"काय रे, गेला नाहीस का तू?"

"गेलो होतो सर; पण काहीतरी गडबड आहे." चेहऱ्यावर अपराधी भाव आणीत मोहन म्हणाला.

"गडबड म्हणजे—?"

"तशी गडबड नाही... कल्याणी आली नाही!"

"का?" सारंगनं आश्चर्यानं विचारलं.

"काही कळत नाही. 'ईश्वर म्हणाला, "तुमच्याबरोबर येतीय् का पाहावं— म्हणून आलो."

"माझ्याबरोबर कशी येईल? ती तुमच्याबरोबर येणार होती. तसंच ठरलं होतं."

"हो, पण नाही ना आली—"

काय घोटाळा आहे; त्याला समजेना. सगळं व्यवस्थित ठरलं होतं. तिच्या घरून ट्रिपला परवानगी मिळविण्याचा प्रश्न नव्हता. पण इतर मुला-मुलींच्या पालकांपैकी कोणी चौकशीसाठी फोन केला, तर बिंग फुटू नये म्हणून तिनंही कोणा 'शशी जोशी'च्या साखरपुड्याला जाणार असल्याची थाप मारूनच ट्रिपला यायचं होतं. तिथं बऱ्याच मैत्रिणी जमणार होत्या. दिवसभर थांबून संध्याकाळी आपापल्या घरी परतणार होत्या, सिनेमाला वगैरे गेल्याच तर-साडेनऊ... दहा!

अन् मोहन म्हणत होता— ती आलीच नाही.

"चल, आपण फोन करू." विचारांच्या तंद्रीत सारंग म्हणाला.

"पण... कसा करणार?"

"कसा म्हणजे?"

"कोण बोलतंय् विचारलं, तर काय सांगणार?"

"काय, 'शशी जोशी'ला 'चंद्रकांत जोशी' नावाचा भाऊ असू शकतो."

"हो, पण तो फोन का करतो?"

"इतर मैत्रिणींच्या सांगण्यावरून."

"बघा हं सर... नाही तर तिच्या घरच्यांना कुणकुण लागलेली असायची, नि—"

तो पुन्हा विचारात पडला.

मोहन म्हणतो ती शक्यता गृहीत धरली, तर फोन करणं काही खरं नव्हतं आणि ती येते सांगून ट्रिपला का आली नाही, हे कळेपर्यंत चैन

पडणार नव्हती.

"ती येणारच नसावी सर." मोहन पासलकर काहीतरी बोलायचं म्हणून म्हणाला, "आपल्याला हो म्हणून तिनं आपली वेळ मारून नेली, इतकंच! नाहीतरी हल्ली ती असते कुठं ग्रुपमध्ये?"

तो बोलला, त्यात राग येण्यासारखं काही नव्हतं; पण सारंग आतून खवळू लागला होता. त्याची बेचैनी वाढत होती. अस्वस्थपणे तो म्हणाला,

"हे पाहा, यायचं का नाही— हा तिचा प्रश्न आहे. नसेल यायचं, तर गेली उडत. ती काही कोणी महाराणी नाही, तिच्यासाठी इतकं डोकं झिजवायला. तू हो पुढे. मी पंधरा-वीस मिनिटांत येतोच."

"नक्की येताय् ना सर?"

सारंगनं जळजळीत नजरेनं मोहनकडे पाहिलं. तो कुत्सितपणे हसत होता. सारंग चिडला आहेसं पाहताच वेळीच सावध होऊन तो सायकल घेऊन कटला.

सारंगनं सरावानं 'तीन-दिडशे'ची ऑर्डर दिली. पेट्रोल भरून पैसे दिले; मग त्याच्या विचारांना अधिकच वेग आला.

कल्याणीनं ऐन वेळी कॅन्सल का केलं असेल?

इतर पोरांचं ठीक आहे; पण आपण जाणार याला काही महत्त्व आहे की नाही? का तो मोहन म्हणत होता तसं खरोखरच तिच्या घरी ट्रिपचं कळलं असेल?

काही सुचेना. शेवटी उडप्याच्या हॉटेलात बसून चहा मारला. सवय अशी नव्हती; पण डोकं फार गंजून गेल्यासारखं वाटलं, म्हणून एक विल्स सिगारेट ओढली. मग फायनल झालं.

कल्याणीच्या घरी फोन करायचा— काय वाटेल ते होवो. खरं काय ते कळलं पाहिजे.

"जरा फोन करू का?"

"लोकल है ना?"

"अँ? हां—हां. लोकल है!"

काउंटरवरच्या उडप्यानं जाड हातानं फोनचं धूड त्याच्या दिशेनं

वळवलं. मख्खपणे इतर व्यवहारात गुंगून गेला.

सारंगला फोनवर बोलण्याची भरपूर सवय होती. पण, असा परिणाम माहीत नसलेला फोन त्यानं यापूर्वी कधी केला नव्हता. डायलवरचे नंबर फिरवताना त्याची बोटं निर्जीव झाली होती. हाताला सूक्ष्मसा कंप होता आणि ओठांना कोरड पडत होती.

"हॅलोऽऽ फोर फोर फोर ओ सिक्स वन."

"हॅ-हॅलो—" पलीकडून योग्य तोच नंबर उच्चारला जाताच सगळं धाडस एकवटून तो म्हणाला, "मला कल्याणीशी बोलायचं आहे. आहे का ती?"

"कल्याणी? ती तिच्या मैत्रिणीच्या साखरपुड्याला गेली आहे. कोण बोलतंय?"

"अं? मी वनारसेचा भाऊ." ऐन वेळी एक नाव आठवल्याबद्दल परमेश्वराचे आभार मानीत तो म्हणाला, "कल्याणीला निरोप सांगायचा होता— मीना साखरपुड्याला येऊ शकणार नाही म्हणून. पण ती तर गेली म्हणताय्."

"हो, कॉलेजातून परस्पर गेली ती— संध्याकाळी येणार आहे."

"बरं-बरं... मीच निरोप टाकायची व्यवस्था करतो."

त्यानं झट्कन फोन डिस्कनेट केला. कावऱ्याबावऱ्या नजरेनं इकडे-तिकडे पाहत चहा, सिगारेट आणि फोनचे पैसे दिले. बाहेर आला.

असं काय झालं? ही तर ठरल्याप्रमाणे घरातून बाहेर पडली अन् गेली कुठे? ऐन वेळी तिनं या संधीचा फायदा घेऊन काही निराळा प्रोग्राम आखला असेल, तर आपल्याला नको का तसं सांगायला?

काय गौडबंगाल आहे?

'येतो' म्हणाला होता, म्हणून त्याची व्हेस्पा स्वारगेटच्या दिशेनं चालली होती; पण मनापासून काहीच इंटरेस्ट उरलेला नसल्यानं वेग येत नव्हता. 'जावं का नको—' या मानसिक द्वंद्वाचा वेगावर चांगलाच परिणाम झाला होता.

गेलं नाही तर पोरं म्हणणार—बरोबर आहे—कल्याणी आली नाही

समजल्यावर हा कशाला येतो?

आणि गेलो, अन् समजा कल्याणी आपल्या घरी आली तर...?

ही शक्यताही दाट होती. सकाळी पोरं कॉलेजपाशी जमून मग जाणार होती. त्यांना टाळायचं म्हणून ही कॉलेजात आली नसेल, तर आपल्याला हा बदल ती कसा कळवणार? फोन करायचा तर आपणच तिला सक्त ताकीद देऊन ठेवलेली—कॉलेजच्या नंबरवर कधीही फोन करायचा नाही; काय वाटेल ते होवो! कारण एक नंबर गुप्ते हेडक्लार्कच्या टेबलचा, एक प्रिन्सिपॉलच्या केबिनमध्ये—दोन व्हाईस प्रिन्सिपॉल्सचे— बस! असंच करावं— मरू दे ती ट्रिप; सरळ घरी जाऊन कल्याणीची वाट बघावी. पोरांनी विचारलं तर सांगता येईल—गाडीनं फार त्रास दिला म्हणून येता आलं नाही.

यू टर्न मारून तो अप्सरा हॉटेलच्या चौकातून पुन्हा मागे वळला. घराच्या दिशेने व्हेस्पा वेगाने पळू लागली.

इतकं सगळं ठरवूनही त्याच्या मेंदूत तो प्रश्न ठिबकत राहिलाच— कल्याणी कुठं गेली?

अन् त्याच वेळी, कात्रजच्या बागेत या पोरांशी रिंग खेळणारी कल्याणी विचार करीत होती—

साडेअकरा केव्हाच वाजून गेले; सारंग अजून कसा नाही आला—?

आतापर्यंत सगळं कसं ठरल्याप्रमाणे पार पडलं. ईश्वर आणि मदन— दोघांनीही झटून सर्व व्यवस्था नीट ठेवली होती. सारंगची अनुपस्थिती सोडली, तर कुठेही खटकायला जागा नव्हती.

गुरुवारी फायनल मीटिंग झाली, त्यात असं ठरलं की— सगळ्या मुलींनी 'शशी जोशी'च्या साखरपुड्याची थाप मारायची. चौकशी झालीच, तर सगळ्या ठिकाणी एकच माहिती समजली पाहिजे. त्याप्रमाणे कल्याणीसकट सर्व मुलींनी आपापल्या घरी तेच सांगितलं होतं; पण त्यामुळेच डब्यांचा प्रॉब्लेम आला. मुली घरून खायला कसं घेऊन येणार? म्हणून ईश्वर, नवीन, मदन... वगैरे मुलांनी त्यांच्या खाण्या-पिण्याची जबाबदारी घ्यावी,

असं ठरलं.

ठरल्याप्रमाणे सगळी पोरं सकाळी साडेआठच्या बेतालाच कॉलेजच्या अलीकडच्या इराणी रेस्टॉरंटपाशी जमा झाली. दोन सायकलवाले लगेच पुढं रवाना झाले. मदनच्या रिक्षात सगळं सामान आणि तीन-चार पोरं दाटीदाटीनं बसली. नवीन त्याच्या काकाची फियाट घेऊन आला होता. चिंव-चिंव करीत तीत सगळ्या पोरी कोंबल्या गेल्या. कल्याणी म्हणणार होती—मी थांबते, सरांबरोबर येते; पण ईश्वरनं तिला आपल्या बुलेटवर घेतलं.

सुरुवातीला त्याच्यामागं बसून जाताना तिला चोरट्यासारखं झालं, भीती वाटली; पण ईश्वरनंही मागं कल्याणी आहे, हे सतत लक्षात ठेवून गाडी नीट चालवली. वेड्यासारखा वेग धरला नाही. उगाच कचाकच ब्रेक्स मारले नाहीत.

साडेनऊच्या सुमाराला ट्रिपच्या आनंदी वातावरणात रंगलेला हा थवा कात्रजच्या बागेत पोहोचला. बेंगलोर हाय-वे अक्षरशः पन्नास पावलांवर; पण बागेचा एकांत अबाधित. शहरापासून खूप दूर... रमणीय खेड्यात आल्याचा भास होत होता. वातावरण एकदम मोकळं... स्वच्छंद. हळूहळू ते मुलामुलींच्या मनात उतरत गेलं. संकोच, भीड चेपली गेली. लिंगभेद विसरून ती धीटपणे खेळू लागली. एकमेकांच्या खोड्या काढू लागली, थोड्याफार प्रमाणात चावटपणाकडे झुकणारी थट्टा-मस्करी करू लागली. कल्याणी या वातावरणातलीच होती. मनं निकोप, स्वच्छ असतील तर आखडून पाहण्याची तिला सवय नव्हती; पण तिचं निम्मं लक्ष मनगटावरलं घड्याळ नि हाय-वेकडून बागेकडे येणाऱ्या रस्त्यावर होतं. त्यामुळे ती त्या वातावरणात वाहून गेली नव्हती. मधूनच मदन आणि ईश्वर–ईश्वर आणि नवीन–नवीन आणि मदन– अशा स्वरूपात काहीतरी चर्चा चालत होत्या; त्या तिच्या लक्षात येत होत्या. मनावर घेण्याचं काही कारण नव्हतं. जबाबदारी त्यांनीच घेतली म्हटल्यावर त्यांच्यात संवाद होणारच.

साडेदहाच्या सुमारास ईश्वरनं मोहन पासलकरला खूण करून बाजूला घेतलं, तो त्याच्याशी पाच-सहा मिनिटं बोलत राहिला. मोहन काहीतरी गहन जबाबदारी अंगावर येऊन पडल्यासारख्या माना डोलावत राहिला. मग

भराभर चालत निघून गेला.

"हे काय—मोहन कुठे गेला?" कल्याणीनं ईश्वरला गाठत विचारलं.

"अगं, ते... काही काही वस्तू आणायच्या राहिल्या." ईश्वरनं कल्याणीकडे निसटता कटाक्ष टाकीत म्हटलं.

"हा कुठून आणणार त्या?"

"स्वारगेट. येईल तासाभरात परत."

"एवढं काय नडलं होतं? खाण्या-पिण्याचं सामान तर बरोबर आणलंय ना?"

"जाऊ दे की!" नवीन त्याच्या मदतीला येत म्हणाला, "अगं, अशी काही पोरं हाताशी लागतातच. दुसऱ्यासाठी कामं करीत राहण्यातच त्यांना धन्यता वाटते! आता मोहन बघ, परत आला की आणखी उत्साहानं सगळ्यात भाग घेईल. एकदम महत्त्व मिळाल्यासारखं वाटतं त्याला."

कल्याणीला लगेच पु.लं.चा 'नारायण' आठवला. ती खुदूकन हसली. मोहन तसाच आहे, हे पटताच सगळ्या शंका विसरून खेळामध्ये सामील झाली.

"मदन, हा मोहन काम करेल ना रे नीट?" नवीननं मनातली शंका बोलून दाखविली.

"नाही तर आपण आपले 'थम्पूस-अप्' पिऊन तरारलेलो, पोरीही झिंगतायत् अन् चक्रम हजर व्हायचा!"

"छोड याऽर—" मदन हिंदी पिक्चरमधल्या व्हीलन स्टाईल म्हणाला, "तो जर स्वारगेटच्या पुढे आला ना... दुर्दैव त्याचं!"

"का?"

"मार्केट यार्डच्या कॉर्नरला आपला एक दोस्त त्याची रिक्षा घेऊन उभा आहे. त्याला मी व्हेस्पाचा रंग, नंबर, चक्रमचं वर्णन... सगळं नीट देऊन ठेवलं आहे. आगे आया, तो उडा दिया जाएगा!"

ईश्वर एवढा निधड्या छातीचा; पण ऐकताना तोही अवाक् झाला. नवीनचं हृदय पुक्पुक् करायला लागलं.

"अरे...! मदन, हे काय लेका—हिंदी पिक्चर स्टाईलनं चाललंय

सगळं! ॲक्सिडेंट झाला, तर तुझा मित्र सापडेल. त्यानं आपलं नाव सांगितलं तर—''

''फिकीर मत करो. आपली न् याकूबची दोस्ती 'बाटली'तली आहे; सुकी नाही. तो अडकणार नाही. अडकलाच तर त्याच्या तोंडून माझं नाव बाहेर पडणार नाही.''

''म्हणजे चक्रम येत नाही, हे नक्की झालं?''

''आपण पैज मारायला तयार आहोत!''

''पैज मरू दे. त्यासाठी नाही म्हणत मी; पोरी खेळून दमल्या असतील. एक-एक 'थम्पस्-अप' द्यायचा का, यासाठी विचारतोय मी.''

''हो, काय हरकत आहे? पण ईश्वर, संशय येणार नाही अशा पद्धतीनं मिक्सिंग केलंस ना नक्की?''

''हो— हो. बाटल्या खुणेनं ठेवल्या आहेत. स्मॉल पेगच्या बाटल्या आता पोरींना देऊ. इतर येडचाप पोरांना खरा थम्पस्-अप देऊ आणि आपण दोन-दोन पेग्जवाले घेऊ; काय?''

''नवीन, दोन पेग्ज चालतील, का एक पेगवाल्या बाटल्या काढायच्या?''

''हं! दोन पेग्जनी मला तरी काही होत नाही; तुमचं तुम्ही ठरवा.''

''आमचा प्रश्न नाही. सगळे 'थम्पस्-अप्' पिऊनही; चालत घरी जाऊ!''

''मग प्रश्नच नाही.''

ईश्वरनं एक थम्पस्अपची बाटली स्वत:साठी निवडली. एक-एक मदन आणि नवीनला दिली. तिघंही मुद्दाम बाटल्या तोंडाला लावत फिरू लागले. कमलचं लक्ष गेलं, तशी ती खेळ सोडून धावत आली. तिच्या पाठोपाठ उषा, दीप्ती धावल्या. मग सगळ्यांनीच त्यांना घेरलं.

''ही काय पार्शलिटी?''

''तुम्ही तिघंच का थम्प्स-अप पिणार?''

''लीडरशिप घेतली म्हणून असं नाही चालायचं आं ईश्वर?''

''हे पाहा, तुम्हाला हवाय का?''

''हो— हो... हवाय.''

"मग मागा की! क्यँ क्यँ कशाला करता उगीच? एऽ मदन, दे रे ह्यांना."

"तूच दे. माझ्याकडे नको काही."

"ओ. के. मी देतो—" म्हणत ईश्वरनं बकेटमध्ये हात घातला. बर्फ बाजूला करून हव्या तशा बाटल्या निवडल्या. ओपनरनं बिल्ले उडवण्याचं नाटक केलं. बाटल्या वाटल्या.

मुली खेळून चांगल्या दमल्या होत्या. कमल आणि कल्याणी तर मुळात दुधी-गोऱ्या, उन्हात खेळून त्यांचे कपाळ, गाल लाल चुटुक दिसत होतं. थम्प्स-अप्च्या बाटलीच्या गारठ्यानंच पोरी सुखावल्या. आता हे पेय आपण पिणार, या गोष्टीचा आनंद त्यांच्या चेहऱ्यावर, बोलण्यातून पाझरू लागला.

"ओह—नाईस!" उषानं एक मोठा घोट घेत सर्टिफिकेट दिलं; बाकीच्या पोरींनी तिला अनुमोदन दिलं.

कोणालाही चवीतला बदल समजला नाही, म्हणून त्रिमूर्तींचा जीव भांड्यात पडला.

'थम्प्स-अप' संपत असतानाच आपल्या अंगात असीम उत्साह सळसळू लागल्याचं मुलींना जाणवलं. मघाशी वाटणारा थकवा कुठल्या कुठं पळून गेला. काही तरी करावं...पळत-पळत थेट समोरच्या टेकड्या चढून जाव्यात... पोहत-पोहत हा तलाव पार करून पैलतीरावरच्या माळरानात, शेताडीत धुडगूस घालावा... हाय-वे ला एखादी एस. टी. अडवून प्रवाशांना लुटावं... अशा अनेक फॅन्टास्टिक कल्पना एकेकींच्या डोक्यातून निघू लागल्या. त्या तरतरीमागे 'थम्प्स-अप्'चा हात आहे, हे माहीत असल्यानं हे तिघं गालांतल्या गालांत हसत राहिले.

दोन पेग्ज ईश्वरच्या दृष्टीनं किरकोळ होते. वयाच्या दहाव्या वर्षीच त्यानं पहिल्यांदा दारू या प्रकारची चव चाखली होती— तीही हातभट्टीची होती! रम, व्हिस्की... असल्या नाजूक-नखरेल दारू त्याच्याशी सहज मस्ती करू शकत नव्हत्या.

मदन तर दारूचं पिंपच होता. त्याचं सगळंच अजब होतं. व्यसन

म्हणावं तर दोन-दोन, चार-चार महिन्यांत दारूला तो स्पर्श करीत नसे; पण प्यायला बसला तर एक पिन्ट नि एक बिअर रिचवूनही त्याचे पाय डगमगत नसत, का शब्द लडखडत नसत.

नवीन त्या मानानं कचरा होता. त्यानंही दहावीपासून स्वत:ला निरनिराळ्या व्यसनांच्या अधीन केलं होतं; पण तब्येत तशी राखली नव्हती. त्यामुळे पोटात गेलेले दोनच पेग्ज त्याला थोडा झटका द्यायला पुरेसे होते. त्याच्या चालण्यात नेपोलियनची ऐट आली होती. बोलणं राजेश खन्नासारखं उर्मट झालं होतं नि चेहऱ्यावर लाच खाऊन बऱ्यापैकी श्रीमंत झालेल्या सरकारी अधिकाऱ्याचा उद्दाम माजुरेपणा आला होता.

ईश्वर आणि मदनच्या हे लक्षात येताच त्यांना भीती वाटू लागली. हे बाळ आता पराक्रम गाजवून सगळा सत्यानाश करतं की काय! मुलींच्या लक्षात आलं नसतं; पण इतर मुलांना 'पवित्र शुद्ध' थम्प्स-अप् मिळालं होतं, त्यांना नक्की कळलं असतं!

मदननं छान डोकं चालवलं. नवीनला स्मॉल पेग असलेला एक थम्प्स-अप आणखी दिला. त्यानं खूप बडबड करीत संपवला आणि एका झाडाखाली तो शांतपणे झोपी गेला.

मुली रिंग खेळत होत्या. त्यांचा खेळ अगदी रंगात आला होता. त्यांच्यात कल्याणीही होती. तार लागल्याप्रमाणे तीही त्या खेळात रंगून गेली होती. पण मनाचा एक कोपरा अजून सावध होता. तो सारंगची वाट पाहत होता. घड्याळाकडे नजर टाकीत होता— काहीतरी वेगळं घडत असल्याची ग्वाही देत होता.

दुपारी बाराच्या सुमाराला मोहन पासलकर आला. त्याच्याजवळ कसलंही सामान नव्हतं आणि तो 'काय काय विसरलेल्या' वस्तू आणायला गेला होता, हेही कोणाच्या लक्षात नव्हतं. कल्याणीला एवढंच स्ट्राईक झालं, मोहन आला होता आणि कसलं तरी मोठं यश मिळाल्याचा आनंद त्याच्या चेहऱ्यावर होता.

सारंग मात्र अजूनही आला नव्हता.

"तुझा सारंग कसा आला नाही अजून?" दीप्तीनं नेमकं कल्याणीच्या

वर्मावर बोट ठेवलं.

इतर मुलींना नवा खेळ मिळाला.

"खरंच! हे सुंदर वातावरण... प्रोफेसरसाहेबांनी छान डिस्कशन केलं असतं!"

"पलीकडच्या झाडीत ट्युटोरिअल!"

चेष्टेचा तो प्रकार गलिच्छ होता. इतर वेळी कल्याणीनं सणकून उत्तर दिलं असतं; पण या क्षणी तिला तो गुदगुल्या करणारा वाटला. खरंच, आता सारंग यावा नि असं काहीतरी घडावं, अशी अंधुक इच्छा मनाच्या गाफील कोपऱ्यामध्ये मूळ धरू लागली. डोळे पारदर्शी होऊन मनातलं डोळ्यांत दिसू लागलं. ती उघडपणे त्यांच्या थट्टेत सामील झाली.

"ए, खरंच कल्याणी... तो आला नि म्हणाला—फिरत फिरत लांब जाऊ... जिथं कोणी नसेल!... तू काय करशील?"

"जाईन!"

"आणि त्यानं काही केलं तर—"

"काही करावं म्हणून तर जायचं!"

पोरी चेकाळल्या. जोरजोरात हसा-खिदळायला लागल्या.

"देख—एक पेग में ही कैसी जम गयी लडकियाँ!" मदन हसून ईश्वरच्या कानाशी लागला.

"और एक पेग दिया तो—?"

"साला, अनावर होऊन आपल्या अंगावर पडायला लागतील!"

"खरं?... द्यायचा?"

नवी दिशा मिळाल्याप्रमाणे दोघं चमकदार डोळ्यांनी एकमेकांकडे पाहायला लागले. मुलींना दारू पाजण्यामागं त्यांचा मूळ हेतू केवळ गमतीचा होता; पण 'असंही' घडू शकतं, हे लक्षात आल्यावर मनानं पलटी खाल्ली. मनातला सैतान मेंदूवर अधिकार गाजवू लागला. त्या दिशेनं विचार धावू लागले.

"दीप्ती, कमल, उषा, कल्पना आणि कल्याणी—! मुली पाच आहेत. मुलं आठ."

"छे— छे! या बाकीच्या माकडांना कळूसुद्धा द्यायचं नाही!''

"पण मग... जमणार कसं?''

"हे बघ, दीप्ती नवीनची, कल्याणी माझी; तू उरलेल्यातली—''

"सॉरी. मला कल्याणीशिवाय कोणत्याही मुलीत इंटरेस्ट नाही! बाकीच्या सगळ्या तू घेतल्यास, तरी माझं काही म्हणणं नाही!''

कल्याणीबद्दलचं आकर्षण हाच त्या दोघांमधल्या मैत्रीचा धागा होता आणि नकळत तेच त्यांच्या एकमेकांवरच्या रागाचं कारणही होतं. इतके दिवस सगळंच अबोल असल्यानं दोघंही समांतर रेषांवरून चालल्यासारखे होते. आज या रेषा तिरप्या होऊन एकमेकींना छेद घेऊ पाहत होत्या. क्रॉसिंगपाशी दोस्ती तरी पक्की होणार होती किंवा दुष्मनी तरी!

सेकंदात ईश्वरला परिस्थितीचं मूल्यमापन झालं. तडजोड करावी लागलीच तर कशी, कोणत्या पातळीपर्यंत करायची, याचा विचार तो जलद गतीनं करू लागला. त्याच्या मनात काय सुरू आहे, हे माहीत नसलेल्या मदननं मनात बचाव आणि आक्रमण असे दोन्ही पवित्रे घ्यायला सुरुवात केली.

साला! तसा विचार केला तर कल्याणीची न् आपली ओळख किती जुनी! तिच्यावर आपलाच अधिकार आहे. या छाडमाडाला काय माहिती— रिक्षात आमचे खेळ चालायचे. माझ्याकडे पाहत ती लाजरं हसायची. ओठांच्या मादक हालचाली करायची. मनात आणलं असतं, तर केव्हाच तिला झोपवली असती! पण म्हटलं, नको; एका चांगल्या पोरीचं वाटोळं व्हायला नको.

अन् हे शहाणं म्हणतंय— कल्याणी माझी!

इतर काहीच खरं नसलं, तरी त्यातली एक गोष्ट खरी होती—गंमत म्हणून मदनची तारांबळ उडवण्याच्या हेतूनं, कोणत्याही कारणानं का होईना, कल्याणीनं त्याच्या नजरेला नजर दिली होती! तिनं त्याला पुढं जाऊ दिलं नसतं किंवा त्याचं धाडसही झालं नसतं, ही गोष्ट वेगळी.

पण आता खऱ्या-खोट्याचं मिश्रण होत होतं. खरं काय नि खोटं काय, ते मदनलाही वेगवेगळं करता येत नव्हतं. अत्यंत दुर्मिळ अशी कल्याणी पूर्णतः हाती येऊ शकते— तशी शक्यता निर्माण झाली आहे

म्हटल्यावर 'कशाला एक चांगली पोरगी नासवायची' अशी भूमिका घेणारा मदन तिला कशी उपभोगता येईल नि ती आपल्यालाच कशी मिळेल, याचा धडपडून विचार करू लागला होता.

ईश्वरच्या मनातही घोळ झाला होता.

हिनं आपल्याला लाईन दिली, यात वादच नाही! पण आपल्याला खेळवलं, तसं या मदनलाही झुलवलं की काय?

नवीनचा दावा आहे— दीप्तीच्या आधी कल्याणी दोन वेळा माझ्याबरोबर होती! तिच्याबरोबर आपण कसं 'एकसट्-बासट' केलं, तेही तो रंगवून सांगतो.

—कल्याणी इतकी बनेल नि बदमाश आहे?

अन् आपण सारे तिला सज्जन पोरगी म्हणून सोडून देत होतो!

काय नाय, हिला काम दाखवायला पाहिजेल!

कल्याणी...! तिचा गोरापान... लुसलुशीत देह... कोवळे, लालचुटुक ओठ... संत्र्यासारखी गरगरीत, कडक थानं...

आई शपऽथ! हे सगळं आपल्याला मिळायला पाहिजे!

"क्या इरादा है!" मदननं थंड स्वरात प्रश्न टाकला.

"अं?—चल, फिफ्टी-फिफ्टी! ओके?"

मदननं जरा विचार केला. मारामारी-भांडणं करून कल्याणी त्यालाही नाही न् आपल्यालाही नाही! पुन्हा अशी संधी मिळण्याची सुतराम शक्यता नाही. त्यापेक्षा फिफ्टी-फिफ्टी काही वाईट नाही. आपल्याला कुठं लग्न करायचं आहे तिच्याशी, म्हणून...

"ओ. के. पहिला कोण?"

"टॉस करू; मग तर झालं?"

दोघांचं एकमत झालं. दोघांनी एकमेकांशी पक्कं हस्तांदोलन केलं.

मग निःशब्दपणे ते खेळणाऱ्या कल्याणीच्या हालचाली पाहत राहिले. आता त्यांना तिचे अवयव मादकपणे डचमळताना दिसू लागले. सगळ्या हालचालींना मैथुनाची एकच गती लाभली.

ढुंगणावर चापट बसली, तसं ईश्वरनं चमकून मागं वळून पाहिलं.

नवीन जागा झाला होता. पेंगुळल्या डोळ्यांनी हसत होता.

"काय रे, झाली का झोप?"

"हां, केव्हाच झाली. तुमचं ते 'फिफ्टी-फिफ्टी' प्रकरण चाललं होतं, तेव्हाच!"

"अं!" दचकून मदन म्हणाला, "कसलं प्रकारण? येडा झाला काय हाऽ? का स्वप्न—"

"डोन्ट वरी. तुम्ही 'टॉस' करा; मला तिसरा नंबर मिळाला तरी चालेल! मग तर झालं?"

दोघं क्षणभर हादरून एकमेकांकडे पाहत राहिले. मग त्यांनी नवीनच्या हातावर टाळ्या दिल्या. तिघं खदखदून हसू लागले.

ooo

६

काय झालं— काही कळतच नव्हतं! उन्हाचा मारा... खेळून दमणं... लगेच पाणी पिणं... थम्प्स-अप्... पुन्हा खेळणं... खेळता-खेळता...खाणं... सगळं उलटं-पालटं गृहीत धरलं, तरी असं नकोय् व्हायला! ईश्वरनं खाण्याची व्यवस्था अगदी बेस्ट ठेवली होती. नवीनच्या सामानात 'असली घी'मधले शामळू, पण मध्येच छान वाटणारे गुजराती पदार्थ होते. मदननं अंड्याच्या पोळ्या आणल्या होत्या. ईश्वरनं कोणा हॉटेलात काम करणाऱ्या ओळखीच्या आचाऱ्याकडून दोन मोठे डबे भरून चिकन बिर्याणी आणली होती. ज्याला जे हवं, ते भरपूर प्रमाणात होतं. बुफेसारखं स्वत:च्या हातांनी घ्यायचं, खायचं. गचाळपणा मात्र करायचा नाही.

जेवण तडस लागेपर्यंत झालं. मध्ये-मध्ये तहान भागवण्यासाठी 'थम्प्स-अप्' होतं. बकेटमधलं बर्फ आता वितळून गेलं होतं. पाण्याचा गारपणाही कमी व्हायला लागला होता. ठेवण्यात अर्थ नव्हता.

पण तरी...

हे असं का होतंय्? जेवण जास्त झाल्यामुळे सुस्ती येते, हे ठीक आहे; पण झोप इतकी अनावर व्हावी? जागं राहायचं म्हटलं, तरी पापण्या उघड्या ठेवता येत नाहीयेत.

सगळ्या पोरी पेंगुळल्या होत्या. कपड्यांचं भान थोडं हरपल्यात जमा होतं. कुठं झाडाच्या बुंध्याला टेकून, तर कोणी एखादीच्या मांडीवर डोकं ठेवून... अशा त्या सुस्त बसल्या होत्या. मेंदूत एक प्रकारचा सुखद सुन्नपणा तरंगत होता आणि मन मात्र अनाकलनीय आनंदानं प्रसन्न होतं.

कल्याणीची अवस्था थोडी आणखी वाईट होती. डोळे उघडे ठेवले की, भोवतालचं जग थरथरत गरागरा फिरत होतं. डोळे मिटले, तर अलगद वर उचलून हवेत सोडून दिल्याचा भास होत होता.

कॅमलची परिस्थितीही कल्याणीसारखीच झाली होती. कारण दीप्तीला नंतर थम्प्स-अप्‌बद्दल संशय आल्यानं तिनं नाकारला होता. कॅमलनं तिच्या वाटच्या दोन बाटल्या जास्त प्यायल्या होत्या.

पण इतकं असलं तरी मुलींना तसला संशय अजून नव्हता. उन्हात खेळून वेळोवेळी पाणी थम्पस्‌अप—पाणी असं केल्यानं पित्त झालंय वगैरे कल्पना त्यांच्या मेंदूत घोळत होत्या. एकदम सगळ्या पोरींना पित्त कसं होईल, ही शंका त्यांच्या मनात या क्षणी तरी निर्माण होऊ शकत नव्हती. 'शुद्ध' थम्पस्-अप् प्यायलेल्या पोरांना मात्र वेगळा वास यायला लागला होता. त्यांच्या चेहऱ्यावर संशय दिसू लागला होता. वेगळा ग्रुप तयार होऊन त्यांच्यात खासगी कुजबुज सुरू झाली होती.

"यार ईश्वर, अब तक तो जमा लिया हमने" मदन गहन चेहरा करीत म्हणाला, "लेकिन आगे का मुश्कील है!"

"का? का मुश्कील है?" तो आपल्याला चकवायला पाहतोयसं वाटून ईश्वर आव्हान थाटात विचारलं.

"त्या 'सोवळ्यां'ना संशय आला आहे!"

"हां— हां. तासभर विश्रांती होऊ दे त्यांची. या ना त्या कारणानं त्यांना आपण लवकर घरी पिटाळून लावू."

"या पोरींपैकी कोणाला जायचं असेल, तर बघ. एकीबरोबर सोबत म्हणून दोन पोरं पाठवता येतील."

"बघतो."

ईश्वर रमत-गमत, सहज गप्पा मारायला आल्यासारखा पोरींच्या

घोळक्यापाशी आला, तर उषा डोळे किलकिले करून म्हणाली,

"कोण? ईश्वर—? मला... मला जरा तिकडे नेतोस का? प्रायव्हेट आहे."

"उषा—!" ईश्वर चपापून म्हणाला, "प्रायव्हेट-बियव्हेट काही नाही हं, ही ट्रिप आहे."

"म्हणून तर म्हणते—चल! या पोरी झोपल्या आहेत शांतपणे. कोणाला काऽही कळणार नाही."

ती हे म्हणत असतानाच कॅमल सोडून सगळ्या मुली उषाकडे तारवटल्या नजरांनी पाहत होत्या. कॅमल मात्र गुडघ्यात मान खुपसून बसली होती.

"उषा, तुला काही होतंय का?" हिला जास्त झाल्याची खात्री पटताच ईश्वरानं धास्तावल्या स्वरात विचारलं, "घरी जातेस का तू?"

"अं? अंहं." मादक हसत ती म्हणाली. दीप्तीच्या मांडीवर डोकं ठेवून पडून राहिली.

"मला...मला काहीतरी होतंय्!" कॅमल गुडघ्यातून डोकं वर काढीत घाबऱ्या स्वरात म्हणाली, "ओकारी होणारसं वाटतंय!"

ईश्वरच्या पोटात गोळा उभा राहिला. इतर पोरी धडपडून कॅमलपासून बाजूला झाल्या. तोच ती तोंडाचा चंबू करून ओकाऱ्या द्यायला लागली.

"नवीनऽ बनाऽऽ" तोंडाला येईल ते नाव घेत ईश्वरनं कॅमलचा दंड धरला. संधी साधून बनानं धावत येऊन दुसरा दंड पकडला. तिला धड उठताही येत नव्हतं. दोघांनी तिचा लळालोंबा करीत तिला कडेला नेलं अन् ती बक्बक् ओकली. भडाभडा.... नाका-तोंडातून ओकली. सगळीकडे अल्कोहोलचा वास दरवळला.

"ईश्वर... वास कसला येतोय्?" बनानं नाक आकसत विचारलं.

"ओकारीचा."

"पण... असा?"

"बेट्या, ओकारीला काय अत्तराचा वास असणार का मग?"

ईश्वर तडकला तसा बना गप्प झाला; पण खरा प्रकार ओळखायला

त्याला वेळ लागला नाही.

खाल्लं-प्यायलं होतं त्याच्या दुप्पट ओकून झाल्यावर कॅमल थकली. नाक-तोंडाची जळजळ व्हायला लागली. घसा खरवडून निघाला. दोन्ही हातांनी डोकं गच्च दाबून धरत ती 'ओ गॉऽड' करून हंबरायला लागली.

"चल बना, धर तिकडून—"

तेवढ्यात नवीननं जग भरून पाणी आणून दिलं. तिथं थरथरत्या हातांनी हात-तोंड धुतलं. चुळा भरल्या. जगच तोंडाला लावून पाणी प्यायलं. तिघांच्या मदतीनं ती लॉनवर कशीबशी येऊन अस्ताव्यस्त पडली. काळजीयुक्त चेहऱ्यानं पोरं त्यांच्याभोवती गोळा झाली.

"हिचं घर कोणाला माहीत आहे?"

"मला!"

"ठीक आहे. मुतालिक, तू आणि कुलकर्णी हिला घरी सोडा. घरच्यांना उगाच घाबरवून सोडू नका— काय? म्हणावं, उन्हानं पित्त झालंय्. झोप झाली की बरं वाटेल."

"पण नेणार कसं?"

"समोर बसस्टॉप आहे. स्वारगेटहून जा रिक्षा करून."

"पैसे आहेत, का देऊ?"

"आहेत-आहेत."

धड चालताना स्वत:चा तोलही सावरता न येणाऱ्या कॅमलला धरून घेऊन जायची कामगिरी मिळाली, यावरच खूष होत मुतालिक आणि कुलकर्णी मनापासून कामाला लागले. सर्वांदेखत तरी त्यांनी तिला सभ्यपणे आधार देऊन नेलं. एकमेकांचा डोळा चुकवून दोघंही स्पर्शसुखाचा लाभ घेणार, यात कोणालाच शंका नव्हती. तिला नेतानाच दोघांच्याही चेहऱ्यावर लबाड हास्य तरळत होतं.

तिघं कटताच ईश्वरनं गालातल्या गालात हसून मदनकडे पाहिलं. तो 'छान!' म्हणून मान डोलावत होता.

बनाला चुटपुट लागून राहिली होती. ईश्वरजवळ डाळ शिजत नाहीसं पाहताच त्यानं नवीनला गाठलं.

"नव्या, काय झालं रे कॅमलला?"

"ओकारी!" नवीन मख्खपणे म्हणाला.

"का पण?"

"का म्हणजे— मी तिला ओकायला लावली का?"

"तसं नाही रे; पण प्यायल्यासारखा वास मारत होता."

"हां-हां! ती साली पियक्कडच आहे. पिऊन निघाली असेल सकाळी-सकाळी!"

"आँ? पण आधी वास नाही आला!"

"तिचा भाऊ अमेरिकेत आहे बाबा, तिकडे हल्ली मिळते बिनवासाची!"

"बिनवासाची मिळते? मग आता कसा वास आला?"

बना तसा चकणारा गडी नव्हता. तो भोळा वाटायचा, इतकंच. हा आपल्याला आवरत नाही म्हटल्यावर नवीन चिडून म्हणाला—

"बरं! आम्ही तिला दारू पाजली— बास का? डोकं नको खाऊस उगीच!"

या सगळ्या प्रकरणात अर्धा-पाऊण तास निघून गेला होता. दुपारचे दोन वाजायला आले होते. मेंदूचा झणका थोडा उतरला होता. पोरींना आपण व्यवस्थित नाही, इतपत तरी कळू लागलं होतं. त्यातच आसपासच्या वस्तीतले चार-सहा टगे बागेत घिरट्या घालू लागले होते. त्यांना हे वेगळं प्रकरण संशयास्पद वाटू लागलं होतं; ह्यांना त्यांचं फेऱ्या घालणं सलू लागलं होतं.

जरा वेळ विश्रांती घेऊन पोरं पत्ते खेळायला बसली. हळूहळू एक-एक करीत पोरीही त्यांच्यात खेळायला, खेळ पाहायला अशा येऊन बसल्या. एकटी कल्याणी बुंध्याला टेकून गाढ झोपलेली राहिली.

मदन आणि ईश्वरनं त्या टग्यांना केव्हाच हेरलं होतं; पण बरोबर पोरीबाळी असल्या की स्वतःहून खोड काढू नये, हे त्यांना माहीत होतं. नवीनला नेमकं तेवढंच माहीत नव्हतं. आपल्याबरोबर ईश्वर आणि मदन असताना आपल्या अंगाला कोण हात लावतो—अशा भ्रमात तो होता. सारखा त्या टग्यांकडे उद्दाम नजरेनं पाहत होता. त्याच्या नजरेनं चिथावणी

मिळाल्यासारखे ते आसपास रेंगाळत होते. कोणी काही म्हणण्याची वाट पाहत होते.

नवीनचं पाहणं त्या दोघांच्या लक्षात आलं होतं. ते त्याला नजरेनं खुणा करून दाबत होते. सगळ्या पोरींदेखत स्पष्टपणे सांगता येत नसल्यानं त्यांची पंचाईत झाली होती. अशा गोष्टी पोरींनाही जाणवलेल्या असतात; त्या तुमच्या लक्षात येण्याचीच त्या वाट पाहत असतात. बरोबरची मुलं शूर असावीत नि त्यांनी हीरोप्रमाणे सर्वशक्तिमान बनून आपल्याकडे वाकड्या नजरेनं पाहणाऱ्या शंभर जणांनाही निधड्या छातीनं भारी ठरावं, अशी त्यांची अपेक्षा असते. अशा वेळी मुलींचं हित, आपल्या शरीराची तंदुरुस्ती— या सर्वच दृष्टींनी विचार करता, भोवतालच्या वातावरणाकडे दुर्लक्ष करणं श्रेयस्कर असतं. लक्षात येऊनही गप्प बसणारी मुलं मुलींना 'जगदीप', 'राजेंद्रनाथ'च्या तोडीनं फालतू वाटण्याची शक्यता असते. साकल्यानं हा सगळा विचार करूनच दोघं अनुभवी वीर पत्त्यांमध्ये रंगून गेले होते; पण 'तूही असंच कर' असा मोलाचा सल्ला त्यांना नवीनला देता येत नव्हता.

परिणाम व्हायचा तोच झाला! टक लावून दीप्तीकडे पाहणाऱ्या एका काळ्याकुट्ट, दीडशे पौंडी टोणग्याला नवीननं तुच्छ स्वरात हटकलं—

"काय बघतो? चल, फूट् इथून!"

फुटायची कल्पना बाद ठरवून टोणगा शांतपणे पाहत पुढे आला. त्याची थंड नजर बेदरकारपणे नवीनच्या चेहऱ्यावर खिळलेली. त्याची ती अदाकारी पाहून नवीन आतून एकदम पोकळ झाला; पण इज्जतीचा सवाल होता. ईश्वर आणि मदनवर भरवसा ठेवून येणाऱ्या प्रसंगाला धीटपणे तोंड देणं आवश्यक होतं.

"काय म्हणतो भाऊ?" नवीनच्या समोर येऊन उभं राहत त्यानं विचारलं.

खेळ एव्हाना थांबला होता. आसपासचे इतर टगे हळूहळू सरकणाऱ्या ढगांप्रमाणे त्यांच्या दिशेनं सरकत होते. मुलांच्या छातीत धडधडायला लागलं होतं. काहीतरी थ्रिल अनुभवायला मिळणार म्हणून मुली एक्साईट झाल्या होत्या.

“इथं—इथं कशाला रेंगाळतो, अँ? एवढी बाग रिकामी पडली आहे की!”

“शिकवायचं काम नाय हां, भाऊ! बाग तुझ्या बापाची नाय. आम्ही कुठंबी उभं राहू.”

“इथं नाय थांबायचं!”

टोणगा सरळ नवीन आणि दीप्तीच्या मध्येच फतकल मारून बसला. दीप्ती दचकून पलीकडे सरकली. त्या टोणग्याला उचलून तलावात फेकून देण्याची नवीनची इच्छा झाली. पण वस्तुस्थिती अशी होती की, त्याला ढकलून देण्याइतकीही ताकद त्याच्या मरतुकड्या शरीरात नव्हती, म्हणून तो नुसता जळजळीत नजरेनं त्या आगंतुकाकडे पाहू लागला. टोणग्यानं क्षणात नवीनचं पाणी जोखलं. त्याच्या चेहऱ्यावर टवाळखोर मिस्कील हास्य पसरलं.

“ए शिवाऽ” तो मागे वळवून जोरात म्हणाला, “ये... हितं बसू!”

हे फारच झालं. ईश्वरची सहनशक्ती संपली. मदनचे डोळे खुनशी बनले. हा प्रसंग ते टाळत होते याचा अर्थ ते भित्रे होते, असा नाही. मारामारी त्यांच्या पाचवीलाच पुजली होती. काही झालंच, तर बुलेट पिटाळून ईश्वर अर्ध्या तासात शे-दीडशे जणांची कुमक मागवू शकत होता. मदन स्वारगेटपर्यंत गेला, तर तिथल्या एस.टी. चाळीत, चाळीमागच्या झोपडपट्टीत आवाज टाकून दोनशे टाळकी मिळू शकत होती.

“पैलवान... उठा!” थंड स्वरात ईश्वरनं त्या टग्याला आज्ञा सोडली.

हा आवाज वेगळा आहे, हे त्याला लगेच कळलं. चपापून त्यानं ईश्वरकडे पाहिलं.

“हे बघ भाऊ—”

“मी काय सांगितलं? आधी तिथून उठायचं!”

टोणगा मख्खपणे तिसरीकडेच पाहत बसून राहिला.

ईश्वरनं पत्ते खाली ठेवले. उठला. टोणग्यापाशी आला. शांतपणे त्याचा दंड धरून त्याला वर उठवला. टोणग्याचा पहेलवानी दंड ईश्वराला जाणवला, तसाच ईश्वरच्या हाताचा कडकपणा त्यालाही जाणवला असणार.

तो उठला.

"हे बघ भाऊ, आम्ही तुमच्या काय वाटे होतो का? हे ब्येणं कशाला बोललं?"

नवीनला 'बेणं' पदवी मिळाली, तशा पोरी त्याही परिस्थितीत खुसखुसायला लागल्या. नवीन ताठरला. पण मदननं वेळीच त्याला खूण करून गप्प बसावलं.

"जरा बाजूला ये—"

"कुटं म्हणशील तितं येतोय्!"

दोघं बाजूला गेले. इतर पोरांनी ईश्वरला घेरलं.

"मदन—"

"काय काळजी करू नकोस कल्याणी, माझं लक्ष आहे." मदन शांतपणे म्हणाला, "ते त्याच्या अंगाला हात लावीत नाहीत!"

तसंच झालं. दहा मिनिटं ईश्वर घोळक्यात होता; मग हातानं कडं तोडत बाहेर आला. मागं वळून त्यांना काही तरी बजावून सांगितलं आणि निघून आला. ती पोरं ग्रुपकडे 'बघून घेऊ—' अशा नजरेनं पाहत निघून गेली.

"काय झालं रे?"

"चल एऽऽ आपल्या नादाला नाही लागत कोणी! तो शिवा होता ना, त्याचा पाव्हणा माझ्या चुलत्याच्या गाळ्यावर काम करतो! मी कोण, ते कळल्यावर गुपचूप कण्णी कापली."

"येडझवे साले!" नवीन उसळला. म्हणाला, "मी त्याच्या थोबाडावर फाईटच मारणार होतो!"

मदन आणि ईश्वर एकमेकांकडे पाहून हसायला लागले. दीप्ती खवळून म्हणाली—

"एवढी हिंमत होती, तर कशाला घाबरलास मग?"

"घाबरलो? मीच पहिल्यांदा हटकलं त्याला!"

"चूप ए... बेण्या!" बना ओरडला. सगळे गलका करून हसायला लागले. रागानं नवीनच्या अंगाचा तिळपापड झाला; पण आता सगळेच

विरोधात म्हटल्यावर त्याला गप्प बसणं भाग होतं. पण वाटायला लागलं, इतकी छी: थू: होण्यापेक्षा टोणग्यावर हात टाकायला हवा होता. फार तर काय, थोडाफार मार खावा लागला असता; पण ही बेइज्जती टळली असती. पोरींसमोर छाती फुगवून चालता आलं असतं.

''ईश्वर, तुला काय वाटतं?'' मदननं रोखून ईश्वरकडे पाहत म्हटलं, ''मला तरी वाटतं, ही पोरं आणखी मदत घेऊन परत येतील!''

''आता तो काळ्या आला नाऽ'' मनातला राग आवाजात ओतत नवीन म्हणाला. त्याचं वाक्य कोणीतरी पूर्ण केलं—

''—तर मी 'जी'ला पाय लावून पळून जाईन!''

सगळे अनावर होऊन हसायला लागले. नवीन पिसाळा लागल्याप्रमाणे अस्वस्थ झाला. काही तरी केल्याशिवाय त्याला स्वत:ला आवरता येईना. बेभानपणे त्यानं समोर बसून खदाखदा हसणाऱ्या बन्याच्या तोंडात चप्कन् चापट मारली.

बना एकदम ऑफ्!

च्यायला, बना म्हणजे कचरापेटी आहे होय? कोणीही यावं... कचरा टाकावा, पँटची बटणं सोडून फळाफळा मुतून जावं!

त्या दिवशी या पोरांदेखत ईश्वरनं थोबाडीत मारली;

आज पोरींदेखत हा छाडमाड मारतो!

उद्या पोरी पण चपला मारतील!

च्यायची त्या गुजरगांड्याच्या—!

बना एकदम उसळला. काय करावं ते न सुचल्यानं नवीनच्या मांडीला कडकडून चावला!

मास्तरनं बिगरीतल्या व्रात्य पोराला धबाधबा बडवावं, तसं नवीननं बनाला पाठीवर बडवलं. जोरात ढकलून दिलं. हिरवळीवर पडता-पडता बना ओरडला—

''मग—? मारशील का पुन्हा? आँ?''

सगळा सीन इतका विनोदी होता की, हसताना शेवटी दम घुटायला लागला. त्यात पुन्हा बनाकडे बोट दाखवून नवीन ओरडला—

“आयला!... येडं चावलं रे— मांडीला!”

बना उसळी मारून नवीनच्या मांडीवर पालथा पडलेला दिसला होता. त्यानं वेड्यासारखं रों-रों करीत डोकं घुसळलेलं सर्वांनी पाहिलं होतं; पण तो ‘चावला’, हे नवीनच होतं.

मांडी धरून नवीनही हसायला लागला. बनाही स्वत:चं हसू दाबत “मग?... हसतो काय दाताड विचकून?... मग— चावणारच आम्ही!” असं काहीच्या काही पुटपुटत राहिला.

हसता-हसता शेवटी कल्पनाला ठसका लागला. तिचा श्वास गुदमरला. डोळे पांढरे झाले. तिला शुद्धीवर आणता-आणता नाकी नऊ आले, तेव्हाच हसणं थांबलं.

तरी बनाकडे लक्ष गेलं, की कोणीतरी आतून खुदखुदायचं!

मग पाहतात—तर, नवीनची पँट मांडीवर फाटलेली, मांडी रक्ताळल्यासारखी लाल होऊन सुजलेली!

“फार जोरात चावला राव तोऽ!” मांडी चोळत नवीन म्हणाला.

“आणि तू प्रेमानं माझ्या गालावरून हात फिरवला होतास— नाही का?”

“बास रे! पुरे करा आता.” ईश्वरनं त्यांना दटावलं. “हं, मदन—तू काय म्हणत होतास?”

“मला वाटतं, ते परत येतील!”

“आता ते जर आले नाऽ—”

“नवीन, री-टेक आहे का हा? का आता दुसरी मांडी चावून हवीय्?”

नवीननं चमकून बनाकडे पाहिलं. पोरं पुन्हा हसायला लागली; पण ईश्वरनं त्यांनाही झापून गप्प केलं.

“मदन, ती पोरं परत येणार नाहीत.”

“येतील.”

“कशावरून?”

“अरे, येतील बाबाऽ”

मदननं तसं म्हणताच ईश्वरच्या डोक्यात ट्यूब पेटली. त्यानं मदनकडे पाहून मान डोलावली.

"असं म्हणतोस?"

"साधी गोष्ट आहे. पोरींसमोर अपमान झाला, तर हा बनादेखील सहन करू शकत नाही; ती पोरं कसा सहन करतील?"

"पण आपण त्यांचा काय अपमान केला?" गोट्यानं विचारलं.

"त्यांना निघून नाही का जावं लागलं? तुला नाही समजायचं ते!"

"ईश्वर..." उषानं भित्र्या आवाजात विचारलं, "खरंच ते टोणगे परत येतील?"

"येतीलही कदाचित... काही सांगता नाही येत."

"तू त्यांना दम दिला असशील ना?"

"हो. म्हणालो— जा, कोण तुमचे नवरे असतील, त्यांना घेऊन या!"

"अगंगंगं! मग तर नक्कीच येणार ते!"

पोरं टरकली. पोरींचे चेहरे काळजीनं काळवंडले. बना बारकाईनं ईश्वर आणि मदनचे चेहरे न्याहाळत होता. त्याला मात्र सारखं वाटत होतं— हे दोघं मिळून काहीतरी बनवाबनवी करतायत्... ह्यात काहीतरी सिक्रेट आहे.

"आले तर तीस-चाळीस जण तरी असतील; नाही?"

"सहज! तीस-चाळीसनं काय होतंय्; चांगले सदुसष्ट-अडुसष्ट असतील!"

"आपण लढू म्हणा, आपली जिगर आहे! हा नवीनही थोडा प्रतिकार करेल... बना त्यांच्या हातांना कचाकच चावेल... गोट्या दगडं मारेल..."

"पण इतक्यांसमोर टिकाव लागला नाही, तर या पोरींचं काय होईल?"

अनामिक संकटाच्या चाहुलीनं पोरींचे चेहरे चिंताक्रांत बनले. डोळ्यांच्या बाहुल्या विस्फारित झाल्या. तोंडं उघडी पडली.

"ए! मला पोहोचव बाबा आधी!"

"मलाही—"

ईश्वरनं मदनचे मनोमन आभार मानले. अत्यंत हुशारीनं त्यानं त्या क्षुल्लक घटनेचं भांडवल करून परिस्थितीला योग्य ते वळण दिलं होतं.

"मला वाटतं मदन, चार वाजायला आले आहेत; आपण सगळ्यांनाच पोहोचवू."

"सगळ्यांना कसं पोहोचवणार?"

"सायकलवाले जातील. त्यांचा काही प्रश्न नाही. नवीन, तुझ्या कारमध्ये चार-पाच मुली मावू शकतील ना?"

"हो."

"सामान मदन नेईल रिक्षानं. उद्या कॉलेजवर आणेल."

तो कोणत्या पद्धतीनं एकेकाला कटवतोय, ते लक्षात येताच नवीननं आपला होकार थोडा सुधारून घेतला.

"फिअॅटमध्ये चार-पाच का, सगळ्या मुलीदेखील मावतील. पण येतानाच प्रेशर कमी होतं; आता उन्हानं आणखी कमी झालं. टायर फाटला, तर अॅक्सिडेंट होईल!"

"मग? आता?"

"पाहू. दोन ट्रिपा करू."

"नको. आम्हाला कात्रजच्या बस स्टॉपवर बसमध्ये बसवून द्या सगळे मिळून."

"वेड लागलं काय? हा त्या गुंडांचा एरिया आहे. पाळतीवर असले नि चढले बसमध्ये, तर?"

"नाही— नाही, तसं नको. आपण ह्यांना आपल्या जबाबदारीवर आणलं— नाही का?"

"चला मग, वेळ नका घालवू."

सगळ्यांनी पटापट सामान आवरायला सुरुवात केली. सतरंज्या, चटया गुंडाळल्या गेल्या. डबे रिकामे झाले. उरलेलं आता कुत्र्यांपुढे पडलं.

सगळी आवराआवर पाहत मदन, नवीन आणि ईश्वर रिक्षापाशी चर्चा करीत उभे होते. 'पुढं कसं करायचं?' यावर त्यांची गंभीर स्वरूपाची चर्चा

सुरू होती.

सायकलवाली पोरं केव्हाच सुटली. बनानं आपल्याबरोबर डबल-सीट यावं म्हणून गोट्यानं खूप आग्रह केला; पण बना या तिघांची पाठ सोडायला तयार नव्हता. धक्का बसला तर त्रास होईल, या सबबीखाली त्यानं गोट्याला कटवलं.

सगळं सामान तयार होताच मदननं स्वत: ते रिक्षात भरलं. नवीनच्या मोटारीत तीन मुली बसल्या, चवथा नवीन. मोटार गेली.

"आता या तिघी उरल्या. रिक्षात बसू शकतील का?"

"दोघी मावतील."

"मग काय— कल्याणी बुलेटवर बसेल की!"

प्रश्नही तेच निर्माण करीत होते; उत्तरंही त्यांची तेच शोधत होते. इतरांना कोणाला काही विचार करायला वावच नव्हता.

कल्याणी तर इतकी पेंगुळली होती, की काय चाललं आहे, हे तिला नीटसं उमजतच नव्हतं. मंद चेहऱ्यानं ती जांभया देत होती. डोळ्यांतलं पाणी बोटांच्या कडांनी निपटत होती. जुन्या व्याधिग्रस्त माणसासारखा तिचा मेंदू बोजड झाला होता. शरीरातला उत्साह लुळावला होता. तिचं मन तिला सावध होण्याची सूचना देत नव्हतं, का मेंदू धोक्याची वॉर्निंग देत नव्हता.

"आणि मी—?" पुढे होत बनानं विचारलं.

त्याला पाहून मदन तडकला.

"हा—हा कसा राहिला मागं? सगळी पोरं गेली की!"

"ती सायकलीवरनं गेली."

"मग, तू का नाही गेलास?"

"माझं हर्नियाचं ऑपरेशन झालंय्. मला सायकलीवर जायला बंदी आहे!"

"डबल-सीट जाऊनही त्रास होतो?"

"होणारच. रस्त्यानं खड्डे किती असतात. मार बसला वर्मी म्हणजे?"

बना त्यांच्या सगळ्या प्रश्नांना पुरून उरत होता. शेवटी मदननं हार स्वीकारली. बनाला रिक्षात आपल्याशेजारी घेतला.

"ओ. के. तुम्ही पण निघा लगेच."

"हो. तुम्ही व्हा पुढे."

मदनची रिक्षा निघून गेली. मोठ्या जबाबदारीतून सुटका झाल्यासारखं हसून ईश्वरनं कल्याणीकडे पाहिलं. तो हसला, म्हणून तीही हसली.

"चल, आता काही काळजी नाही. कोणी आलंच, तरी आपण बुलेटवरून भन्नाट वेगात पळून जाऊ."

"चल, निघू या."

दोघं जायला वळले. ईश्वर एकदम थबकला.

"अरे! हे काय—? मदन इथंच विसरून गेला वाटतं हे?"

तिनं पाहिलं. एक बकेट राहिली होती. त्यात थम्प्स-अप्च्या तीन बाटल्याही होत्या. हे मुद्दाम विसरण्यात आलं असेल, अशी शंकाही तिच्या मनात आली नाही. संपूर्ण दिवसातलं ईश्वर आणि मदनचं वर्तन सभ्यपणाचं होतं. त्यांनी मुलींना संकटातून वाचवलं होतं. नवीनच्या चुकीमुळे निर्माण झालेल्या वाईट परिस्थितीची जबाबदारी ईश्वरनं स्वतःच्या अंगावर ओढून घेतली होती. नाही म्हटलं, तरी या सगळ्याचा परिणाम म्हणून तिचं दोघांबद्दल चांगलं मत झालं होतं.

ईश्वरनं बकेटमधल्या तीन बाटल्या धरून उचलल्या. पाणी ओतून टाकलं.

"बाटल्या थंडगार नाहीत, पण बऱ्यापैकी गार आहेत. पिऊन टाकायच्या?"

"मला काही सुचत नाहीये ईश्वर, काय वाटेल ते कर; पण लवकर चल."

"अगं, घाबरतेस काय? मी आहे ना!"

"तसं नाही, मला खरंच कसंतरी होतंय."

"ओ. के. हा थम्प्स-अप् पी, म्हणजे बरं वाटेल."

त्यानं बाटलीचं तोंड दातात धरलं. बिल्ला हिसडा मारून काढला. बाटली तिच्या हातात दिली. ती बाटलीनंच आपलं पेय पीत त्याच्या मागोमाग बुलेटकडे चालू लागली. थम्प्स-अप् गार नसल्यानं किंवा आणखी कशानं

असेल, चव बरोबर वाटत नव्हती; कडवट वाटत होतं. पण दोन घोट पोटात जाताच तरतरी मात्र नक्की आली, म्हणून फारसा विचार न करता तिनं बाटली संपवली.

तिच्या हातातून बाटली काढून घेताना ईश्वर स्वत:शीच हसला.

ही पोरगी इतकी भोळी आहे—मूर्ख आहे—का अतिशय चालू आहे?

आपण पीत होतो ते एकदाही शंभर टक्के अस्सल थम्प्स-अप् नव्हतं, एवढंही हिला कळू शकलं नसेल? का तिलाही तेच हवंय, म्हणून ती भोळेपणाचा आव आणते आहे?

त्यानं बुलेटचा स्टँड काढला. इग्नेशन-की वगैरे लावली. किक् मारली. कल्याणी अर्धवट त्याला नि अर्धवट बुलेटला खेटून उभी होती. तीन किक्स मारूनही बुलेट स्टार्ट होईना. तिनं पेंगुळल्या नजरेनं त्याच्याकडे पाहत विचारलं—

"काय झालं?"

"काही कळत नाही. हाफ् किक्‌लाच स्टार्ट व्हायला पाहिजे खरं म्हणजे—"

"हं, बघ... कर काही तरी."

तिला आता प्रचंड झोप येऊ लागली होती. हाय-वेवरच्या वाहनांचे घरघराट, त्यांचे हॉर्नचे आवाज, ब्रेक्सचा करकराट... सगळं मैलावरून ऐकू येत असल्यासारखं अस्पष्ट झालं होतं. समोरची बुलेट नि पाय वर-खाली हलवणारा ईश्वर धुरकट दिसू लागला होता.

"तू इथं बैस कल्याणी." तिला दंडाला धरून कडेच्या ओट्यापाशी नेत तो म्हणाला, "मी बघतो गाडीला काय झालं आहे ते—"

त्यानं बसवलं, तिथे ती मरगाळून बसली. ईश्वरनं पुन्हा एक बाटली तिच्या हातात दिली. तिनं निर्जीवपणे बाटली तोंडाला लावली.

ईश्वर नुसता बुलेटपाशी उभा राहिला असता, तरी तिला ते कळू शकलं नसतं; पण संध्याकाळ व्हायला लागली होती. माणसं बागेत जा-ये करू लागली होती. त्यांचं लक्ष त्या दोघांकडे वेधलं जात होतं. कोणाला

शंका येऊ नये, म्हणून तो काही ना काही करीत बसला. त्याचं लक्ष मात्र कल्याणी आणि हाय-वेकडे विभागलं गेलं होतं.

अर्ध्या तासानं नवीनची फिअॅट कॉर्नरवरून वळताना दिसली आणि त्यानं सुटकेचा नि:श्वास टाकला.

कार त्याच्याजवळच येऊन थांबली. कल्याणीकडे पाहत नवीन झट्कन बाहेर आला.

"लास हो गयी लौंडी?"

"हां—" त्याच्या मागोमाग खाली उतरत मदन म्हणाला, "आपण आलो, हेही तिला कळलेलं नाही."

मागच्या सीटवर बनाला पाहून ईश्वर एकदम चमकला.

"हा कसा?"

"त्याला आणावा लागला." नवीन नाराजीनं म्हणाला.

बना मान लववून छद्मीपणे हसला.

"का?" ईश्वरनं रागावर नियंत्रण ठेवत विचारलं.

"आपण काय करणार आहोत, ते बनानं स्पष्ट शब्दांत बोलून दाखवलं. वर म्हणाला— मलाही न्या, नाहीतर तिच्या घरी जाऊन सगळं सांगतो! मग काय करणार?"

"बना?" अविश्वासानं, आश्चर्यानं आणि रागानं ईश्वर म्हणाला, "बनाची ही हिम्मत?"

ईश्वरच्या जळजळीत नजरेशी सामना होताच बनाच्या चेहऱ्यावरचं हास्य मावळलं. छातीचे ठोके धाड्-धाड् पडू लागले; पण तो तसाच बसून राहिला. नवीन आणि मदन आपल्या वतीनं त्याची समजूत घालतील, हे त्याला माहीत होतं.

तसंच झालं. दोघांनी ईश्वरला बाजूला नेलं.

"हे बघ ईश्वर... हा नवीन आपल्यात तिसरा आला, तसा बना आला तर काय बिघडतं?"

"अरे हट्! च्यायचं छाडमाड सालं! मी त्याला नाही येऊ देणार."

"मग आपलेही चान्सेस गेले."

"का?"

"तो आशेला लागला आहे. आम्ही त्याला इथपर्यंत आणलं आहे. हिला घेऊन आपण वर घाटात जाणार; त्याला परत जा म्हटलं तर तो सरळ इथंच बोंब मारेल... पोलिसांत जाईल."

"त्यापेक्षा येऊ दे ना त्याला. काय बिघडतं? चौथा नंबर त्याला मान्य आहे."

"तीन तिथं चार! आपल्याला कुठं लग्न करायचं तिच्याशी?"

ईश्वरनं विचार करून बनालाही नेण्याची तयारी दर्शविली; पण बनानं गेम करावी, हे त्याला मुळीच आवडलं नव्हतं.

चौघांचं पूर्णपणे संगनमत झालं, तेव्हा संध्याकाळचे साडेपाच वाजायला आले होते. बनानं दार उघडून बकेट आत ठेवली. कल्याणीला मागं जाता यावं, म्हणून सीट पाडून दार ओढून धरलं. ईश्वर कल्याणीपाशी गेला, तेव्हा ती पूर्णत: टाईट होती. तिला डोळेसुद्धा उघडता येत नव्हते. त्यानंच तिला आधार दिल्यासारखं करून खाली उभं केलं. स्वत:च्या अंगावर रेलून कारपर्यंत आणलं. नवीनच्या मदतीनं मागं बसवलं.

"तिला झोपू दे. झोप कल्याणी तू."

ते ऐकलं म्हणून, का बसणं शक्यच नव्हतं म्हणून; पण ती मागच्या सीटवर अस्ताव्यस्त लवंडली. तिचा स्कर्ट पार मांडीपर्यंत वर सरकला. चुकूनही कधी जे पाहायला मिळण्याची शक्यता कोणाच्या स्वप्नातही नव्हती, ते असं अर्ध्या वितीच्या अंतरावर उघडं पडलं. कल्याणीची गोरीपाऽन नितळ मांडी...!

चौघांचीही नजर त्या दृश्यावरून हलेना. डोळे खोबणीतून बाहेर पडतील की काय, असे वटारले. शरीर तरारून ताठरलं.

"चला, बसा!"

नवीन ड्रायव्हिंग सीटला बसला.

"बना, तू मागं बैस."

खुदूकन हसत बना आत शिरला. कल्याणीच्या पायाशी बसला. मदन पुढं बसला.

"नवीन... तुम्ही दहा मिनिटांनी निघा. मी बुलेट घेऊन पुढं होतो. भिलारेवाडीला एका पाव्हण्याकडे बुलेट लावून मी हाय-वेला उलटा चालत मागं येईन. मला कलेक्ट कर."

बुलेटला किक् मारून ईश्वर निघून गेला.

मदन आणि नवीननं सिगारेटी शिलगावल्या. बनाला हवी का, म्हणून मदन मागं वळला; तर बनाच्या चेहऱ्यावर विकृत, वेडसर छटा होत्या. तो कल्याणीच्या उघड्या मांडीवरून हात फिरवत होता.

ईश्वरनं बनाला मागं, कल्याणीजवळ का बसवलं, ते मदनच्या लक्षात आलं. त्याला मुळीच डिस्टर्ब न करता तो पुढं बघून आरामात सिगारेट ओढू लागला.

OOO

७

अर्धवट गुंगी... अर्धवट जाग. कुठेतरी - कोणीतरी बोलतंय, कुजबुजतंय, आपल्याला कोण हाका मारतंय— 'कल्याणीऽ कल्याणीऽऽ' —असं. का बरं लोक एवढा गलका करतायत? कुठे आहोत आपण? आपल्याला काही झालं आहे की काय? हं, हा काय— अथांगऽ काळाशार समुद्र पसरलाय् वर-खाली; इकडे-तिकडे काळंशाऽर पाणी! आपण पाण्यात जिवंत कसे? हा—हा कोणाचा हात? केसाळ, काळा! आपल्या दिशेनं का येतोय् तो? आईऽ आलाऽऽ!

ओऽ माझे कपडे—माझे कपडेऽऽ

अरे, पुरे! काही तरी अंगावर राहू दे... काय चाललं आहे हे?

ओ गॉड! -शी! नको— प्लीऽज— प्लीऽ जऽऽ

—"आईऽऽ!"

कल्याणीच्या किंचाळीनं डुलक्या घेणारे डॅडी एकदम धडपडून जागे झाले. नर्स धावली. तिच्या पाठोपाठ डॉक्टर धावत आले.

"अंहं, अंहं— उठू नकोस." कल्याणीचे खांदे दाबून तिला पुन्हा कॉटवर झोपवत डॅडी म्हणाले. क्षणभर कल्याणीचा

चेहरा पांढराफट्ट पडला. विलक्षण भित्र्या आवाजात म्हणाली,

"डॅडी—दाऊ टू!"

डॅडींना तिच्या वाक्याचा संदर्भ लक्षात येईना. ती ओंजळीत चेहरा लपवून गदगदून रडू लागली होती. तिला आधी शांत करावं, का त्या वाक्यावर विचार करावा?

"कल्याणी—"

"प्लीज नको, आता आणखी अत्याचार मला सहन होणार नाहीत!"

उभ्या जागी प्राण निघून गेल्यासारखे तिचे डॅडी स्तब्ध - सुन्न उभे राहिले. विचार न करता त्यांना तिच्या 'दाऊ टू'चा अर्थ समजला. सुन्नपणा ओसरू लागताच त्यांचं हृदय वेदनेनं पिळवटलं, डोळ्यांतून अश्रू पाझरू लागले. सारं शरीरच यातनामय झालं.

"प्लीज—प्लीजऽ" त्यांच्या खांद्याला धरून त्यांना बाजूला घेत डॉक्टर म्हणाले, "पुल् युवर सेल्फ. तिच्या मनःस्थितीचा विचार केला, तर तिची काही चूक नाही त्यात; सांभाळून घ्यायला हवं काही दिवस."

डॅडी समजूतदार होते. त्यांनाही हे कळू शकत होतं; पण समजूतदार झालं म्हणून माणसाच्या सहनशक्तीलाही काही सीमा असतातच की! त्यांची स्वतःची मुलगी त्यांना 'त्या' कळपातला एक समजून त्यांच्या स्पर्शाचा वेगळाच अर्थ लावीत होती! 'त्यांच्या' खांदे दाबून खाली पाडण्यात अन् डॅडींचे खांदे धरून झोपण्यात तिला कसलाही फरक जाणवत नव्हता!

माणसानं कोणत्या धीरानं, कसं नि किती सहन करायचं?

—अन् आता तर सुरुवात होती.

परमेश्वरा, तुझं अस्तित्व खरोखरीच असलंच, तर निभावून नेण्याची ताकद दे बाबा!

थकल्या चालीनं चालत डॅडी समोरच्या कॉटवर बसले. त्यांची नजर पोरीच्या चेहऱ्यावर थिजून राहिली.

डॉक्टर पटवर्धन आणि माया— दोघांनाही केसची चांगली माहिती होती. काय करायला हवं, काय बोलायचं— त्यांना चांगलं कळत होतं.

"कल्याणीऽ" त्यांनी दटावणीच्या स्वरात म्हटलं, "हे बघ, आधी

गोंधळ बंद कर बरं. हे माझं हॉस्पिटल आहे; रस्ता नाही!''

हॉस्पिटल?

म्हणजे... म्हणजे आपण सुरक्षित आहोत!

तिचं रडणं कमी होईपर्यंत माया तिच्या केसांतून हात फिरवत राहिली. मग डॉक्टर पुढे झाले.

''हे बघ, मी डॉ. अरुण पटवर्धन आहे. ही तुझी नर्स. माया हिचं नाव. इथं तुला कोणताही धोका नाही. आम्ही सगळे तुला खडखडीत बरं करण्याचा चंग बांधून बसलोत. तू आम्हाला मदत करणार ना?''

कल्याणीच्या डोळ्यांसमोरचा अथांग काळोख एव्हाना नाहीसा झाला होता. डोळ्यांसमोर स्वच्छ सकाळ पसरली होती. तिनं होकारार्थी मान डोलावली.

''गुड, व्हेरी गुड! कुठं दुखतंय, किंवा कसं— ?''

तिची मान नकारार्थी हालली.

''व्हेरी नाईस, मग हास बरं.''

कल्याणी खरंच हसली. तिला हसताना पाहून डॅडींच्या हृदयाच्या चिंधड्या-चिंधड्या झाल्या.

अरे... हास म्हटलं की हसते रे! किती निरागस पोरगी ही आणि—

वाटलं, हिला त्यांची नावं विचारावीत—माहीत नसतील तर नुसत्या वर्णनावर त्यांना सप्त पाताळातून शोधून काढावं आणि त्यांच्या गुप्तांगावर वरवंटे मारून ते ठेचून काढावं. नीच... हरामखोर... नालायक... ब्लडी बास्टर्ड्स!

—अन् कल्याणी हसत होती. इंजेक्शन्स देऊन आपला कमरेखालचा भाग पूर्णतः बधिर केला आहे, याची बिचारीला कल्पनाही नव्हती.

तिला विचारण्यासारखं काहीच नव्हतं. ती खुलावी, तिची भीती कमी व्हावी; म्हणून डॉक्टर तिच्याशी गप्पा मारीत होते, इतकंच. काय झालं आहे, ते तिच्यापेक्षा डॉक्टरांना चांगलं माहीत होतं. टेबलावरची तिची फाटकी-तुटकी अवस्था त्यांनीच अभ्यासली होती. त्यांनीच सगळं निस्तरलं होतं. तिला काय माहीत होतं?

"कल्याणी, तुझे डॅडी तुला भेटायला थांबले आहेत. भेटणार ना त्यांना?"

डॅडींनी डोळ्यांत प्राण आणून मुलीकडे पाहिलं. तिची मान होकारार्थी हलली.

"कनु... बेटा...?"

तिनं त्यांच्या दिशेनं मान वळवून पाहिलं. त्यांच्या डोळ्यांतल्या दु:खी छटा पाहून तिला गदगदून आलं. या दु:खामागचं कारण आठवलं. डोळे मिटून रडत ती पुटपुटली—

"डॅडी.... बास्टर्ड्स रेपड् मी, डॅडी!... दे रेपड् मी!"

त्यांना काहीही विसरता येत नव्हतं; तिला तर नाहीच नाही.

काय नि कसं विसरावं, हाही पुन्हा एक मोठा प्रश्नच!

दोघांपुढे, वेगवेगळ्या संदर्भानं...

शशी जोशीच्या साखरपुड्याला जाते म्हणून सांगून गेलेली मुलगी ही— कधी खोटं बोललेली नाही, तर आजच खोटं बोलत असल्याचा संशय का यावा? कसं ओळखावं?

शशी हे नाव मैत्रिणींच्या उल्लेखात कधी आलं नव्हतं, हे खरं; पण अविश्वासच नव्हता, तर काय! असेल कोणी तरी मैत्रीण— नेहमीप्रमाणे परवानगी दिली. ही गेली. आता खटकतं— जाताना सुवेगा का नको म्हणाली?

तर हे— ट्रिपचं होतं.

संध्याकाळ उलटली. रात्रीचे आठ... नऊ... दहा.

सहाच्या सिनेमाला गेली असेल, तरी परत यायलाच हवी. रात्रीचे दहा वाजले, तरी त्या शशी जोशीकडे थांबण्याचं काय कारण?

मम्मी अबोलपणे आत-बाहेर करू लागली. तिच्या अस्वस्थपणाची डॅडींनाही लवकरच लागण झाली. मनात शंका-कुशंका यायला लागल्या; पण त्याही इतक्या गचाळ स्वरूपाच्या नव्हत्या. रस्त्यानं चालताना पाय घसरून पडली का? का रस्ता क्रॉस करताना रिक्षाची धडक लागली? कोणा

मैत्रिणीनं आग्रह करून घरी नेलं?... अशा शंका सगळ्या.

रात्रीचे अकरा!

हवालदिल. मग शंकांचं स्वरूपही बदलत गडद, भीषण होऊ लागलं.

मम्मी म्हणाली— पाहा तरी— ती कोण शशी जोशी आहे, तिचं घर शोधून काढा. तिथून केव्हा बाहेर पडली?

बराच वेळ उगाचच निरनिराळ्या रस्त्यांनी हिंडत राहिले. कारण घरं कोणाचीच माहीत नव्हती. नावं नुसती ऐकून माहिती, तर कोणाकडे जाणार?

मग आठवलं— स्वाती कारखानीस नावाची तिची एक मैत्रीण दक्षिणमुखी मारुतीपाशी राहते, असं मागं कल्याणीच्या बोलण्यात आलं होतं. तिची बेकरी होती. पुढं बेकरी नि मागं घर.

पाहू तरी, तिला काही माहीत असेल, म्हणून दक्षिणमुखी मारुतीपाशी आले. दुकानाच्या पाट्या वाचत रस्त्यानं फिरू लागले. बेकरीची पाटी दिसली की प्रोप्रायटरचं नाव वाचायचं. असं करता-करता शेवटी 'स्वाती बेकरी'— प्रोप्रा. श्री. एन. के. कारखानीस— ही पाटी दिसली!

सगळीकडे निजानीज झाली होती. बेकरीशेजारून वाड्यात जाणाऱ्या बोळात मिट्ट अंधार झाला होता. पण चौकशीसाठी काहीतरी धागा सापडला, या खुशीत डॅडींनी सारा संकोच बाजूला ठेवला. बेकरीच्या दारावरच थापा मारून कारखानीसांच्या नावे हाका मारायला सुरुवात केली.

थोड्या वेळानं 'आलोऽ आलो' म्हणत बोळातून एक माणूस बाहेर आला. ते स्वातीचे वडील होते. डॅडींनी त्यांना येण्यामागचं कारण थोडक्यात सांगितलं. स्वातीला उठवण्याची विनंती केली. स्वाती कोऱ्या चेहऱ्यानं बाहेर आली. चौकशी केली, तर समजलं—कल्याणीचं आणि तिचं गेल्याच वर्षी खो-खोची टीम निवडण्यावरनं भांडण झालं होतं. त्या एकमेकींची तोंडही पाहत नव्हत्या.

"बरं, शशी जोशी कुठे राहते— माहितीय् का तुला?"

"शशी जोशी? कोण शशी जोशी? आमच्या कॉलेजात या नावाची कोणी मुलगी नाही. शशिकला कोषे असेल."

"नाही, शशी जोशी."

"काय की! तिची कोणी बाहेरची मैत्रीण असल्यास माहीत नाही; पण कॉलेजात तरी कोणी नाही!"

"तिच्या इतर मैत्रिणींपैकी कोणाचं घर माहिताय् का? अं... कोण ती—? दीप्ती म्हणा... उषा म्हणा त्याही तिच्याबरोबर होत्या म्हणे."

"त्यातल्या विद्या ठिपसेचं घर मला माहितीय. ती कॅमल—आपलं, कमलची खास मैत्रीण आहे."

"विद्या ठिपसे? सांग बरं, कुठं राहते?"

"शनिवार पेठ पोलीस चौकी आहे ना, तिथून खाली जायचं. डाव्या हाताला नदीकडे वळायचं."

"म्हणजे गुपचुप गणपतीपाशी?"

"हां. मंदिर थोडं उजव्या हाताला राहतं. डाव्या रस्त्याला भोरकर मास्तरांच्या वाड्यात विद्या तळमजल्याला राहते. दाराला नवा निळा रंग आहे आणि 'श्यामराव ठिपसे' बी. एस्सी., बी.एड. अशी पाटी आहे. तिचे वडीलही शिक्षक आहेत."

स्वाती आणि तिच्या वडिलांचे आभार मानून डॅडींनी ठिपसे सरांचं घर शोधून काढलं. विद्याला पाहताच त्यांनी तिला ओळखलं. कल्याणीबरोबर ती बऱ्याचदा त्यांच्या घरी आली होती. कल्याणीचे वडील चौकशीसाठी आले आहेत आणि कल्याणी अजून घरी आलेली नाही समजताच, विद्या आपलाच काहीतरी अपराध असल्यासारखी घाबरली. तिला नीट बोलताही येईना. म्हणजे, काहीतरी लपवाछपवी करायची होती; ती पण करता येईना.

"अं... शशी जोशीकडे साखरपुड्याला गेली होती ना ती?"

"तुझ्यापर्यंत आलं का हे? शशी जोशी नावाची कोणी मैत्रीण नाही म्हणे?"

"हे—हेही तुम्हाला कळालं?"

"हो. खरं आहे ना हे?"

"हं—हो. पण..."

"मग सांग बरं, कुठं गेली कल्याणी?"

"म-मला... मी-मी नाही म्हणाले. मलाही चल म्हणत होत्या."

"कुठे?"

"ट्रिपला!"

"ट्रिपला-?"

खाड्कन् मुस्कटात बसल्यासारखे डॅडी चमकले. आपण कल्याणीला ट्रिपला जायला कधी परवानगी नाकारीत नाही. असं असताना तिला खोटं बोलून जाण्याची गरज का भासावी?

संध्याकाळी— फार तर रात्री नऊ-साडेनऊपर्यंत परत येईन, असं बोलून अंदाज असताना इतका उशीर कसा झाला?

काही तरी काळं... अभद्र घडू पाहातंय्-घडतंय!

"कुठे गेले ट्रिपला?"

"कात्रजच्या बागेत. पण प्लीज, मी सांगितलं म्हणून म्हणू नका."

"तू मुळीच काळजी करू नकोस विद्या. तुझं नाव बाहेर फुटणार नाही. बरोबर कोण जाणार होतं, माहितीय?"

विद्या एकदम सावध झाली. ठामपणे तिनं 'नाही' म्हणून हात झटकले.

हो— तो ईश्वर काय, नवीन, बना, गोट्या काय, तो मदन... एक से एक मवाली पोरं ही! सांगितली नावं नि उद्या त्यांना कळलं तर—? नकोच.

डॅडींनी जंग-जंग पछाडलं; पण विद्यानं नावं नाही तर नाहीच सांगितली. शेवटी तिचा बाप वैतागून म्हणाला—

"अहो, माहीत नाही म्हणून सांगते ना तीऽ? मग नसेल माहीत तिला?"

"सर, असं कसं होईल—?"

डॅडी पुढं व्यवस्थित समजावून सांगणार होते की, 'शशी जोशी' हा प्रकार तिला माहीत आहे, त्या अर्थी हिला पण त्यांनी ट्रिपला येतेस का म्हणून विचारलं होतं. कोण गेलं, ते तिला समजलं असणारच. पण ठिपसे सरांनी त्यांना बोलून दिलं नाही. एकदम आडमुठेपणा धारण करीत म्हणाले,

"मग खोटं बोलतीय् का ती? ठीक आहे. तस्सं—! जा, ती काही

सांगत नाही.''

''अहो सर—''

''काय कटकट आहे! स्वतःच्या पोरी ताब्यात ठेवायच्या नाहीत आणि रात्री-अपरात्री कोणाचीही दारं ठोठावून मुलींना छळायचं! जाऊ शकता आपण. मुलगी सापडत नसेल, तर पोलिसांत तक्रार द्या. नॉनसेन्स!''

कोणताही सभ्यपणा, समजूतदारपणा दाखवू न शकणारा हा माणूस नेमका शिक्षक का? आपल्या देशात 'मिसफिट'च जास्ती! जो-तो नेमका चुकीच्या जागी जाऊन बसला आहे आपला! हा आडमुठा, मग्रूर नि तापट माणूस शास्त्र वगैरे विषयांबरोबर शिक्षकी पेशाच्या अधिकारानं मुलांना नीतीचे धडे देणार... त्यांच्यावर संस्कार करणार! प्रत्येक पुढची पिढी बेजबाबदार तयार झाली नाही, तरच नवल!

''आपल्याला त्रास झाला; क्षमा करा.'' डॅडी कष्टी होत म्हणाले, ''पण सर... माझ्या मुलीच्या जागी तुमची विद्या आहे, अशी कल्पना करा; म्हणजे माझ्या मनःस्थितीची तुम्हाला कल्पना येईल.''

''अरेऽ बातच सोडा! माझी मुलगी शेण खाणारच नाही! शिक्षकाची मुलगी आहे. संस्कार आहेत तिच्यावर; समजलात? चल गं विद्या— आत हो!''

खिन्न होत डॅडी तिथून निघाले.

घरी जावं, कल्याणी आली आहे का पाहावं; नसेल तर पोलिसांत तक्रार नोंदवून कात्रजला तिला शोधायला जावं.

बंगल्यावर परत आले, तर हॉलमध्ये मोठा दिवा चालू. बाहेर आसपासची माणसं उभी, सार्‍या शेजारला जाग!

धस्स झालं. सुवेगा लावून आत आले, तर गल्लीच्या तोंडाशीच दवाखाना असलेले डॉ. केळकर उभे. सोफ्यावर त्यांची पत्नी शांतपणे झोपलेली.

''काय झालं डॉक्टर हिला?'' आवंढा गिळत त्यांनी विचारलं.

''अहो, कुठे गेला होता इतक्या रात्रीचं? घरात कल्याणीही दिसत नाहीये. एकटं बाईमाणूस—!''

"ते मलाही माहितीय; पण झालं काय?"

"हार्ट अॅटॅक! बट नाऊ, शी इज आऊट ऑफ डेंजर. रात्रभर विश्रांती मिळाली की शी विल् बी ऑल-राईट."

'हार्ट अॅटॅक!'

डॅडींच्या काळजाचं पाणी-पाणी झालं. परमेश्वरानं एकाच वेळी किती काळज्या मागं लावायचं ठरवलं आहे? आता हिच्यापाशी थांबू, का कल्याणीला शोधायला जाऊ?

"मी योग्य ते उपचार केले आहेत. त्यांना झोपेचं इंजेक्शनही दिलं आहे. सकाळपर्यंत जाग येणार नाही. इथंच झोपू द्या. डोन्ट डिस्टर्ब हर. काय? पण जपायला हवं. त्यांच्या मनावर कसला तरी प्रचंड ताण पडला आहे. पुन्हा पडू देऊ नका. शी कान्ट बेअर."

उद्या सकाळी परत येऊन जाण्याचं आश्वासन देऊन केळकर निघून गेले. इतर माणसांनी हळू, कुजबुजत्या आवाजात माहिती पुरविली. किंकाळी कशी ऐकू आली... कोण, कसं धावत आलं. कल्याणीची आई कशी पडलेली दिसली... वगैरे. म्हणजे 'आम्ही शेजारधर्म पाळला हं'— असा थाट. मग त्यांना कसं जपायला हवं वगैरे सूचना देऊन माणसं निघून गेली.

एकदम हाडापर्यंत गोठणारी शांतता.

कोचावर निःस्तब्ध झोपलेली कल्याणीची आई.

समोर हवालदिल डॅडी.

इतर सगळं निर्जीव, फर्निचर वगैरे.

कल्याणीचा पत्ता नाही.

एकला दहा कमी!

कसा काय श्वास घ्यायचा या घट्ट, बोजड वातावरणात? घुसमटायला होत नाही?

त्यांनी एकदा शांतपणे झोपी गेलेल्या आपल्या पत्नीकडे पाहिलं. तिच्या अंगावरची शाल नीट केली. ते करीत असताना त्यांच्या डोक्यात विचार सुरू होते— फोन करून कोणाला तरी बोलावून घ्यावं नि आपण बाहेर पडावं.

तेवढ्यात फोनची रिंग वाजली. अक्षरशः दचकायला झालं. झडप घालून त्यांनी फोनचा रिसीव्हर उचलला.

"हॅलो—"

"कोऽण... मिस्टर सरपोतदार काऽ?"

"हां. मी सरपोतदारच बोलतोय. आपण—"

"हे पाहा, मी स्वारगेट पोलीस चौकीतून सब-इन्स्पेक्टर थोरात बोलतोय. तुम्हाला कल्याणी नावाची मुलगी आहे का?"

"हो-हो. तिलाच शोधतोय मी. ती—"

"इथं आहे. तिला धड बोलताही येत नाहीये. अवस्था फार वाईट आहे तिची."

"अं!"

"घाबरू नका. जिवाला धोका नाही, पण... लवकर या. येताना कपडे म्हणा, काही पांघरूण म्हणा— काही तरी घेऊन या."

डॅडींच्या हातातून रिसीव्हर गळूनच पडणार होता; मोठ्या कष्टानं त्यांनी तो क्रेडलवर ठेवला. सुन्नपणे त्यांची नजर घरभर फिरून पत्नीवर स्थिरावली.

स्वारगेट पोलीस स्टेशन?

कल्याणी तिथं आहे. हं, सापडली.

जिवाला धोका नाही; पण... लवकर जायचं आहे. तिचे कपडे म्हणा, काही पांघरूण म्हणा—घेऊन...

कल्याणीच्या बाबतीत काय घडलं असेल, ते सेकंदात त्यांच्या लक्षात आलं.

ब्रह्मांड आठवलं...

कल्याणीच्या क्षीण हाकेनं ते भानावर आले.

"काय गं बेटा, काही हवंय का तुला?" डोळ्यांतल्या पाण्याबरोबर मनातली कालची रात्र निपटून टाकत त्यांनी विचारलं.

"काही नको डॅडी... मिळायचं ते भरभरून मिळालं!"

अंत:करण पिळवटून आतल्या आत अलग होऊन तडफडलं. तिच्या चेहऱ्याकडे पाहवेना.

"मम्मी— ती का नाही आली? तिला कळलं नाही का काही?"

ते निरुत्तर होऊन गप्प राहिले.

तिला अजून काही कळालेलंच नव्हतं. रात्री डॉ. केळकरांनी इंजेक्शन दिल्यानंतर ती झोपी गेली, ती अजून उठली नव्हती. रात्री पोलीस चौकीतून फोन आला, तेव्हा नक्की काय करावं— ते डॅडींना कळेना. संताप, दु:ख, असहायपणा, अगतिकता... अशा प्रचंड खिन्न फेऱ्यात सापडले ते. शेवटी मकरंद भावे आणि उषावहिनी— दोघांना त्यांनी फोन करून ताबडतोब बोलावून घेतलं. त्यांना परिस्थितीची पूर्ण कल्पना दिली. दोघांना मम्मीपाशी बसवून ते स्वारगेट पोलीस स्टेशनला गेले.

कल्याणीचं तेव्हा झालेलं ते फाटकं-तुटकं... सुजलेलं, रक्ताळलेलं रूप...

ओऽऽ परमेश्वरा! आम्हाला मुलगा हवा होता; तू मुलगी दिलीस. वर हे—की सेकंड चान्स घेणं तुमच्या मिसेसच्या दृष्टीनं धोक्याचं ठरेल; इथेच थांबा तुम्ही! मुलगी आईसारखी रूपवान, लाघवी. बापासारखी बुद्धिमान, हुशार. तिलाच मुलगा मानून वाढवलं. दिसामासानं स्वत:चं आयुष्य झिजवत तिला वाढवलं. तिच्यावर साऱ्या आशा-आकांक्षा केंद्रित केल्या.

—कशाला? ऐन तारुण्याच्या उंबरठ्यावर तिच्या रूपाची झालेली ही उद्‌ध्वस्त चिरफाड पाहण्यासाठी?

सब-इन्स्पेक्टर थोरात भला माणूस निघाला. म्हणाला,

"मि. सरपोतदार, ही बलात्काराची केस आहे. चार-पाच गुंडांनी तरी तिच्यावर निर्घृणपणे जोरजबरदस्ती केली आहे. मी केसची नुसती नोंद करून घेतली आहे. ती शुद्धीवर आली, की तिचा जबाब नंतर सावकाशीनं घेता येईल. या क्षणी तिच्यावर तातडीनं उपचार होणं आवश्यक आहे. आपण तिला ससूनला हलवू."

आपल्या लाडक्या, एकुलत्या एक मुलीची दैना प्रत्यक्ष डोळ्यांनी

पाहून डॅडी खचले होते. विचार करणंही त्यांना जमत नव्हतं. तरीही एक गोष्ट त्यांच्या लक्षात आली— केस नोंदवून घेतली आहे, याचा अर्थ खटला होणार. आरोपींवरचे आरोप शाबीत होतील न होतील, त्यांना शिक्षा होईल वा ते निर्दोष सुटतील... पोरीची इज्जत गेली. हे उद्या गावभर झालं, तर तिच्या दृष्टीनं ते चांगलं का? सारं आयुष्य पडलं आहे तिच्यापुढं. तिनं ते कसं कंठावं? समाजात खाली मान घालून किती दिवस जगावं?

"इन्स्पेक्टरसाहेब," ते खासगी आवाजात म्हणाले, "झालं-गेलं होऊन गेलं. पोरीची इज्जत तर धुळीला मिळाली. आता तक्रारी नि कोर्ट-कचेऱ्या करून ती काही भरून निघणार नाही. मग केस कशाला दाखल करता?"

"म्हणजे? असं कसं करता येईल?"

"आमची काही तक्रार नाही ना!"

थोरातनं जोरजोरात नकारार्थी मान डोलावली.

"बलात्कार झाला म्हटल्यावर केस दाखल केलीच पाहिजे साहेब. त्यातून तुमची मुलगी स्वत:हून इथं आली. परस्पर काही झालं असतं, आम्हाला काही समजलंच नसतं; तरची गोष्ट वेगळी होती."

"पण मला केस करायची नाहीये."

"केस सरकारतर्फेच होत असते आणि मेडिको-लीगल केस अशी दाबून टाकता येत नाही नि ते चांगलंही नाही. तुम्ही असा विचार का करीत नाही सरपोतदार— आपण सभ्य माणसं गप्प बसतो; असल्या हिडीस कृत्यांचा पंचनामा करीत नाही, म्हणूनच गुन्हेगार सोकावतात. त्यांची हिंमत वाढते. तुम्हाला असं वाटत नाही का, की ज्यांनी आपल्या मुलीवर अत्याचार केले; त्यांना शिक्षा व्हावी?"

"तुम्हाला काय वाटतं, त्यांना शिक्षा होईल?"

"नक्की होईल. तुम्ही फक्त साथ द्या."

"आणि नंतर मुलगी बदनाम होईल ते?"

"अहो, ती कशी बदनाम होईल? बलात्कार होणं हे स्त्रीच्या बदफैलीचं लक्षण आहे, का गुंडांच्या निर्लज्जपणाचं? बदनाम ते होतील. यू डोन्ट

वरी, मि. सरपोतदार. बी क्वीक. फार तर आपण पेपरला बातमी येऊ देणार नाही, म्हणजे बदनामी टळेल.''

थोरातांनी इतका आग्रह धरल्यावर डॅडींना 'नाही' म्हणणं शक्यच नव्हतं. बरं, त्या जनावरांना शिक्षा व्हावी, अशी त्यांनाही मनोमन इच्छा होतीच. त्यांनी चौकीतूनच घरी फोन लावून मकरंदला सगळी माहिती दिली. मकरंद म्हणाला, तिला ससूनला घेऊन जा. तातडीचे उपचार, तपासणी वगैरे सगळं उरका आणि एम. एल. ओ.नं परवानगी दिली, तर पुढच्या ट्रीटमेंटसाठी तिला अरुण पटवर्धनच्या खासगी हॉस्पिटलमध्ये हलवू. कारण तो मकरंदचा चांगला मित्र होता. मनासारखी व्यवस्था नि उत्कृष्ट उपचार होण्यातले होते.

ससूनचा एम. एल. ओ. डॉक्टर वि. ना. पंडित हा अरुण पटवर्धनचा चांगला दोस्त! मकरंदच्या सांगण्यावरून त्यानंच पंडितला फोन मारला. केस पटवर्धनकडे विनासायास आली.

—यातलं कल्याणीच्या आईला काहीच समजलेलं नव्हतं आणि समजणं इष्टही नव्हतं. रात्रीच तिला एक हार्ट अॅटॅक येऊन गेलेला. नुसत्या या काळजीनं, की कल्याणी अजून घरी आली नाही; तिचं काय झालं असेल! आता काय झालं ते खरं समजलं तर...?

''ती नाही येणार डॅडी... नाहीच येणार!'' त्यांना गप्प बसलेलं पाहून कल्याणी पुटपुटली. ''तिच्या तोंडाला काळं फासलं मी! घराण्याची इज्जत धुळीला मिळवली. तिनं माझं काळं तोंड का पाहावं? मरेपर्यंत ती—''

''तसं नाही कल्याणी. ती तशी नाही गं. ती—तिला... ओ! कल्याणी, तू शांत पडून राहा बरं. डोक्याला कसलाही त्रास करून घेऊ नकोस.''

''त्रास? त्रास कोणीच घेत नसतं डॅडी; तो बळजबरीनं आपल्या माथी मारला जात असतो! वाळवंटातच ज्याला फॉस्फरसच्या भिंतीचं घर बांधून दिलं आहे, अशानं जळणं अपरिहार्यच नको का मानायला?''

ती काही बोलली नाही. डोळे मिटून निमूटपणे पडून राहिली. बंद डोळ्यांच्या खाचा तेवढ्या झिरपत राहिल्या.

—तिचं काय झालंय, कोणास ठाऊक! शुद्धीवर आली असेल, तर पहिल्यांदा कल्याणीची चौकशी करेल ती.

तिला काय सांगायचं? कसं सांगायचं?

लपवून ठेवायचं म्हटलं तरी किती दिवस? ही इथं पडलीय—तर, तिला काही तरी सांगणं तर भाग आहे? विचारेल— का तिला दवाखान्यात ठेवली? तर, कारण काहीही सांगता येईल; पण ती पाहायला येणार. तिला नको येऊस म्हणता येणार नाही. कल्याणीला पाहताक्षणी सगळा प्रकार तिच्या लक्षात येईल.

मग—मग काय होईल?

मायाला कल्याणीवर लक्ष ठेवायला सांगून डॅडी तिच्या खोलीतून बाहेर आले. राऊंड आटोपून पटवर्धन त्यांच्या केबिनमध्येच चालले होते.

"डॉक्टर, मी जरा घरी फोन करू का?"

"ओ, येस! या, माझ्या केबिनमधूनच करा. तुमच्या मिसेसच्या तब्येतीचं आता कसं आहे? काही समजलं का?"

"नाही. म्हणूनच फोन लावतो. ती शुद्धीवर आली, की मकरंदला मी इथं फोन करायला सांगितलं होतं. त्याचा अजून फोन आलेला नाही. काय झालंय, कोणास ठाऊक!"

"ही इज व्हेरी प्रॉम्प्ट अँन्ड सिन्सिअर टू. तो हलगर्जी करणार नाही. त्या जाग्या झाल्या नसतील कदाचित. बघू, लेट अस ट्राय."

पटवर्धनांनीच डॅडींच्या घरचा फोन नंबर डायला केला. फोन लागला. मकरंदशी तेच फोनवर बोलले. "जस्ट अ मिनिट—" म्हणत रिसीव्हर टेबलावर ठेवला.

"मि. सरपोतदार, डॉ. केळकर सकाळी येऊन गेले. त्यांनी तुमच्या मिससेची तब्येत तपासली."

"ती शुद्धीवर आली का?"

"त्या बेशुद्ध नाहीत; त्यांना झोपेचं इंजेक्शन दिलं आहे ना! अजून त्या जाग्या झालेल्या नाहीत. पण केळकर म्हणतात, त्यांना हॉस्पिटलला हलवणं चांगलं."

"मग— आता?"

"मी म्हणतो, त्यांनाही इथंच ॲडमिट करून घेऊ आपण. मी काही हार्ट स्पेशालिस्ट नाही; पण पुण्यातल्या कोणाही हार्ट स्पेशालिस्टला आपण बोलावू शकतो. इथं आल्या, तर त्यांची नीट काळजी घेता येईल. तुमचंही मन द्विधा राहणार नाही. काय?"

"ठीक आहे. बघा, तुम्हाला जे योग्य वाटेल ते करा. नाऊ, आय ॲम टायर्ड फिजिकली ॲन्ड मेंटली टू."

पटवर्धनांनी मकरंदला सूचना दिल्या. हॉस्पिटलची ॲम्ब्युलन्स मिसेस सरपोतदारांना आणण्यासाठी पाठवून दिली.

सगळं मार्गी लागल्यावर पाहिलं, तर डॅडी खुर्चीत बसून पेंगत होते.

"डॅडी, तुम्ही झोपता का जरा? अं? कल्याणीचा तर धोका टळला आहे. तिच्यावर लक्ष ठेवण्याची आता गरज नाही. मिसेस सरपोतदारांकडे मी जातीनं लक्ष देईन. झोपा तुम्ही. आत माझं रिटायरिंग रूम आहे. दिवाण, गादी, उशी, पांघरूण— सगळं आहे. झोपा."

डॅडींनी बरं म्हणून मान डोलावली; पण ते झोपले नाहीत. कल्याणीच्या आईला दाखल करून घेतलं—डॉ. कानिटकर येऊन तपासून गेले—त्यांनी पटवर्धनांना सगळी ट्रीटमेंट समजावून दिली—प्रिस्क्रिप्शन्स लिहून दिली... हे सगळं होईपर्यंत ते नि:शब्दपणे पटवर्धनांच्या बरोबर होते. उगाच त्रागा नाही, वसावसा प्रश्न विचारणं नाही, आपलं अस्तित्वही जाणूव दिलं नाही त्यांनी; पण प्रत्येक क्षणाला ते साक्षीदार मात्र जरूर होते.

तिथं सगळं लागी लागल्यावर त्यांना आठवण झाली. नवा जोम शरीरात उसना घेत ते कल्याणीच्या रूममध्ये आले.

कल्याणी जागी होती. शून्य नजरेनं आढ्याकडे पाहत पडून होती.

एक गाल टम्म सुजलेला, तर ओठांना टापशी आल्यासारखी सूज. ते निळे पडलेले. हनुवटीवरचं कातडं विरून आतला लालसर भाग दिसतोय. गळ्यापर्यंत पांघरूण असल्यानं इतर पडझड तेवढी झाकलेली.

"डॅडी, घरी फोन केलात?"

"अं?... हो."

"मम्मी नाही आली?"

"...!"

"नका सांगू; पण ती येणार नाही. माझाही आग्रह नाही डॅडी, पण मम्मीला माझा एवढा निरोप द्याल? म्हणावं— तुझी मुलगी बदचलन नाही. तिनं स्वत:हून सगळं स्वीकारलं नाही; तिच्यावर सगळं लादलं गेलं. तिनं चिवटपणे प्रतिकार केला डॅडी. शी फॉट टू हर लास्ट सेन्स! तिच्या प्रतिकाराच्या असंख्य खुणा त्यांच्या शरीरावर मौजूद असतील!"

ती अंत:करण पिळवटून रडू लागली. डॅडी आपल्या लेकीकडे सुन्नपणे पाहत राहिले.

काही विचारण्याची ही वेळ नव्हती; पण असंख्य प्रश्न त्यांच्या मनात डाचत होते. आपली मुलगी दुर्वर्तनी नाही, ती कोणाच्याही स्वाधीन होणार नाही, हे त्यांनाही माहीत होतं. घडलं ते जबरदस्तीनं, बलात्कारानं; यात शंका नव्हती. प्रश्न होता— हे घडू शकणारं वातावरण तिनं निर्माण होऊ दिलंच कसं? कोण होते ते? कॉलेजातले तरुण, की बाहेरचे गुंड? बाहेरचे गुंड असतील, तर बरोबरच्या पोरांनी लढा दिला असता. त्यांची ताकद कमी पडली असती, तर कल्याणीबरोबरच्या इतर मुलीही या पाशवी वासनेच्या शिकार झाल्या असत्या.

नाही, असं नाही घडलेलं. तिच्याबरोबर ट्रिपला गेलेल्या मुलांचंच काम आहे हे. कल्याणीला पद्धतशीरपणे अडकवण्यात आलेलं आहे. व्यवस्थित पूर्वनियोजन करून, इतर मुलींना घालवून देऊन, कल्याणीला फसवण्यात आलं आहे. कोण ही मुलं? काय करावं त्यांचं?

"डॅडी, तुमचाही विश्वास बसत नाही?" आर्त स्वरात तिनं विचारलं.

"कल्याणी, विश्वास-अविश्वासाचा प्रश्न आता चघळण्यात काय अर्थ? चुकून चेंडू लागून काच फुटली, का मुद्दाम बॅट मारून ती फोडण्यात आली—? कसंही असलं तरी काच फुटली, हे सत्य सत्यच राहतं बेटी."

"बरोबर आहे." खिन्नपणे हसत ती म्हणाली. "शेवटी तड्याला चिकटपट्टी लावून काच सांभाळणं किंवा तुटकी काच फेकून देणं, एवढंच आपल्या हातात! मीही तुमचीच मुलगी आहे डॅडी. स्वाभिमानानं जगणंच

मलाही प्रिय आहे. आत्महत्या करण्याचा विचार माझ्याही मनात आला होता. पण जे घडलं, त्यात मी खाली मान घालण्यासारखं काही नाही डॅडी; मान खाली घालायला पाहिजे त्यांनी ज्यांनी— हे निंद्य कृत्य केलं. माझा दोष इतकाच, की मी त्यांच्यावर मित्र म्हणून विश्वास ठेवला, प्रतिकार करताना माझी ताकद कमी पडली!''

''कल्याणी!''

''मृत्यूचं या क्षणीसुद्धा स्वागत करायला तयार आहे मी. भोगलेल्या यातनांपेक्षा 'त्या' एका क्षणाच्या यातना सहस्रपटींनी सुसह्यच असतील; पण मी आत्महत्या करणार नाही डॅडी. कारण लोकांना वाटेल, हीच दोषी होती, म्हणून तिनं आत्महत्या केली. 'ते' आपण काही केलंच नाही, अशा रुबाबात, ताठ मानेनं, उजळ माथ्यानं समाजात वावरतील! मला बदनाम करीत स्वतःच्या प्रतिमा उजळून घेतील. नाही डॅडीऽऽ''

कल्याणी बोलत असतानाच एक सिस्टर घाईघाईने आत डोकावली.

''सरपोतदारऽ''

तिनं खूण करताच ते धास्तावले. लगबगीनं बाहेर आले.

''चला असेच. तुम्हाला पटवर्धनसाहेब बोलवतायत.''

''का? काही—''

त्यांच्या प्रश्नाला उत्तर न देता ती चालू लागली. पाय रेटीत डॅडी झपाझप तिच्या मागोमाग मम्मीच्या रूममध्ये आले.

ती शुद्धीवर आली होती. क्षीण आवाजात कल्याणीची चौकशी करीत होती. मकरंद तेवढंच टाळून तिच्याशी इतर विषयांवर बोलायचा प्रयत्न करीत होता. अरुण पटवर्धन त्याला साथ देत होते.

डॅडींना पाहताच ती म्हणाली—

''अहो, हे मला काहीच सांगत नाहीयेत. तुम्ही तरी सांगा—काय झालं? कल्याणीचा शोध लागला का? कुठे आहे ती? का, अजून सापडलीच नाही?''

''माम्... हे बघ, त्रास करून घ्यायचा नाही. तुला रात्रीच हार्ट अॅटॅक आला होता. असा त्रागा केलास, तर त्रास होईल.''

"मला फक्त इतकंच सांगा—पोर सापडली का?"

"हो." तिची नजर टाळीत ते उद्गारले.

"कुठं आहे?"

डॅडींनी काही उत्तर देण्यापूर्वीच पटवर्धन म्हणाले,

"हे पाहा, तुम्ही इथं पेशंट म्हणून आला आहात. मी डॉक्टर आहे. माझं ऐकलं पाहिजे. आता एक शब्द बोलाल, तर पुन्हा झोपेचं इंजेक्शन देऊन टाकीन!"

मम्मीचं डॉक्टरांच्या धमकीकडे लक्षच नव्हतं. ती एकटक डॅडींच्या चेहऱ्यावरच्या वेदना टिपत होती. पार त्यांच्या अंतरंगांत डोकावून पाहत होती.

"समजलं! तिच्या बाबतीत वाईट घडलं आहे!"

मम्मीनं ते वाक्य उच्चारलं मात्र; बेभान होत डॅडी रडू लागले.

पटवर्धन डॅडींच्या हाताला धरून बाहेर नेणार, एवढ्यात मम्मीनं त्यांचा हात गच्च पकडला.

"माझे प्राण कंठाशी आलेत हो— सांगून टाका एकदा."

"ब-बलात्कार-! चार-पाच गुंडांनी..."

"कल्याणीऽऽ!" मम्मी एकदम फुटक्या आवाजात उद्गारली. तिचा हात स्वत:च्या छातीकडे गेला. डोळ्यांत असीम वेदनांचा डोंब तरळला. मग छातीकडे जाणारा हात मध्येच वेग मंदावत खाली पडला.

सगळे मंत्रावल्यासारखे पाहत होते. मम्मी मात्र सर्व जाणिवांपलीकडे गेली होती. डॅडींच्या चेहऱ्यावरच्या वेदना तिला आता कधीच वाचता येणार नव्हत्या.

OOO

८

आपण इथं... या कॉटवर असहाय, विकलांग होऊन पडलेलो नि याच इमारतीत चार वॉर्ड सोडून पलीकडच्या स्पेशल वॉर्डमध्ये आपली आई शेवटच्या घटका मोजत होती— सांगितलं पण नाही कोणी आपल्याला! मरण्यापूर्वी आईनं आपल्याला पाहिलं नाही; आपल्याला तिचं अंत्यदर्शन झालं नाही.

मम्मी... मम्मी गं... मरताना 'कल्याणीऽऽ' अशी हाक मारलीस म्हणे तू मला. काही ऐकूच आली नाही बाई. आणि नाही ऐकली, तेच बरं. येता आलं नसतं. नुसताच तडफडाट झाला असता जिवाचा.

डॅडी पण ग्रेट. तिकडे मम्मी गेलेली—लोक तिच्या अंत्ययात्रेच्या तयारीत; आणि हा माणूस मख्ख चेहऱ्यानं आपल्याजवळ वावरत होता. काही वेगळं घडलं आहे, याची जाणीवही नाही होऊ दिली.

स्वत:ची जन्माची साथीदार असलेली पत्नी गेली असताना मुलीच्या स्वास्थ्यासाठी ते दु:ख उरात लपवून ठेवलं या माणसानं— किती यातना झाल्या असतील!

मम्मी... माफ कर मम्मी... तुझ्या मृत्यूला मी कारणीभूत झाले. खोटं बोलून मीच गेले नसते ट्रिपला, तर यातलं

काहीच झालं नसतं; पण मी कधी नव्हे ते खोटं बोलले, गेले. माझ्या खोटेपणाचं फार मोठं प्रायश्चित्त भोगलं. मम्मी, मी मुळीच सहन करणार नाही. माझं काहीही होवो; त्यांची पापं मी चव्हाट्यावर मांडणार. त्यांना शिक्षा ही झालीच पाहिजे!

तुला माहीत नाही मम्मी, शुद्ध जनावरं होती ती. स्वतःच्या वासना शमवण्यासाठी त्यांनी माझा देह वापरला. कसा हवा तसा वापरला. माझा प्रतिकार... माझी अनिच्छा... कशाचीही त्यांनी पर्वा केली नाही. माझ्या यातना, माझी दुःखं— कशाचीही त्यांनी मुळीच तमा बाळगली नाही. सांगते ना, रानटी श्वापदंच ती— वासनेची चटक लागलेली. मी गप्प बसले, तर ती धीट बनतील. कधी तरी आणखी एक कल्याणी त्यांच्या वासनांची बळी ठरेल. इज्जत-अब्रूला भिऊन तीही गप्प बसेल. ते आणखी चटावतील. मग आणखी एक कल्याणी... आणखी एक...!

नाही मम्मी, मी गप्प बसणार नाही. मी त्यांच्या चेहऱ्यावरचे बुरखे फाडीन; त्यांचं सत्य स्वरूप समाजासमोर उघडं करीन.

असं करणं चांगलं नसतं म्हणे— माहितीय् का तुला? कारण लोकांना कळतं— या मुलीवर बलात्कार झाला! म्हणजे, ही अनाघ्रात वगैरे राहिलेली नाही. पण मम्मी, लोकांना हेही कळेल ना— की झालं त्यात त्या मुलीचा काही दोष नव्हता. पाच-सहा जणांच्या वासनांध ताकदीसमोर तिचा प्रतिकार दुबळा ठरला... ते या कृष्णकृत्यात यशस्वी झाले. यात समाज मुलीला कसा दोष देईल? द्यायला नाही पाहिजे मम्मी. तसं होणार असेल, तर समाजाचा या प्रकरणाकडे पाहण्याचा दृष्टिकोनच चुकीचा आहे म्हणेन मी. अशा समाजाची पर्वा मी तरी मुळीच करणार नाही.

तू काही काळजी करू नकोस मम्मी. 'आता या पोरीचं कसं होणार!' म्हणून तू प्राण सोडलेस; मला कल्पना आहे. पण सगळं ठीक होईल. माझं व्यवस्थित लागी लागेल. 'कसं' होणार म्हणजे, येऊन-जाऊन काय, तर या मुलीशी लग्न कोण करील? —नाही का? 'जनरीत' म्हणून करायचं म्हटलं तरी कोणी तरी सुधारित मताचा तरुण माझ्याशी लग्नाला तयार होईलच. लाखो तरुणांतल्या एखाद्याला तरी पटेल की, ही निर्दोष आहे!...

लाखातला एक म्हणताच तिच्या डोळ्यांसमोर सारंगची हसरी, बालिश मूर्ती तरळली.

सारंग... हे सगळं कळल्यावरही मला दूर न लोटणारा माझा सारंग. त्याला आपण आवडतो. आवड्या-नावडण्याचे वेगवेगळे कप्पेही आहेत त्याच्या मनात. समोरच्या माणसाचं तो पृथःकरण करून त्याचं व्यक्तिमत्त्व, व्यक्तित्व या कप्प्यांमध्ये बसवतो. मग कोणाची भव्य-रुंद कपाळपट्टी आवडली या सदरात येते, तर कोणाचं नाक नावडतं असलं तरी त्याच्या स्वभावाला आवडत्या कप्प्यात स्थान मिळतं. त्याला हे समजलं की, तो स्वतःहूनच म्हणेल— 'कनु, घडलं त्यात तुझा काहीच दोष नव्हता. झाला तो बलात्कार; व्यभिचार नव्हे. तू मनाला लावून घेऊ नकोस. मी आहे, तुझाच आहे. तुझं शरीर डागाळलं; मन नाही.'

त्या विचारांसरशी तिच्या म्लान चेहऱ्यावर लाजरं हास्य तरळलं; नेमकं ते हास्य पाहण्याचं भाग्य डॉ. पटवर्धनांना लाभलं. ते डॅडींच्या बरोबरीनं तिच्या वॉर्डमध्ये शिरत होते.

"ओहो! उद्यान गुलाबांनी फुललंय नुसतं! काय कल्याणी, पुढच्या आठवड्यात डिस्चार्ज मिळणार म्हणून हा आनंद की काय?"

ती नुसती हसत राहिली. डॅडीही तिच्याकडे पाहून हसले. पण त्यांचं हसणं पूर्वीसारखं निर्मळ, स्वच्छ राहिलं नव्हतं. त्यात कारुण्याची एक विलक्षण छटा असायची. समोरच्या माणसाला ती बेचैन करायची.

"डॅडी, पुढच्या आठवड्यात मला खरोखरच डिस्चार्ज देणार आहेत का हे?"

"म्हणजे? मी सांगतेय ना; त्यांना काय विचारतेस?"

"तुमचं काही सांगू नका; तुम्ही तीनदा फसवलंय मला."

"पण या वेळी खरं सांगतोय. पुढच्या आठवड्यात तुला सोडलं नाही तर तू... काय बरंऽ हं रागवून या खिडक्यांच्या सगळ्या काचा फोडून टाक. बास? मी स्वतः तुला हातोडा आणून देईन!"

ती हसायला लागली. हसता-हसता गंभीर झाली.

पुढच्या आठवड्यात घरी जायचं. त्या घरी— जे आपलं आहे नि

आपली मम्मी आता तिथं नाहीये!

एवढा मोठा बंगला... त्यात मुळात तीनच माणसं— त्यातलं एक काळानं हिरावून नेलं!

कसं वाटेल घरात वावरताना? घरातल्या प्रत्येक गोष्टीवर तिचे मायेचे स्पर्श असतील. ते आपल्याला जाणवत राहतील... तिच्या आठवणी बेचैन करतील, तिच्याविना राहायची डॅडींनाही सवय नाही; ती आता करावी लागेल.

मम्मी, तू आपली एकदाच मरून सगळ्यातून सुटून गेलीस; मी काय करावं गं? गेल्या पंधरा दिवसांतलं काही म्हणता काहीही विसरता येण्यातलं नाही. तुझा आधार वाटला असता, तुझ्या कुशीत स्वत:ला सुरक्षित करून घेतलं असतं; तर तूच नाहीस! स्वत:ला सावरीत, दु:खाची मुस्कटदाबी करीत, डॅडींना मात्र सावरायला हवं.

"काय गं, गंभीर झालीस! सोडावंसं वाटत नाहीये का?"

"नाही हं, तसं मुळीच नाही." विचार मनात लपवून टाकत कल्याणी हसून म्हणाली, "इथं काय, आता वाटेल तेव्हा येता येईल. हॉस्पिटल आवडलं म्हणून मुक्काम करण्याची काय आवश्यकता आहे? उलट, मी गणित करीत होते. एक आठवडा म्हणजे सात दिवस. म्हणजे एकशे अडसुष्ट तास... म्हणजे..."

"वेडी! त्यापेक्षा सात दिवस म्हणजे पाव महिना— असं लक्षात ठेवावं. म्हणजे, काळ मोठा वाटत नाही. बरं, पेशंटच्या काही तक्रारी वगैरे?"

"काही नाही."

"बघ हं, असतील तर सांगून टाक. नाही तर तुला वाटायचं, तक्रारी सांगितल्या, तर हे आणखी एक आठवडा डांबून ठेवतील!"

"खरंच डॉक्टर, आता काही तक्रार नाही. आहे त्यावर तुमच्या सायन्समध्ये औषध, उपाय नाहीत!"

पटवर्धन खोटं-खोटं हसले. डॅडींनी चमकून तिच्याकडे पाहिलं. तेवढ्यात माया आली. डॉक्टरांनी मायाकडे कल्याणीच्या तब्येतीची चौकशी

केली. जखमा वगैरे भरून आल्या होत्या. रक्तस्राव थांबला होता. सगळं काही ठीक होतं. तब्येत सुधारत होती. वजन वाढत होतं. माया सांगेल त्याला समाधानानं मान डोलावत डॉक्टरांनी ट्रीटमेंटमध्ये बदल करून दिले. टॉनिक्स, कॅप्सूल्स बदलल्या. ड्रेसिंग नको म्हणून सांगितलं. आणखी काही किरकोळ सूचना देऊन, कल्याणीशी चार शब्द बोलून ते निघून गेले.

"कल्याणी, हा सारंग चक्रपाणी कोण?" डॅडींनी अचानकपणे प्रश्न विचारला.

"सारंग चक्रपाणी? का, त्याचं काय?"

"त्याचा सकाळी फोन आला होता घरी. तू कॉलेजला का येत नाहीस, म्हणून तो चौकशी करीत होता. कोण आहे हा?"

"त्याला तुम्ही काय सांगितलं?"

"तसं काहीच सांगितलं नाही. म्हटलं, पंधरा दिवसांपूर्वी तिची आई गेली आणि कल्याणी खूप आजारी होती, म्हणून तिला हॉस्पिटलात ठेवली आहे."

"मग? काही म्हणाला?"

"हो. हॉस्पिटलचा पत्ता विचारून घेतलाय त्यानं. दुपारी भेटायला येणार आहे."

सारंग भेटायला येणार! नुसत्या कल्पनेनंच तिच्या छातीत धडधडलं. त्यानं 'काय झालं!' म्हणून चौकशी केली तर... तर त्याला कसं सांगणार हे? बरं, खोटं बोलण्यात अर्थ नाही. सांगावं तर लागणारच. चार दिवस लपवून पाचव्या दिवशी सांगण्यापेक्षा पहिल्यांदाच सांगून टाकणं चांगलं नाही का?

"कोण, आहे कोण पण हा?"

"आमच्या कॉलेजात ट्युटर आहे. चांगला देखणा आहे, हुशार आहे."

डॅडी कल्याणीच्या डोळ्यांत खोलवर पाहत राहिले. मग त्यांनी शांतपणे विचारलं, "त्या दिवशी ट्रिपमध्ये हापण होता?"

"नाही— नाही. भलतंच काय डॅडी! सारंग असता, तर माझ्यावर

हा प्रसंग आलाच नसता. तो येणार, म्हणूनच मी गेले; पण ऐनवेळी काही कारणानं तो येऊ शकला नाही; त्या पोरांनी फायदा घेतला.''

जे विसरता यावं म्हणून मनापासून इच्छा धरतो, तेच सतत आठवत राहावं म्हणून मनाचा दुसरा भाग आटोकाट प्रयत्न करीत असतो. दुःखदायी, क्लेशकारी, प्रसंगाबाबत, 'आता आपण त्यातून निभावून गेलो आहोत', या भूमिकेतून हे त्रयस्थ अवलोकन होत असलं पाहिजे. अघटित, अमानवी, दुर्मिळ नि मनाला नरकयातनांचा अनुभव देणारे प्रसंग तर मनावर कोरल्यासारखे व्यापून राहतात. कोणत्याही क्षुल्लक कारणानंदेखील ते डोळ्यांसमोर घडत असल्यासारखे दृग्गोचर होतात.

डॅडींपाशी समर्थन करताना कल्याणीला याचाच अनुभव आला. पंधरा-सोळा दिवसांपूर्वीची ती पाशवी संध्याकाळ मनःपटलावर साकारू लागली. त्या दिवशीचा सूर्यास्त... जणू आभाळातलेच नाही, तर तिच्या जीवनातलेही आनंद-रंग कायमचे घेऊन चालला होता तो...

ती संध्याकाळ.... तो सूर्यास्त... ती पळणारी मोटार... मोटारीत बसलेले चार नराधम... चार मानवी लांडगे...

थम्प्स-अपमधून तिला बरीच दारू पाजण्यात आली होती. शेवट-शेवटच्या दोन बाटल्या तर निम्मी दारूच होती. कल्याणी तर मुलगी. तिला दारूच्या वासाचीही सवय नाही आणि सर्वांत जास्त दारू तिच्या पोटात! तब्येत दणकट म्हणून ती बेशुद्ध पडली नाही किंवा काही नाही; पण मेंदू मात्र पार कामातून गेला होता, सातव्या आसमानात तरंगत होता. शरीराची एकही हालचाल नियंत्रित नव्हती. अगदी थोडी जाग आली, तेव्हा तिला इतकंच जाणवलं—आपण कुठल्या तरी मोटारीत आहोत. मोटार पळतीय. डोळेसुद्धा उघडता येत नव्हते.

पुन्हा जाग आली, तेव्हा मोटार पळतच होती; पण आता खूप गचके बसत होते. इंजिनची घरघर कानांचे पडदे फाडत होती. शरीर गचागच हादरत होतं. पोटातलं द्रव डचमळत होतं नि त्यात डिझेल का पेट्रोलचा वास!

काही तरी वेगळं फीलिंग झालं. धडपडून उठत असतानाच एक लोळ घशापर्यंत आला. मान वाकडी करून ती कारच्या मागच्या भागात भडभडून ओकली. आतडी पार घशापर्यंत उचलली गेली. मेंदूत ठणका मारला. पेट्रोल नि अल्कोहोलच्या वासाबरोबर ओकारीचा उग्र, कडवट दर्प कारमध्ये दरवळला. 'आईऽ मम्मी गंऽ' करून तिनं दोन्ही हातांत आपलं डोकं गच्च दाबून धरलं. कोणी तरी खांदे दाबून तिला पुन्हा आडवं केलं. तीही असहायपणे पडून राहिली.

मोटारीतला तो दर्प जावा, म्हणून कोणीतरी खिडक्यांच्या काचा अर्धवट खाली केल्या. बाहेरची स्वच्छ, शुद्ध हवा आत खेळू लागली.

''बास नवीन, त्या झाडामागं थांबव.''

''हां, हाय-वे मैलावर लांब राहिला. इतक्या संध्याकाळचं कोण येतं शेताडीत?''

नवीन? कोण नवीन?

हां— हां. म्हणजे शहा.

आणि दुसरा आवाज मदनचा. पहिला ईश्वरचा.

हाय-वेपासून मैलभर लांब... शेताडीत?

अरे! आपल्याला तर ही मुलं घरी पोहोचवणार होती; मग इकडे कुठं आणलं?

प्रचंड ओकारीनं पोटातलं अल्कोहोल पडून गेलं होतं. वाऱ्यानं शुद्ध आली होती.

आसमानात गरगरणारा मेंदू डोक्यातल्या स्वतःच्या जागी येऊन बसला होता.

काय घडतंय—घडणार आहे, ते कल्याणीच्या लक्षात सेकंदात आलं. सहाव्या इंद्रियानं संकटाची कल्पना दिली. अनपेक्षितपणे सगळ्या जाणिवा परत आल्या. मग सर्वांत प्रथम जाणवला तो मांड्यांपासून वर जांघेपर्यंतचा भाग कुरवाळणारा-कुस्करणारा एक गलिच्छ हात! आणि तो थेट गुप्तांगापर्यंत येत होता. म्हणजे—

तिनं जीव खाऊन लाथ झाडली; दुसरी टाच आपटली.

"ऊ-हं!... च्यायची रेऽऽ" बना घुसमटल्यासारखा ओरडला. इतका वेळ तिच्या मांड्या कुरवाळणारे त्याचे हात स्वतःच्या मांड्यांमध्ये दाबले गेले. तो केविलवाणा झाला.

तिनं त्वेषानं एक लाथ त्याच्या तोंडावरच मारली.

"एऽ अरे, ती मारतीय नाऽ!"

"च्यायला! एक पोरगी आवरत नाही होय रे? चल, दे एक चढवून. हात धरून ठेव. पायांवर बैस."

चवताळून बना तिच्या दिशेनं वळला, तर ती अर्धवट उठून बसली होती. तिनं खाड्कन् त्याच्या तोंडात मारली. बना आंधळ्यासारखा कसाही झटू लागला. परिणामी, त्याचं नाक टम्म सुजलं. एक दात ओठात रुतला. पोटातली आतडी अस्ताव्यस्त झाली. तो गलितगात्र होऊन कोपऱ्यात बसून राहिला.

सगळे चेकाळल्यासारखे खदाखदा हसत होते. त्याच्या मदतीला मात्र कोणी आलं नाही. वर ईश्वर म्हणाला,

"गांडू साला! एका मुलीला ताब्यात ठेवण्याची ताकद नाही शरीरात अन् चालले तिला भिडायला!"

बनाला चेचल्यामुळे कल्याणीला बराच धीर आला होता. तिचा आत्मविश्वास वाढला होता. धारदार आवाजात म्हणाली,

"ईश्वर... शहाणा असशील, तर अशीच कार वळवायला सांग. मला घरी सोड."

ईश्वर आणि मदन एकमेकांकडे पाहून हसायला लागले. खवळून तिनं ईश्वरच्या डोक्यात गुद्दा मारला. तसा ईश्वर मागं वळला.

"फार नखरे करती हो गं रांडे?" म्हणत त्यानं तिचे केस धरून तिला पुढे ओढलं. तोंडाला येणाऱ्या वासाची पर्वा न करता तिचं गावठी पद्धतीनं चुईक् करून चुंबन घेतलं.

पुढचं मात्र त्याच्या हातात नव्हतं. उगाच रडारड न करता, ईश्वरचं ते आव्हान समजून कल्याणी त्याच्या ओठाला कडकडून चावली होती!

"सोड—सोडऽ एऽऽ!"

वैतागून ईश्वरनं स्वत:चा ओठ हिसकाहिसकी करून सोडवून घेतला. सण्णकन तिच्या तोंडात मारून तिला पार मागं उडवली.

त्याचा रक्ताळलेला ओठ पाहून मदन आणि नवीन हसायला लागले.

"साली, फार तिखट आहे!" ओठाचं रक्त पुसत ईश्वर म्हणाला, "थांब रे नवीन— साला, हिला काम दाखवायलाच पायजेल आता!"

झाडाआड कार थांबली. कल्याणीच्या छातीत धस्स झालं.

"मदन... ईश्वर... अरे, मी चांगले मित्र मानलं तुम्हाला! आणि तुम्ही—"

"चूप बे! आता आठवलं काय सगळं हे? आम्हाला एकेकाला खेळवलं नि त्या कल्याणरावाच्या खाली गेली— तेव्हा आम्हाला काय वाटेल याचा विचार केला होतास का तू?"

"शी: काय बोलताय! आणि मी कधी तुम्हाला खेळवलं?"

"खेळवलं!"

"बाऽस... खेळवलं म्हणजे, खेळवलं. जास्त भंकस नाय पायजेल. उतरो!"

तिघं दणादणा उड्या टाकून बाहेर उतरले. मदननं सीट पाडून बनाला बाहेर खेचलं.

"चल एऽ नखरे नको करूस—"

"मी नाही येणारऽ"

मदन अर्वाच्य शिवी हासडत आत घुसला. त्यानं तिचा हात धरून खेचला; पण कल्याणीनं चपळाई करून पाय सिटाच्या सापटीत अडकवून ठेवले. एक हात दुसऱ्या सीटला दाबून धरला.

"सरक—"

ईश्वरनं त्याला बाजूला सारलं. तो आत घुसला.

"नाही ना बाहेर यायचं? नको येऊस! आपण कारमध्येच मजा मारू!"

काय होतंय, हे समजायच्या आत ईश्वरनं तिच्या ब्लाऊजचा गळा धरून हिसडा दिला. तिचे हात आपोआप गळ्याकडे गेले. तसं त्यानं तिला

पुढं ढकलून दिलं. मदननं तिचे दोन्ही हात धरून तिला फराफरा खेचली. ईश्वरनं अडकवलेले पाय उचलून धरले.

सर्रकन गवतात आली!

"असं डोकं वापरावं लागतं!"

"हां, मान गये."

"चला बाजूला व्हा— माझा पहिला नंबर आहे."

झाल्या प्रकारानं मनातून कल्याणी चांगली चरकली होती. त्यात ईश्वरच्या बोलण्यानं तिचा उरला-सुरला धीरही गळून जाऊ लागला. आपल्यावर हे सैतान ओळीनं बलात्कार करणार, हे तिच्या पुरतं लक्षात आलं. मात्र, त्याही परिस्थितीत तिनं स्वत:ला ताब्यात ठेवलं होतं. जे अटळपणे घडणारच आहे, तेही निदान सहजपणे घडू देण्याची तिची तयारी नव्हती. त्याचं बोलणं ऐकताच ती धडपडून उठली. पुढे येणाऱ्या ईश्वरच्या पोटात तिनं चिवटपणे डोक्याची धडक मारली. कसलीच कल्पना नसल्याने तो मागं धडपडला. तेवढ्यात ती पळत सुटली. पण ते प्रयत्न किती फोल आहेत, ते लगेच तिच्या लक्षात आलं. मेंदूवर पसरलेला दारूचा अंमल उतरला असला तरी शरीरावर तो व्यवस्थित होता. पळताना तिचे पाय लटपटत होते, जोरात पळता येत नव्हतं.

झपाझप चालत मदन तिच्यापर्यंत आला. त्यानं तिचं मनगट धरून तिला आपल्या दिशेनं खेचलं.

"इतकी वर्षं सगळ्यांना झुलवलंस; आता तावडीत सापडल्यावर सुटका होईल गं?"

उत्तरादाखल तिनं दुसरा हात आडवा करून फाड्कन मदनच्या मुस्काटीत मारली. त्या झणक्यानं क्षणभर तोही चक्रावला, पण त्यानं तिचा हात सोडला नाही. तोंडात मारून तिनं आपला अपमान केला, हे लक्षात येताच त्यानं चिडून तिच्या ब्लाऊजला हिसडा मारला. तटातटा बटणं तुटत... शिवण उसवत ब्लाऊज लोंबू लागला.

"पळ— आता पळ ना!" हिसकाहिसकी करत तो ओरडला. आपली दारुण स्थिती पाहून जोरानं किंचाळत ती मट्कन खाली बसली.

तेवढ्यात इतर पोरं त्याच्या मदतीला आली. ब्लाऊज फाटल्यामुळे त्यांनाही तिच्या गोऱ्यापान शरीराचं दर्शन झालं होतं. कपड्यांचे आडोसे दूर करून तिचं सारं शरीर मिळण्याची त्यांना घाई झाली होती.

मदननं झट्कन तिचे हात ताणून धरले. नवीननं झोंबाझोंबी करीत तिचा ब्लाऊज ओढून काढला. खदाखदा हसत ईश्वरनं मागून तिच्या ब्राचा हूक सोडला.

ती रडत होती, विनवण्या करीत होती, धमक्या देत होती, मदतीसाठी आरडाओरडा करीत होती, आणि त्यांच्या कानापर्यंत तिचा आक्रोशी स्वर पोहोचतही नव्हता. सूर्यास्ताच्या सोनेरी चकाकीत झालेल्या तिच्या अर्धनग्न दर्शनानं ते नि:शब्द झाले होते. डोळे फाडून तिच्या उभारांकडे, कोवळ्या निपल्सकडे पाहत होते.

बनानं तिचे पाय पकडले. ते कशाकरता पकडले आहेत, हे लक्षात येताच ती प्राणपणानं हात-पाय झाडू लागली. बनाची पकड पायांवर बसण्यापूर्वीच तिनं त्याच्या छातीवर लाथ मारली.

''हे बघ बना, असं— तुझं काम नाही ते!''

ईश्वरनं मागूनच तिचे पाय धरले. ताकद पणाला लावून जुळवले. दोन्ही पाय वर करून तिला उलटं केलं. स्कर्टचा घेरा तिच्या अंगावर आला. चेकाळल्यासारखं हसत मदननं तिच्या मांड्या कुस्करल्या. नवीन खाली वाकून स्कर्टची बटणं चाचपडायला लागला. तिच्या विरोधापेक्षा त्यांच्या वासनेनं लडबडलेल्या इच्छा जास्त तीव्र होत्या. काही क्षणांतच तिचं शरीर स्कर्टमधून बाहेर पडलं.

रानटी माणसांप्रमाणे तिला खाली टाकण्यात आलं. सगळेच चेकाळून तिच्या शरीराचा मिळेल तो भाग हाताळू लागले. या यातनांपेक्षा मरण बरं, असं कल्याणीला होऊन गेलं. ती जमेल तसा प्रतिकार करीत होती. त्यांना तिच्या लाथा बसत होत्या, गुद्दे बसत होते; पण कामांध शरीरं सगळं सहन करीत होती. शेवटी ती ईश्वरच्या, आपल्या स्तनांशी निर्दयपणे खेळणाऱ्या हाताला कडाडून चावली. त्यानं आईवरून शिवी हसडत तिच्या तोंडात मारली. आणखी एक मारली. तिचा गाल सुन्न झाला. दात ओठात रुतला.

कोपर फाटला. पण ते सहन करूनही तिनं एक पाय सोडवून तो नेमका मदनच्या पायांमध्ये मारलाच!

"ए, सरकाऽऽ बघतोच हिला किती माज आहे ते!" खवळून ईश्वर म्हणाला. त्यानं सरासर कपडे उतरवले. इतर पोरं आपला नंबर येण्याची वाट पाहत, ईश्वरचे कपडे सांभाळत, आशाळभूत नजरेनं पाहत राहिली—

ईश्वरनं तिच्या अंगावर उडी मारली!...

नुसत्या आठवणीनंही कल्याणीचं शरीर शहारलं. अंगावर मैला भरलेली टोपली सांडल्यासारखी ती गुदमरली. किळस येऊन कोरड्या ओकाऱ्या देऊ लागली.

शी:! ही कसली माणसं!

अरे— एक मुलगा एका मुलीच्या शरीरावर रानटी झडपा घालीत होता नि त्याचं झालं की आपला नंबर आहे, म्हणून इतर चवीनं पाहत होते?

ईश्वर... नंतर मदन... नवीन... बना नाही— पुन्हा ईश्वर... पुन्हा... कोण?

इतरांनी तिच्या बेशुद्ध शरीराशीच संभोग केला होता. आणि कोणाची वासना उरली असलीच, तर त्यांनी तिच्या प्रेताशीच संभोग करायलाही कमी केलं नसतं!

त्यांच्या वासना कधी तरी शमल्या असतील, तेव्हा तिची अवस्था अतिशय कठीण होती. असीम वेदनेच्या डोहात गुदमरून ती बेशुद्धच पडली होती. शरीराचा पार लगदा झाला होता. कोणत्याही तरुणीला आपल्या या अवयवांचा अभिमान वाटावा, त्याच सुंदर अवयवांच्या देणगीबद्दल विधात्याला शिव्या घालण्याची वेळ कल्याणीवर आली होती.

त्यांनी एक दया दाखवली. तिला तिथंच इतर कोणाची शिकार होण्यासाठी सोडून दिलं नाही. ओरबाडून का होईना, मिळालेल्या सुखाशी त्यांनी इमान राखलं.

—रात्री शुद्ध आली, तेव्हा—तिचे फाटके कपडे कसेबसे तिला नेसवण्यात आले होते आणि स्वारगेटसमोरच्या पोलीस मैदानात, एका

झाडाआड तिला झोपवण्यात आलं होतं!

अर्थात, आपण स्वारगेट भागात आहोत, हे तिला नंतर कळलं होतं. अर्धा तास प्रयत्न करून खुरडत-सरफटत रोडला लागल्यावर, अपार वेदना पचवत, इंचा-इंचानं सरकत ती चौकाच्या दिशेनं सरकत होती. शुद्ध पुन्हा हरपू पाहत होती. तश्शा अवस्थेत ती पेट्रोल पंपापर्यंत आली. हातवारे करून, ओरडून तिनं एका पोलिसाचं लक्ष वेधून घेतलं. तो तिच्या दिशेनं धावत येत असतानाच ती त्या कष्टांनी पुन्हा बेशुद्ध झाली...

अर्धवट शुद्धीत वगैरे तिनं पोलिसांना डॅडींचं नाव, फोन नंबर वगैरे सांगितलं असेल; तर ते काही तिला आठवत नव्हतं...

दुपारी सक्तीची विश्रांती झाल्यावर मायानं तिला बाल्कनीत आरामखुर्ची टाकून बसायची परवानगी दिली. वाचायला कोण एक अरविंद पटवर्धन म्हणून लेखक होता— त्याचं एक पुस्तक दिलं. 'ऑक्टोपस' असं त्याचं नाव होतं.

"कोण गं हा? आपल्या डॉक्टरांचा भाऊ?"

"छे! अगं, मुंबईला पोलिसांत मोठा अधिकारी आहे हा माणूस."

"आणि पुस्तकं लिहितो?"

"हो. पण काल्पनिक कथा वगैरे नसतात हं. चांगली माहिती देणारे लेख असतात. वाच तू."

कल्याणीनं कुतूहलानं पुस्तक चाळायला घेतलं. माया म्हणाली तसंच ते कायद्यांची माहिती देणारं होतं. कथा-कादंबऱ्यांसारखी या पुस्तकाची भाषा लुभावणारी नव्हती; पण मिळणारी माहिती त्यापेक्षाही महत्त्वाची नि अधिकारवाणीनं सांगितलेली होती. हां-हां म्हणता कल्याणी त्या माहितीत रंगून गेली. एक-एक पान उलटलं जाऊ लागलं आणि एक लेखापाशी ती थबकली. जाड काळ्या अक्षरांतलं शीर्षक तिची नजरबंदी करून गेली.

'बलात्कार... घोर अनाचार!'

तिची नजर लेखाच्या ओळींवर आपोआपच फिरू लागली. सुरुवातीला लेखकानं कलकत्ता-मुंबई प्रवासातली एक घटना सहजपणे सांगावी तशी

सांगितली होती आणि साखळी सांधत तो मोठ्या खुबीनं 'बलात्कार' या विषयात तो शिरला होता. 'पहिल्या वर्गाच्या कलकत्ता-मुंबई आरक्षित प्रवासपत्रावर प्रवास करणाऱ्या पंचेचाळीस वर्षे वयाच्या सहप्रवाशाचे अनावृत्त स्वच्छ, उघडे, ऊर्ध्व शरीर हाज यात्रेला जाणाऱ्या त्या तिशी-पस्तिशीतील घरंदाज पती-पत्नीला अभद्र वाटले. असल्या विचारमालिकेतूनच अनाचाराला अंकुर फुटत असतात...'

कल्याणी क्षणभर थांबली. विचार विक्षिप्त होता, सभ्यतेच्या आपल्या पारंपरिक कल्पनांना धक्का देणारा होता. पाहा ना— एक जोडपं समोर येऊन बसल्यावरही हा माणूस केवळ अर्ध्या विजारीवर, उघडाबंब बसून राहतो!—विचित्रच नाही का वाटत? पण लेखकानं टाकलेला सवालही विचार करायला लावणारा होता. त्याचं अर्ध-अनावृत्त, बलदंड शरीर पाहून त्या जोडप्यातल्या तरुणीला अवघडल्यासारखं का वाटावं? किंवा तिचं त्याच्या शरीराकडे लक्ष वेधलं जाईल, अशी भीती नवऱ्याच्या मनात का निर्माण व्हावी?

लोकांची ती पाहण्याची दृष्टी नसते, हेच खरं!

या लेखकाच्या विचारांशी आपली वैचरिक पातळी कुठे तरी जुळते आहे, हे लक्षात येताच कल्याणीला लेखात आणखीनच स्वारस्य निर्माण झालं. ती तल्लीन होऊन पुढचा लेख वाचू लागली. पुढचा संपूर्ण लेख 'अनाचार-स्वैराचार-बलात्कार' या विषयाला वाहिलेला होता. विचार अगदी मेंदूला हात घालणारे होते.

'...भीती व दहशत आणि त्यातूनच परस्परसंबंध उद्भवतात; ते कृत्रिम, ढोंगी, लबाडीचे, बळजबरीचे व भीतीचे. अशा संबंधांतून होणाऱ्या स्त्री-पुरुष समागमाला आम्ही म्हणतो— बलात्कार!

'...दु:खाची गोष्ट अशी की समाज आजही, हजारों वर्षांचे अनुभव घेऊनही तोच 'न्याय' बलात्काराची शिकार झालेल्या नारीला देत राहिला आहे.'

कल्याणीनं झट्कन पुस्तक मिटून मागं लेखकाचा छापलेला फोटो पाहिला. भारदस्त, पहेलवानी थाटाचा चेहरा-मोहरा... डोळ्यांत सावध बुद्धीची

झाक... चेहरा असा, की असहायानं विश्वासानं मदतीसाठी हात मागावा!

फोटोतले अरविंद पटवर्धन पाहून कल्याणीचा लेखाशी आणखी संवाद साधला गेला. स्वतः लेखक आपल्यासमोर बसून आपले ज्वलंत विचार परखडपणे मांडतोय, असा तिला भास झाला.

पुढचा परिच्छेद वाचून तर ती सद्‌गदितच झाली.

ओह! सिंपली वंडरफुल!

अरे, प्रत्येक गावात या विचारसरणीनं भारलेले दहा अरविंद पटवर्धन निर्माण झाले, तर भारतानं 'देवी' या रोगापासून मुक्ती मिळवली, तसा 'बलात्कार' हा रोगही समूळ नाहीसा व्हायला वेळ लागणार नाही!

'सुधारलेल्या सभ्य समाजात बलात्कार हा चर्चेचा विषयच असू शकत नाही. बलात्काराची 'बातमी' होताच कामा नये. अशी बातमी वाचू नये, ऐकू नये व ऐकवू नये! सभ्य समाजाने एकच करावे—बलात्काराचा संपूर्ण प्रतिकार! चर्चा करावी, वर्णने करावीत, वाचून दाखवावीत ती प्रतिकाराचीच...'

ओह! पटवर्धनसाहेब... त्या संध्याकाळी याच विषयावर तुम्ही कुठे तरी भाषण देत असाल—चर्चासत्रात हिरिरीनं मुद्दे मांडत असाल; त्या अभद्राला मी प्रत्यक्ष तोंड देत होते. मदतीसाठी आरडाओरडा करीत होते. कोणी आलं नाही. दुर्दैव माझं! पण... एक शंका अशी आहे—बलात्कारासारखा लांच्छित गुन्हा घडतो, तो निर्जन एकांतात. समाजानं त्याचा प्रतिकार केव्हा नि कसा करायचा? समजा— मी माझ्यावर बलात्कार केलेल्या माणसांची नावं निर्भीडपणे जाहीर केली, तर शब्दशः प्रतिकार म्हणून हा समाज काय करेल?

उत्तर मी देते. समाज काहीही करणार नाही पटवर्धनसाहेब. 'आपला काय संबंध?' म्हणून तो मूग गिळून गप्प राहील. एखादा भला माणूस न्यायासनाचे दरवाजे ठोठावण्याचा सल्ला देईल आणि फार तर आपण 'त्या' वेळी अनुपस्थित होतो, म्हणून काही जण मनोमन हळहळतील. बास... आणखी काही होणार नाही.

माझ्या प्रियकरानं या कृत्याचा सूड म्हणून या सगळ्या जनावरांना

गोळ्या घालून ठार केलं, तर जगातली कीड नाहीशी होईल पटवर्धनसाहेब. सगळ्यांना हे पटेल; पण न्यायासनाला हे पटेल का? नाही पटणार. कारण कायद्याच्या कचाट्यातून जे कदाचित निसटणार आहे; ते निसटू नये, त्याला योग्य शिक्षा व्हावी म्हणून का होईना; ज्यानं कायदा हातात घेतला असेल— खून केले असतील, तो फासावर जाईल. मग समाजानं प्रतिकार करायचा म्हणजे काय करायचं? का टाळ्यांसाठी वाक्यं आहेत नुसती ही?

नाही, तसं नसावं. तुम्ही म्हणता, तेच खरं आहे. एका अर्थी सामाजिक दृष्टिकोन बदलणं, समाजाची पूर्वतयारी करणं—हाच खरा प्रतिकार ठरेल!

कल्याणी त्या लेखात पूर्णतः गुरफटून गेली. स्थळ-काळाचं भान हरपलं. अरविंद पटवर्धन तिला एखादा मित्राइतका परिचित माणूस वाटू लागला. मित्रानं कळकळीनं लिहिलेलं पत्र वाचावं, तशी ती रंगून पुढं वाचू लागली.

एका मुद्द्यापाशी खाड्कन् सगळ्या विचारशृंखला तुटल्या. या नव्या मुद्द्यानं तिला अंतर्बाह्य झपाटलं.

'इं. पी. को. चे ४२० हे कलम राज कपूरच्या त्याच नावाच्या चित्रपटावरून पाठ झाले; परंतु त्याच इं. पी. कोडचे १०० क्रमांकाचे कलम आम्ही समजून घेत नाही. त्या १०० क्रमांकाच्या कलमानुसार बलात्कार करू पाहणाऱ्या किंवा करणाऱ्या व्यक्तीचा जागच्या जागी कपाळमोक्ष करण्याची, त्याला ठार मारण्याची मुभा त्या स्त्रीला असते! इतकेच नव्हे, तर तिथे हजर असणाऱ्या कोणत्याही नागरिकाला इं. पी. कोडने ती मुभा दिलेली आहे!... बलात्काराला एकच उत्तर अन् ते म्हणजे 'प्रतिकार!' ठार मारण्याचे स्वातंत्र्य म्हणून प्रतीक ठरणारा १०० हा आकडा...!'

इंडियन पीनल कोड...

कलम नंबर १००!

ती सुन्न झाली. शंभराची वर्तुळं बराच वेळपर्यंत तिच्या डोळ्यांसमोर गरगरत राहिली.

कलम नंबर शंभर, काय?

पटवर्धनसाहेब—

किती महत्त्वाचं कलम आहे हे! अहो, जागोजागी आपण थोर पुरुषांची स्मारकं उभारतो, तसे स्तंभ उभे करून हे कलम त्या स्तंभांवर चौका-चौकात उभारलं पाहिजे. तुम्ही म्हणता तसं ते प्रत्येक स्त्रीच्या मेंदूत कोरलं गेलं पाहिजे.

मी दुर्दैवी! हा लेख आज माझ्या वाचण्यात आला. महिन्यापूर्वी मी तो वाचला असता, तर—?

ती बराच वेळ विमनस्कपणे आरामखुर्चीत बसून राहिली. मग काय वाटलं, कोणास ठाऊक; झटकन् उठली. आत आली. बेल दाबून मायाला बोलावून घेतलं.

"तू... तुझ्याकडे इनलॅन्ड किंवा पाकीट आहे का गं?"

"दोन्ही आहे. काय देऊ!"

"पाकीटच दे मग. आणि असं कर—कागद नि पेनही दे."

"बरं, पण पत्र तरी तूच लिहिणार आहेस ना—?"

"जा गं, चावटपणा नको करूस."

मायानं तिला कुठूनसे चार कागद नि पेन आणून दिलं. पाकीट हातात ठेवलं.

"कोणाला लिहितेस?"

"प्रेमपत्र आहे; विचारू नकोस."

माया चेष्टा करीत, हसत-खिदळत निघून गेली. मग तिनं गंभीरपणे पत्र लिहायला घेतलं. संपूर्ण मजकूर सिद्धहस्त लेखकाच्या कौशल्यानं कागदावर झरझर उतरला. एकदा मजकुरावरनं शांतपणे नजर फिरवून तिनं शेवटी आणखी मजकूर लिहिला—

'पटवर्धनसाहेब, माझ्यावर बलात्कार झाला, तेव्हा कलम क्रमांक शंभरची मला कल्पनाही नव्हती; आज तुमचा लेख वाचल्यानंतर कळलं. समजा, या बलात्काराचा सूड म्हणून, मी बरी झाल्यावर या माणसांचे खून केले, तर चालतं का हो? कारण, तेव्हा सगळं अचानक घडलेलं असतं. स्त्री घाबरलेली असते. शिवाय त्यांची संख्या मोठी असते. मी तर तेव्हा

नशेतच होते. मला पूर्ण ताकदीनं प्रतिकारही करता आला नसेल. आता तसं होणार नाही. मी एकेकाला गाठीन. पूर्ण ताकद पणाला लावून प्रत्येकाला मारून टाकीन.

'हे कायद्याला— तुमच्या शंभर नंबरला मंजूर आहे का हो?'

खाली सही करून तिनं पत्र बंद केलं. पाकिटावर अरविंद पटवर्धनांचं नाव लिहून ते आरती प्रकाशनाच्या पत्त्यावर पोस्ट केलं. पाकीट बंद करून तिनं वर पाहिलं, तर वॉर्डच्या दारात सारंग उभा होता. त्याच्या चेहऱ्यावर सूज वगैरे होती नि अनोळखी नजरेनं तो खुर्चीत बसलेल्या कल्याणीकडे पाहत होता!

OOO

१

पडलेले पेपर उचलून हेडिंग वाचण्याचे कष्टही कल्याणीनं घेतले नाहीत. निरीच्छ झाल्यासारखी ती पलंगावर पडून होती. हात डोक्याखाली घेतले होते, नजर पंख्यावर स्थिर होती अन् शेजारी टी-पॉयवर गार होऊन गेलेला चहाचा कप तसाच राहून गेला होता.

काय वाचयचं पेपरमध्ये? खटल्याचा निकाल?

तिला तो माहीत होता. तिच्यासमोरच तर कोर्टानं निकालपत्र वाचलं होतं. ऐकण्यात नि वाचण्यात काय फरक पडतो?

ईश्वर जगताप आणि मदन— दोघांचं वय लक्षात घेऊन वगैरे दोघांनाही पाच-पाच वर्षे सक्तमजुरीची शिक्षा नि प्रत्येकी हजार रुपये दंड किंवा दंड न भरल्यास सहा महिने साधी कैद, अशा शिक्षा दिल्या होत्या. नवीन शहाला फक्त पाच वर्षे सक्तमजुरीची शिक्षा झाली होती. आणि बना— म्हणजे राघवेंद्र बनसोडला— एक हजार रुपये दंड, तो न भरल्यास सहा महिने साधी कैद फर्माविण्यात आली होती.

—हेच पेपरात असणार; आणखी काय? फार तर खटल्याची सविस्तर हकिगत आलेली असणार. आरोपीचे नि तिचे फोटो.

काय बघायचं त्यात?

खरं म्हणजे, तिचा विजय गौरवास्पद होता. तो प्राप्त व्हावा, म्हणून सब-इन्स्पे. थोरात आणि डॉ. पंडित ह्यांनी अपार परिश्रम घेतले होते. सरकारी वकील वैकुंठ मेहतानं जंग-जंग पछाडून आरोपींच्या पळवाटा बंद करून खरी हकिगत पुराव्यानिशी कोर्टासमोर अगदी बंदिस्त स्वरूपात मांडली होती. या काळात कल्याणीनं दाखवलेलं धैर्य नि धीटपणा खरोखरीच आदर्श, वाखाणण्याजोगा होता. म्हणूनच निकालाचा तिला सर्वांत जास्त आनंद व्हायला हवा होता. पण, महायुद्धात शर्थीचे प्रयत्न करून विजयश्री खेचून आणावी नि नंतर लक्षात यावं की, युद्धात आपल्या देशाचंही इतकं अतोनात नुकसान झालं आहे—मनुष्य व संपत्तीची प्रचंड नासधूस झाली आहे—ज्यांच्यासाठी हे स्वातंत्र्य मिळवलं, त्यांच्यातले पाच टक्केही ते उपभोगायला शिल्लक उरलेले नाहीत नि आता त्यांना अपार कष्ट करून साऱ्या देशाची उभारणी लोकसंख्येसह करायची आहे! अशा परिस्थितीत मिळणारा विजयाचा आनंद निर्भेळ असूच शकत नाही. कमावलं त्यापेक्षा गमावल्याचं दुःख प्रचंड असतं. कल्याणीचं तसंच झालं होतं. हे यश— जाहीर यश— संपादन करण्यासाठी तिला पुन्हा एकदा आपली इज्जत वेशीवर टांगावी लागली होती; सर्वस्वाचा त्यात नाश झाला होता. प्रत्यक्ष बलात्कार परवडले, असे अब्रूचे धिंडवडे निघाले होते आणि हजारो नजरांचे मानसिक बलात्कार सहन करावे लागले होते.

थोरातसाहेबांनी कितीही गुप्तता राखण्याचं वचन दिलं, तरी वार्ताहरांपासून ती बातमी लपू शकली नव्हती. एका वृत्तपत्रानं घटनेच्या दुसऱ्याच दिवशी संध्या-आवृत्तीत नावं न देता, पण बलात्काराची बातमी छापली होती. त्या छोट्या, संदिग्ध बातमीनं इतर वार्ताहरांचं लक्ष या प्रकरणाकडे वेधलं होतं आणि मग एखाद्या धरणाच्या भिंतीला सूक्ष्म तडा गेला असला की वाट मिळवण्यासाठी पाणी सर्व शक्तींनी त्या तड्यावर एकवटून तड्याचं रूपांतर भगदाडात— भगदाडाचं मोठ्या वाटेत— असं करीत— स्वतः स्वैर सुटतं; तसे वार्ताहर त्या बातमीच्या मागं हात धुऊन लागले होते. दोन दिवसांत वृत्तपत्रांमधून नावासकट बातमी छापून आली होती. काही वृत्तपत्रांनी या

प्रकरणाची गांभीर्यानं दखल घेऊन या बातमीचे अग्रलेख बनवले होते.

कल्याणीला मात्र यातल्या कोणत्याही प्रकाराची कल्पना देण्यात आली नव्हती. तिची नाजुक मन:स्थिती लक्षात घेऊन पटवर्धनांनी तिच्यासमोर त्याची वाच्यता करायला सक्त बंदी केली होती. तिला हे सगळं समजलं ते सारंगकडून! त्यानं केलेल्या फोनचा डॅडींनी जो उल्लेख केला, तो खरं तर सारंगचा तिसरा का चौथा फोन होता. त्याला सगळं समजलेलं होतं आणि त्याबाबत डॅडींशीही तो फोनवर बोलला होता. तिला भेटायला हॉस्पिटलात येऊ का, म्हणूनही त्यानं विचारलं होतं; पण एक घुसला की दुसरा घुसतो म्हणून पटवर्धनांनी डॅडी, मकरंद आणि उमा—या तिघांव्यतिरिक्त कोणालाही तिच्या वॉर्डमध्ये जाऊन तिच्याशी बोलण्याची बंदी केली होती. खुद्द थोरातांनाही तिचं स्टेटमेंट घेता आलं नव्हतं आणि प्रेसचा माणूस हॉस्पिटलच्या आसपास दिसला, तरी पोलिसांची माणसं त्यांना दूर पिटाळीत होती.

पंधरा दिवसांनी तिची तब्येत पूर्ण बरी झाली. तिला एकटीला उठता-बसता-हिंडता यायला लागलं. मम्मीचं दु:खही तिच्या मनानं स्वीकारलं. आता तिच्या तब्येतीवर कसलाही गंभीर परिणाम होणार नाही याची खात्री पटल्यावर पटवर्धनांनी थोरातांना ग्रीन सिग्नल दिला. थोरात घाईघाईनं आले, तेव्हाच सारंगही तिला भेटायला आला होता. थोरातांच्या मनातला पोलीस लगेच जागा झाला. त्यांनी सारंगला आधी पाठवलं. 'बोलण्यात माझा मुळीच उल्लेख करायचा नाही,' अशी त्याला धमकीवजा विनंती केली. तो आत गेला, तसे स्वत: थोरात खिडकीच्या पडद्याआड उभं राहून त्यांच्यातलं बोलणं ऐकू लागले.

त्यांचं धोरण अचूक होतं. सावधपणानं खोटं बोलायचं किंवा अतिशयोक्ती करायची झालीच, तर ती पोलीस ऑफिसरला जबाब देताना होईल; मित्राला सगळं सांगताना नाही. आणि जबाबीचा फसवण्याचा हेतूच असतो किंवा असावा लागतो, असं नाही. आरोपीवर त्याचा स्वाभाविकपणे राग असतो. त्याला जास्तीत जास्त शिक्षा व्हावी, या एकाच हेतूनंही फिर्यादी आपला जबाब तिखट-मीठ लावून सांगू शकतो!

सारंग आपल्याला भेटायला येणार आहे, हे कल्याणीला डॅडींकडून

समजलं होतं; पण अजून त्याला तोंड देण्याची तिच्या मनाची पक्की उभारी झालेली नसावी. त्याला पाहताच तिला उमाळा आला. त्यातच त्याच्या चेहऱ्यावरची सूज, कपाळावरचं बॅन्ड-एड पाहून तिला आणखीनच वाईट वाटलं. दोन्ही हातांच्या ओंजळीत तोंड लपवून ती रडू लागली. तिची समजूत कशी, कोणकोणत्या कारणांसाठी नि कोणत्या शब्दांत घालावी, तेच सारंगला सुचेना. तो आपला तिच्या पाठीवरून हात फिरवत 'रडू नको, रडू नको' म्हणत राहिला. ती रडत राहिली.

जरा वेळानं आवेग ओसल्यावर तिनं पाण्यानं तोंड धुतलं, पुसलं; मग रितेपणानं ती त्याच्यासमोर येऊन बसली.

"तू त्या दिवशी ट्रिपला का नाही आलास सारंग? तू आला असतास, तर यातलं काहीच घडलं नसतं." कल्याणीनं मनातली बऱ्याच दिवसांची मळमळ काढून टाकत म्हटलं, "तू नक्की येणार, या भरवशावर मी पुढे गेले होते!"

बलात्काराची बातमी पेपरात सविस्तर आली, तेव्हाच काय झालं ते सारंगनं ओळखलं होतं. आपल्याला व्यवस्थितपणे मूर्ख बनवून घरी पाठवण्यात आलं, हे समजलं होतं. त्यानं तिला हे सगळं सांगून टाकलं.

"मला वाटलं, तू दुपारी माझ्या घरी येशील. मी आपला दिवसभर घरात बसून होतो."

ईश्वर आणि मदनची हलकट चाल समजल्यावर तर तिच्या मनात संतापाचे स्फोट झाले. सारंग चांगला यायला निघालेला; या हलकटांनी त्याची दिशाभूल करून त्याला घरी पाठवलं, म्हणजे ट्रिपचा घाट घालतानाच त्यांनी हे ठरवलेलं होतं!

"अरे, पण तू कसा विश्वास ठेवलास सारंग? मी घरीही नव्हते नि तुझ्याकडेही आले नाही; याचा अर्थ तुझ्या लक्षात यायला नको होता का?" मनातला राग त्याच्यावरच काढत तिनं विचारलं.

"जाऊ दे! आता त्यावर चर्चा करण्यात काय अर्थ आहे?" सारंग उदास हसत म्हणाला.

ती चपापली. बारकाईनं त्याचा चेहरा न्याहाळू लागली. तिची अपेक्षा

होती— सारंग सगळं ऐकायला बेचैन असेल. त्याच्या हृदयात सूड पेटला असेल. ज्या हैवानांनी आपल्या प्रेयसीवर निर्दय बलात्कार केले, त्यांच्या नरडीचा घोट घेण्याकरता त्याचे हात शिवशिवत असतील... पण प्रत्यक्षात—!

"सारंग, त्यांनी काय केलं; तुला माहितीय?"

"होय, पेपरात वाचलं मी ते."

"पेपरात—?"

"नावांसकट छापून आलं आहे!"

आणि तरी—तरीही सारंगने त्यांच्यापैकी एकालाही जाब विचारला नाही?

ती हबकून त्याच्या तोंडाकडे पाहत राहिली. सारंगला ती आज नव्या दृष्टिकोनातून पाहत होती. तिला तो वेगळाच वाटत होता. भ्याड... नामर्द...

"काय छापून आलं आहे पेपरात?"

त्यानं शब्दप्रयोग बदलत पेपरातला वृत्तांत तिच्या कानावर घातला. त्याचा सूर तिला आणि त्यांना— दोघांनाही दोष देणारा होता.

"असं घडलेलं नाही सारंग!" ती ठामपणे म्हणाली.

"मग—?"

"घडलं ते फार वेगळ्या पद्धतीनं घडलं आहे. कोणतीही मुलगी त्या गलिच्छ प्रकाराचा पुनरुच्चार करताना शरमेनं काळीठिक्कर पडेल; पण तुला खरं कळावं, म्हणून मी न लाजता घडलं तसं स्पष्टपणे तुला सांगते!"

तिनं त्याला ट्रिपला गेल्यापासून ते पोलीस ग्राऊंडवर शुद्ध येईपर्यंतची हकिगत स्वच्छपणे सांगितली. आता तरी तो पेटून उठेल, या आशेनं ती त्याच्याकडे पाहू लागली. तर, पडेल चेहऱ्यानं तो गुळमुळीतपणे म्हणाला,

"हे—हे तर फार भयानक आहे! आणि कसं घडलं यापेक्षा ते घडून गेलं, याला महत्त्व आहे कल्याणी... लोकांच्या दृष्टीनं—"

"तुला काय वाटतं? लोकांचं मरू दे!"

"म—मला काय वाटतं, म्हणजे?"

"सांगितलं यात मी किती दोषी आहे?" अस्वस्थ होत तिनं विचारलं.

थोरातांनी सारंगच्या उत्तर देण्याच्या चाचरण्या-अडखळण्यावरूनच परिस्थितीचं गांभीर्य ओळखलं. झट्कन पुढं म्हणजे इतकं होऊन त्यांनी

दारावर टक्टक् करीत वॉर्डमध्ये प्रवेश केला. सारंगकडे पाहून कोरडं हसत ते म्हणाले,

"जंटलमन, इट्स ओके. नाऊ यू कॅन गो."

सारंगच्या जिवात जीव आला. अत्यंत अवघड क्षणांमधून आपली सुटका केल्याबद्दल त्यानं सब-इन्स्पेक्टरचे मनोमन आभार मानले. त्याच्याकडे अजूनही जळजळीत नजरेनं पाहत असलेल्या कल्याणीकडे पाहून कसंनुसं हसत तो म्हणाला, "म-मी—मी नंतर परत येईन कल्याणी."

तो पाठ फिरवून जो गेला, तो आजतागायत काही परत आला नव्हता. एवढा खटला उभा राहिला, गाजला... कोर्ट रूममध्ये नि कोर्टाच्या बाहेरही लोक खटला ऐकायला पाच-पाच तास न कंटाळता उभे राहत... निकालाच्या दिवशी तर जनसागर उसळला होता जणू... पण त्यात सारंगचा चेहरा कधी चुकूनही दिसला नाही. एकदा साक्षीला आला, तेवढाच.

त्या दिवशी तो वॉर्डमधून निघून गेला आणि संतापाची जागा दुःखानं घेतली. लालसर डोळे पाण्यानं डबडबले.

"कल्याणी, मी स्वारगेट पोलीस चौकीचा सब-इन्स्पेक्टर थोरात." ती निराशेत अधिक खोल डुबून जाण्यापूर्वीच थोरात शांत, प्रेमळ स्वरात म्हणाले, "त्या रात्री तू माझ्याच चौकीला आली होतीस. तुझ्या डॅडींना मी फोन करून बोलावून घेतलं. आम्हीच तुला ससूनला नेलं, तिथून इथं पोहोचवलं."

तिला आडनाव माहीत नव्हतं; पण स्वारगेट चौकीच्या सब-इन्स्पेक्टरनं डॅडींना खूप मदत केल्याचं तिच्या कानावर आलं होतं. आपला संताप, आशाभंगाचं दुःख दडवून टाकत ती त्यांच्याकडे पाहून हसली. म्हणाली, 'गुड इव्हिनिंग, थोरातसाहेब. तुमच्याबद्दल डॅडींनी मला सांगितलं होतं. या ना, बसा तरी."

"कल्याणी, मी इथं 'सब-इन्स्पेक्टर' या नात्यानं आलो असलो, तरी मला तू थोरातकाका समजायला हरकत नाही. तुझी तब्येत ठीक आहे का आता? अं? पटवर्धन म्हणाले, तिला भेटायला हरकत नाही म्हणून; पण तुझा मूड नसेल तर—"

"नाही नाही, थोरातसाहेब, मी अगदी ठीक आहे. आपलं काही काम होतं का?"

"होय." गंभीर होत थोरात म्हणाले, "कल्याणी, तुझ्या बाबतीत जे घडून गेलं आहे, त्याचा पुनरुच्चारही करू नये इतकं ते वाईट आहे. मला कल्पना आहे— त्यानं तुला खूप क्लेश होणार आहेत. पण... मला असं वाटतं, ही गोष्ट सोडून देण्याची नाही. ज्यांनी तुझ्या असहायतेचा फायदा घेऊन तुला शीलभ्रष्ट केलं, त्यांना त्यांच्या अपराधाची पुरेपूर शिक्षा मिळायला हवी!—तुला नाही असं वाटत?"

"माझ्या वाटण्या-न वाटण्याला खरंच काही किंमत आहे का थोरात?" विषण्ण हसत तिनं प्रश्न टाकला.

"ऑफकोर्स— आहेच!"

"मला वाटतं, या चांडाळांना स्वारगेट पोलीस चौकीसमोर आणून चौकात उभं करावं. त्यांचे अपराध जाहीर रीतीनं वाचून दाखवून त्यांच्या मेंदूत गोळ्या मारून त्यांना ठार करावं!—सांगा, माझ्या वाटण्याला काही किंमत आहे?"

थोरात काही काल पोलीस म्हणून भरती झाले नव्हते. त्यांच्याजवळ भरपूर युक्त्या होत्या, चातुर्य होतं. हसून म्हणाले,

"कल्याणी, थोरातकाका म्हणून बोलायचं, तर मलाही असं करणं फार आवडेल. तुझ्या हातून ही जनावरं मरणं, याइतका दुसरा योग्य न्याय नाही; पण एक पोलीस अधिकारी म्हणून— देशाचा एक जबाबदार नागरिक म्हणून, कायदा हातात घेणं मला पटत नाही. तुझी जिद्द नि हा ज्वलंतपणा कायम ठेवून तू मला मदत कर; त्या सैतानांना योग्य शिक्षा होईल याची मी खात्री देतो!"

"तुम्ही मला न्यायाची खात्री देता थोरात; तर मी वाटेल ती मदत करायला तयार आहे!"

"सगळ्या आरोपींना शिक्षा होईल कल्याणी."

"पुराव्याअभावी कुणीही सुटणार नाही?"

"नाही. आणि मी तुला वचन देतो—आरोपी पुराव्याअभावी निर्दोष

सुटले आणि त्यांना शिक्षा व्हायलाच हवी, हे मला पटलं; तर तुझ्यासाठी मी कायदा हातात घेईन— मग तर झालं?''

''ठीक आहे. तुमच्या शब्दावर विश्वास ठेवून मी जबाब द्यायला तयार आहे!''

थोरातांनी क्षणाचाही विलंब न लावता दरवाज्याकडे धाव घेतली. आपल्याबरोबरच्या स्टेनोला बोलावून घेतलं. पॅड घेऊन पेन्सिल सरसावून तो तयारीत बसताच त्यांनी कल्याणीला सांगितलं—

''हं, कल्याणी— तुझी हकिगत पहिल्यापासून सांग. मी ऐकतोय; हा लिहून घेतोय. नंतर स्टेटमेंट तयार झालं की, वाचून तू सही कर.''

सारंग कॉलेजला आला नव्हता, तेव्हा ईश्वरनं आपल्याला कसं गाठलं, इथपासून ते स्वारगेट पोलीस ग्राउंडवर शुद्ध येऊन चौकीपर्यंत कशा आलो, ती सगळी हकिगत कल्याणीनं संगतवार सांगितली. सांगताना ती घुटमळली नाही, की लाजली नाही. अमकं सांगायचं राहिलं—तमकं ॲड करा... असला प्रकार तिनं एकदाही केला नाही.

थोरात एकदम खूष! कारण सारंगला तिनं जी हकिगत सांगितली होती, त्याच्याशी आत्ताची हकिगत तंतोतंत जुळत होती.

स्टेटमेंटवर सही मिळताच थोरातांनी वेगात कामाला सुरुवात केली. ईश्वर, मदन, नवीन, बनसोड, मेहेंदळे इ. संबंधित मुलांना अटक केली. तात्पुरते ते जामिनावर सुटले; पण या अटकेनं खटला उभारणीच्या कामाला वेग आला. दरम्यानच्या काळात ईश्वरनं आपल्या वडिलांच्या ओळखी वापरून केस ढिली करण्याचे खूप प्रयत्न केले. थोरातांना पाच-दहा हजार देण्याची तयारीही दर्शवली; पण थोरात बधले नाहीत. कल्याणीसारख्या मासूम पोरींचं आयुष्य बरबाद झालं होतं नि केवळ त्यांच्या शब्दावर विश्वास ठेवून, यशाच्या खात्रीनं ती या दिव्यातून पार पडायला तयार झाली होती. त्यामुळे थोरात झपाटले होते. या हरामखोर पोरांना वाटेला लावल्याशिवाय त्यांना चैन पडणार नव्हतं. आरोपींचे लाच देण्याचे, दडपण आणण्याचे सगळे प्रयत्न वाया गेले आणि शेवटी केस कोर्टासमोर उभी राहिली!

केस दाखल करून घेणं, ते केसची तारीख—हा कालखंड कल्याणीला

फार वाईट गेला. हळूहळू डॅडी आपल्या व्यापात स्वत:ला गुंतवून घेऊ लागले. त्यांच्याकडे लोकांचा राबता पूर्वीसारखा सुरू झाला. अशा वेळी तिला मोकळेपणानं धड स्वत:च्या घरातही फिरता येत नव्हतं. कारण 'ती मुलगी' पाहायला लोकांचे डोळे उत्सुकच असत.

एखाद्या माणसाबरोबर आलेला आगंतुक तर तिला पाहण्यासाठीच आलेला असायचा! एक-दोघांनी भीत-भीत, आडवळणानं डॅडींपाशी 'तो' विषय काढण्याचेही प्रयत्न केले होते; पण डॅडींनी त्यांना 'सॉरी, त्या विषयावर मला कोणतीही चर्चा नको!' म्हणून त्यांना लायनीवर आणलं होतं.

पण या सगळ्यांत कल्याणीची फार पंचाईत व्हायची. तिला सतत वरच्या खोलीत किंवा मम्मीच्या बेडरूममध्येच थांबावं लागायचं. मम्मीच्या आठवणींनी जीव कासावीस व्हायचा.

घराबाहेर याहून वेगळं काहीच नव्हतं. तिला आता मित्र-मैत्रिणी उरल्या नव्हत्या. इतर मुलींच्या पालकांनी बहुतेक आपली मुलगी कल्याणीच्या नादी लागू नये, म्हणून त्यांना तिच्याबरोबर बाहेर जायची—तिच्याशी खूप वेळ गप्पा मारण्याची बंदी केली होती. त्यामुळे त्यांच्याशी बोलताना तिला फरक जाणवायचा, मन उदास व्हायचं. त्यातूनही एखादी मुलगी बोललीच, तर तिला 'त्या' प्रकरणाबद्दल उत्सुकता असायची. काय घडलं ते कल्याणीच्या तोंडून खरं ऐकायला मिळावं, म्हणून ती डायरेक्ट त्या विषयावरच घसरायची. खोटी-खोटी सहानुभूती दाखवून, कल्याणीच्या पोटात शिरून सगळं काढून घ्यायचा प्रयत्न करायची. कोणाच्या घरी गेलं, तर घरातली माणसं या ना त्या कारणानं तिला कुतूहलानं पाहून जायची. आसपासची माणसंही 'बलात्कार झालेली मुलगी' पाहायला मिळणार, या कल्पनेनं डोकावून जायची.

या साऱ्या वातावरणाचा कल्याणीला लवकरच उबग आला. जे घडलं, ते बलात्कारानं घडलं; हिच्या इच्छेनं नाही, हे लक्षात न घेता लोकांनी जी चोंबडी उत्सुकता दाखवली... त्या प्रकाराची चर्चा करून, 'ही पण तसलीच असणार' असे परस्पर निष्कर्ष काढले... त्यामुळे ती रक्तबंबाळ झाली, कष्टी झाली. पटवर्धनांच्या लेखातील वाक्यं तिला सतत आठवू

लागली— ''सुशिक्षित, सुसंस्कृत समाजात, 'बलात्कार' हा चर्चेचा विषय होऊ शकत नाही! चर्चा 'बलात्काराची' करू नका; 'प्रतिकाराची' करा!''

अन् तिला मात्र प्रत्येक ठिकाणी उलटा अनुभव येत होता. लोकांना कुतूहल होतं, हिच्यावर बलात्कार कसा झाला, ह्यांचं! तिच्या मैत्रिणींना उत्सुकता होती, बलात्कार म्हणजे एक्झॅटली काय-काय केलं? पहिल्यांदा काय झालं— मग पुढे काय झालं— कपडे फाडले, का काढले? काढले असतील तर कोणी काढले— हिला त्या वेळी कसं वाटलं— नंतर तरी काही सुख लाभलं का... हे तपशील त्यांना हवे होते. त्याच्या जोडीनं तिच्या प्रतिकाराची वर्णनं चालली असती; पण त्याचं कोणालाच कौतुक नव्हतं. त्याबद्दल कोणी तिची पाठ थोपटली नव्हती.

मग तिनं बाहेर जाणं-येणं, मित्र-मैत्रिणींत उठणं-बसणं कमी करून टाकलं.

आणखीनच कोंडी झाली.

एक दिवस दुपारचा असा एक माणूस तिला भेटायला आला. डॅडी घरात होते, म्हणून काही भीती वगैरे नव्हती. तिनं त्याला हॉलमध्ये बसवलं.

''तुम्हीच कल्याणी सरपोतदार ना?''

तिनं होकारार्थी मान डोलावली. त्याचं काय काम आहे, म्हणून उत्सुकतेनं पाहू लागली. तो कोण, कोणाकडून आला; काहीच माहिती नव्हतं.

''मी श्यामराव मिरजकर. मिरजेलाच राहतो. तुमचा फोटो वर्तमानपत्रात–''

''छापून आला होता, ते मलाही माहीत आहे. आपण आपल्या कामासंबंधी बोलू.''

''वा! आवडलं— हे आपल्याला आवडलं. एकदम मुद्द्याला हात!— कसं?''

ती निर्विकारपणे त्याच्या चेहऱ्याकडे पाहायला लागली.

''मी सांगलीतून दर वर्षी एक दिवाळी अंक काढतो. मालक-मुद्रक-प्रकाशक-संपादक... सबकुछ 'श्याम मिरजकर.' अहो, या महागाईच्या दिवसांत अंक काढायचा म्हणजे परवडत नाही!''

“मग कशाला काढता?” तिनं वैतागून विचारलं.

नाही तर काय! हा अंक काढणार-विकणार; परवडतं का नाही याच्याशी कल्याणीला काय देणं-घेणं?

“जाहिरातींसाठी! जाहिरातीत भरपूर पैसा मिळतो; पण ते असो. मी तुमच्याकडे वेगळ्या कामासाठी आलो आहे.”

“बोला—”

“कल्याणीदेवी... तुमच्या बाबतीत नुकताच ‘तो’ प्रकार घडून गेला आहे. अनुभव एकदम अस्सल नि ताजा आहे!”

“तुम्हालाही ‘त्या’ अनुभवातून जायची इच्छा आहे का मिरजकर? सांगते त्या पोरांची नावं!”

मिरजकर कोडग्यासारखं हसला.

“छे! फारच हजरजबाबी हां तुम्ही! पण मी अशासाठी आलो आहे की, यावर तुम्ही काही लिहावं!”

“म्हणजे काय होईल?”

“मी तो लेख तुमच्या फोटोसकट दिवाळी अंकात छापीन! अजून खटला सुरू झालेला नाही. त्यापूर्वी जर हा सनसनाटी लेख अंकात छापून आला—”

“तर, तुमचा अंक खूप खपेल!”

“हो. तुम्हालाही खूप प्रसिद्धी मिळेल. शंभर रुपये मानधनही देईन मी.”

“मिरजकर,” ती शांतपणे म्हणाली. “मी तुमच्या मासिकाला हा लेख देऊ शकत नाही!”

“का? मानधन जास्त—”

“तुमचं मानधन तुमच्यापाशीच ठेवा; मला लेख लिहायचा नाही!”

“मग निदान असं करू या?— तुम्ही कव्हरसाठी पोज द्या. अंगावर फाटके-तुटके कापडे आहेत नि तुम्ही घाबरून पळताय, अशी! म्हणजे, ते गुंड मागं लागले आहेत, असा अर्थ होतो आणि मी त्यावर कव्हर स्टोरी लिहीन.”

“मिरजकर, झालं तुमचं बोलून?”

"हो. म्हणजे... विचार करा. हवं तर—"

"आता आपण उठा आणि बाहेर चालू लागा!"

"अं!"

"चालू लागा. गेट आऊट, आय से. पुन्हा इथं येण्याच्या फंदात पडू नका."

तो अपमान सहन करूनही मिरजकर लोचटपणे तिला या मुलाखतीनं किती प्रसिद्धी मिळेल वगैरे गोष्टी पटवून देत राहिला. शेवटी तिनंच निघून जाण्याची तयारी केली, तसा तो खवळून उठला. तरातरा निघून गेला. जाताना तोंडातल्या तोंडात पुटपुटला—

"च्यायला! 'असल्या' बायांनाही हल्ली कोण भाव चढतो!"

तो गेल्यानंतर विद्ध होत ती रडत राहिली.

रोज एखादा तरी असला अनुभव जमेत पडायचाच. ती बाहेर जायची नाही, तर लोक तिच्याकडे यायचे! शेवटी ती वैतागली. डॅडींना म्हणाली—

"डॅडी, आपला समाज किती मागासलेला नि वाईट आहे! माझ्यासारख्या बलात्काराची शिकार झालेल्या मुलीकडे पाहण्याचा ह्यांचा दृष्टिकोन विषारी आहे. माणसं हिच्यावर बलात्कार करायला प्रवृत्त झाली, त्या अर्थी ही मुलगी तसलीच असली पाहिजे, अशी एकूणांची धारणा झालेली दिसते. तर, अशा समाजाची नि त्यांच्या मतांची पर्वा करून मी स्वत:ला घरात का कोंडून घ्यावं?"

डॅडी दाखवत नव्हते; पण या प्रकरणापासून ते पार खचून गेले होते. मम्मीच्या जाण्यानं तर सुख-दु:खाचा संवादही संपला होता. कल्याणीशी मन मोकळं करता येत नव्हतं, कारण तिच्या परीनं तीच दु:खी होती. पोरीची होणारी कोंडी पाहून त्यांच्या जिवाचा तडफडाट होत होता. कसं सगळं सोन्यासारखं चाललेलं; एकदम हे असं होऊन बसलं! आनंदाचं प्रतीक म्हणून दिवाळीत धुमधडाक्यानं फटाके लावावेत नि त्यातल्याच एका फटाक्यानं घराला आग लागून सगळं भस्मसात होऊ जावं... तशी मागे संसाराची बखळ तेवढी बाकी उरली होती!

"मी उद्यापासून कॉलेजला जाईन डॅडी!"

ते आपल्या लेकीकडे नुसतं पाहतच राहिले. जणू त्यांना तिचं बोलणं ऐकू येत नव्हतं किंवा अर्थबोध तरी होत नव्हता.

"मी काय म्हणतेऽ?"

"अं?... काय?"

"जाऊ का उद्यापासून कॉलेजात?"

"मी काय सांगणार बेटा!" हवालदिल होत ते म्हणाले, "मीच काय करावं, ते मला सुचत नाहीये; आणि तू काय करावं, ते कसं सांगू?"

"डॅडी, मी धीरानं घेतीय् नि तुम्ही का असे हात-पाय गाळताय्? आपली मुलगीच वाकड्या वाटेनं जाते आहे, अशी शंका आहे का तुमच्या मनात?"

"असं मी म्हटलं का बेटा?"

"खरं सांगते डॅडी, त्या दिवशी मी घरात खोटं बोलले. एकदाच खोटं बोलून ट्रिपला गेले; पण ते खोटं बोलणं स्वत:साठी नव्हतं. सर्वांच्या बोलण्यात एकवाक्यता राहावी, म्हणून इतर पोरी जे घरी सांगणार, तेच मला सांगावं लागलं. बास डॅडी, तेवढीच माझ्या हातून चूक झाली. त्या एकदा खोटं बोलण्याची शिक्षा मी क्षणा-क्षणाला भोगते आहे!"

"अगं— पण माझ्या मनात तुझ्याबद्दल अविश्वास नाहीये कल्याणी. तू एकदम असं का बोलतेस?"

"नाही... म्हणून... या कारणासाठी तुम्ही कॉलेजला जायला नको म्हणत असाल तर..."

"कल्याणी, या आधी तू बाहेर जात नव्हतीस का? तेव्हा मी तुला कधी विरोध केला? तू स्वत:हूनच बाहेर जाणं बंद केलंस... तेही मी समजावून घेतलं. आता तुला कॉलेजला जावंसं वाटत असेल, तर खुशाल. पण... मला वाटतं कल्याणी, तू कॉलेजात सध्या तरी जाऊ नयेस! जाऊ दे वर्ष वाया गेलं तर!"

"वर्षाचा हिशेब आता काय करायचाय? वर्षंच वर्षं समोर पडली आहेत– ती घालवायची कशी, हा प्रश्न आहे डॅडी." कल्याणी उदास हसत म्हणाली, "पण तुम्ही नको का म्हणालात?"

''अगं, आपल्या डोक्यावर ताजी जखम आहे म्हटल्यावर मुद्दाम कावळ्यांनी भरलेल्या झाडाखालून कशाला जायचं? तू स्वतःच्या घरात कोंडून राहतेस, तरी ही माणसं तुला सुखानं जगू देत नाहीत. कोणी ना कोणी जखम पाहायच्या निमित्तानं येऊन टोच मारून जातं! उद्या तू कॉलेजात गेलीस, तर कसं होणार? तू एकटी पडशील. कोणीही तुला त्रास देईल.''

''तसलं काही होत नाही डॅडी आणि झालं तर मी त्यांच्याकडे लक्ष देणार नाही. चार दिवस हुल्लड करतील नि गप्प बसतील; पण माझं मन अभ्यासात तरी रमेल.''

''बघ मग— जायचं असेल तर जा. नवं संकट ओढवून घेऊ नकोस, म्हणजे झालं.''

—दुसऱ्या दिवशी ती सुवेगा घेऊन कॉलेजवर गेली. कॉलेजच्या कॉर्नरलाच पोरं-पोरी दिसू लागल्या. सगळे एकमेकांना सांगत तिच्याकडे पाहायला लागले. तिनं कोणाकडे लक्ष दिलं नाही. सुवेगा मोटरसायकल पार्किंगला लावली. इकडे-तिकडे न पाहता थेट आपल्या वर्गात जाऊन बसली.

आतल्या मुली एकदम शांत झाल्या. तोंडाचे आवाज कमी झाले. प्रत्येकाला तिच्याशी काही ना काही बोलायचं होतं; पण एकातही ते धाडस नव्हतं. तिच्याभोवती 'त्या' बातमीचं एवढं थोरलं... जाड, अभेद्य वलय होतं आणि त्यानं वर्गापासून तिला तोडलं होतं.

पहिल्या तासाचे विजयकर सर वर्गावर आले. वर्ग एकदम शांत. शांततेतलं वेगळेपण त्यांनाही एकदम जाणवलं. नजर फिरवली, तर खाड्कन् कल्याणी दृष्टीस पडली.

''कल्याणी—''
''येस, सर?''
ती उठून उभी राहिली.
''तू—तू कॉलेजात आलीस?''
तिनं फक्त त्यांच्याकडे पाहिलं.

"इट्स नन् ऑफ माय बिझनेस. पण... इतक्यात तू येशील, असं वाटलं नव्हतं.''

"का?''

विजयकरांना एकदम गडबडल्यासारखं झालं. तिचा 'का?' एकदम चेहऱ्यावरच आला. "का... का असं नाही— पण यू शुडन्ट कम. तुझ्याविषयी कॉलेजात गरम हवा आहे. चर्चा चालतात. पोरं अचकट-विचकट बोलतात. हे वातावरण निवळल्यावर यायचं.''

"सर, ईश्वर जगताप, नवीन शहा, बनसोड... ही सगळी पोरं कॉलेजला येतात?''

"अं?... येतात वाटतं. काल, का सकाळीच कोणीतरी दिसलं होतं.''

"त्यांचं येणं खटकलं तुम्हाला?''

"हे बघ, मी आपलं तुझ्या हिताचं म्हणून सांगितलं; तू तुला काय वाटेल ते कर!''

"रागावू नका सर. मी वाकडं बोलत नाहीये. वस्तुस्थिती अशी की, उजळ माथ्यानं कॉलेजात वावरण्याची त्यांना लाज वाटायला हवी होती! माझा अपराध नसताना मी सर्वांना घाबरून घरात बसावं नि त्यांनी निर्लज्जपणे आपल्या पराक्रमाचे पोवाडे गात कॉलेजभर फिरावं; हा कुठला न्याय? आय ॲम सॉरी, सर. पण ही पोरं उजळ माथ्यानं कॉलेजात येऊ शकतात; याचाच अर्थ, आपल्या कॉलेजातल्या एकाही मुलात पौरुषत्व नाही, असा घेते मी! अरे, या मुलांनी काय केलं आहे जे जगजाहीर असताना एकाचंही रक्त त्यांना पाहून उसळत नाही? एकाचाही आवाज त्यांच्या विरोधात वाढत नाही? आणि कोणताही स्टाफ मेंबर त्यांना कसला जाब विचारू शकत नाही? त्यांनी केलेली गलिच्छ वर्णनं पोरांनी मिटक्या मारीत ऐकली असतील— त्यांना ती पुन: पुन्हा सांगायला लावली असतील!''

"इनफ्.'' सर स्वरांवर नियंत्रण ठेवीत म्हणाले, "तास माझा आहे; तुझा नाही. मला त्या संदर्भात अधिक चर्चा करायची नाही. पण मला वाटतं, तूच अंतर्मुख होऊन विचार करावास. तुमच्या 'त्या' ऐतिहासिक सहलीत तुझ्या जोडीला आणखी चार-पाच मुली होत्या म्हणे, त्या सुखरूप घरी

गेल्या; घडलं ते सगळं तुझ्याबाबतीत!''

"सर—!''

"टाळी एका हातानं वाजत नसते कल्याणी!''

पोरांनी टाळ्यांचा कडकडाट करून वर्ग डोक्यावर घेतला. सगळ्या टाळ्यांचा जोरदार वर्षाव तिच्या हृदयात झाला. 'पुरुष' नाहीत म्हटल्यानं खवळलेल्यातलं कोणीतरी म्हणालं—

"हीच झाली द्रौपदी! भीम... अर्जुन... सगळे पाहिजेत!''

मग मात्र तिला तिथं थांबवेना. उठली. सरळ घरी निघून गेली.

डॅडींना मात्र तिनं यातलं अक्षरही सांगितलं नाही. दुसऱ्या दिवशी ती आणखी टणक होऊन कॉलेजला गेली. पार्किंगला सुवेगा लावताना कोणीतरी जोरात शिट्टी मारून तोंडानं 'च्यॉक्-च्यॉक्-चुईऽऽक्' असा आवाज काढला.

"आय्ला! सुवेगावर सायकल-स्टँड!''

"अँ! माझी सायकल लावू का— स्टँडला?''

"नको. पडेल लेका, स्टँड मोठा आहे. एका वेळी पाच-पाच सायकलीच टिकतात!''

"—आणि तुझी तर बिनदांडीची आहे! हॅ!— हो बाहेर!''

तिला सगळं ऐकू येत होतं, वाईटही वाटत होतं; पण तिनं निग्रहपूर्वक दुर्लक्ष केलं. ती वर्गात आली. फळ्यावर कोणीतरी चित्र काढून त्या खाली नावंही दिली होती.

एक मरतुकडा मुलगा कंबर दाबत खाली पडला होता. त्याच्या खाली बनसोडचं नाव होतं. एक मुलगी एका तरुणाच्या मिठीत होती, तिथं तिचं नाव होतं. शेजारी ईश्वरचं. त्याच्या मागे ओळीनं मदन, नवीन वगैरे पोरं होती. चित्राला 'द्रौपदी' नाव होतं.

ती आत येताच पोरांनी बाकं वाजवली. शिट्या मारल्या. तिनं टेबलावर पडलेला डस्टर उचलून ते चित्र पुसून टाकलं. गंभीरपणे खाली मान घालून जागेवर जाऊन बसली.

तर, पहिलाच पीरियड सारंग चक्रपाणीचा!

पोरं मुद्दामच गप्प.

त्यानं रोल-कॉल केला. 'फिफ्टी टू'ला 'प्रेझेंट सर' येताच त्यानं चमकून वर पाहिलं. कल्याणीला पाहून तो इतका गडबडला की, त्या नादात पुढचा नंबर त्यानं 'थ्रिफ्टी फी' असा उच्चारला. पोरांनी हसून, टाळ्या वाजवून वर्ग डोक्यावर घेतला.

कल्याणीला त्याची दया आली; पण हसूही आवरेना. तिला हसताना पाहून सारंग आणखीनच ऑफ् झाला. त्यानं उलटी-पालटी अक्षरं करीत आज्ञा सोडली,

"लोन्ट डाफ्! ड— डोन्ट लाफ!"

वर्ग हसायचा थांबेपर्यंत तो डोकं हातात धरून बसून राहिला. तर, वर्ग शांत होत होता. एक पोरगं हुंदके देत खदखदलं. दुसरं खटखटीत आवाजात विव्हळलं— 'अब जी के— क्या करेंगे जब...'

सारंग ताड्कन उठला, वर्गाबाहेर निघून गेला.

दोन मिनिटं वर्ग बेवारशी होता. मग एकदम प्रिन्सिपॉलसाहेबच आत आले. त्यांनी नुसते डोळे वटारले. हाताच्या तळव्यात सफरचंद असल्याप्रमाणे हात हालवत खुणेनंच 'काय गडबड चालली आहे?' असं विचारलं. मग ते कल्याणीला शोधू लागले. लक्षात येताच ती स्वत: उठून उभी राहिली.

"हां— मिस सरपोतदार... तुम्हाला वर्गात बसायची परवानगी कोणी दिली?"

"मला बंदी कोणी केली होती?"

"जास्त प्रश्न विचारू नका; माझ्या मागोमाग या. मला तुमच्याशी बोलायचं आहे."

तिनं निमूटपणे आपली वह्या-पुस्तकं उचलली. ती त्यांच्या मागोमाग बाहेर पडली. केबिनमध्ये येईपर्यंत सर काहीच बोलले नाहीत; मग तिच्याकडे वळून त्यांनी विचारलं—

"तुमचं काय काम आहे?"

"माझं?— काही नाही."

"देन, गेट आऊट! काही शिस्त म्हणून आहे की नाही?"

हसू दाबत ती जायला वळली, तर सरांना एकदम आठवलं— अरे!

आपणच हिला बोलावून घेतलंय्!

“अंऽ सरपोतदार— बसा जरा. मला तुमच्याशी बोलायचं आहे!”

ती हसू दाबत मागे वळली. त्यांच्यासमोरच्या खुर्चीत अवघडून बसली.

०००

१०

खटल्याचा निकाल लागूनही आता आठ-दहा दिवस उलटून गेले होते, पण ती कुठे बाहेर पडत नव्हती, का कोणाशी बोलत नव्हती. सब-इन्स्पे. थोरात, अरुण पटवर्धन— अशी मोजकीच माणसं तिच्यापर्यंत पोहोचू शकत. चौकशी, अभिनंदन— काय वाटेल ते असो; कोणीही भेटायला आलं, तरी आपल्याला हाक मारायची नाही... विशेषत: प्रेसची माणसं!—असं तिनंच नव्या बाईला सांगून ठेवलं होतं. ती जेवून-खाऊन इथंच राहायची. स्वयंपाक-पाण्यासकट घरची सगळी कामं करायची, पण बाई बरी होती. कल्याणीला जपत होती. डॅडींचं सगळं नीट करीत होती. बाहेरच्यांना तोंड देऊन परस्पर कटवत होती.

कल्याणीला आता कॉलेजला जायला हरकत नव्हती. म्हणजे, तिची कधीच हरकत नव्हती; पण खटल्याचा निकाल लागून तू निर्दोष सुटेपर्यंत कॉलेजात येऊ नकोस, असं प्रिन्सिपॉलसाहेबांनी तिला स्पष्टपणे बजावलं होतं आणि आता ती निर्दोष सुटली होती, तर तिलाच कॉलेजात जावंसं वाटत नव्हतं.

त्या दिवशी अगदी 'बोलायचं आहे—' म्हणून प्रिन्सिपॉलनी तिला बसवून घेतलं. ती सगळं सहन करायचं

ठरवून बसली. तर, ते म्हणाले—

''काल विजयकरांच्या तासाला तू काय काय म्हणालीस, ते सगळं माझ्या कानावर आलं आहे. कॉलेजच्या पोरांबरोबरच तू स्टाफलाही नामर्द म्हणालीस!''

''सर, मी चुकून काही बोलून गेले असेन, तर क्षमा करा; पण मला त्या अर्थानं म्हणायचं नव्हतं. ती पोरं कॉलेजला राजरोस वावरतात— माझ्याबद्दल नाही-नाही ते अचकट-विचकट बोलत हिंडतात, तरी सगळे ते सहन कसं करतात— असं म्हणायचं होतं मला.''

''हे विचारण्याचा तुला अधिकारच काय पण?''

''तर मग मी कॉलेजात का आले, हे विचारण्याचा तरी विजयकर सरांना काय अधिकार?''

''त्यांना स्टाफ म्हणून तो अधिकार आहे! आम्हाला कॉलेजचं वातावरण भानगडींपासून दूर ठेवायचं आहे. उद्या कॉलेज बदनाम झालं तर—''

''वा, सर... वा! जी मुलगी बलात्काराची शिकार झाली, ती कॉलेजात आली तर कॉलेज बदनाम होतं आणि ज्यांनी राजरोसपणे हे बलात्कार केले, ती मुलं उजळ माथ्यानं कॉलेजात वावरली— आपले पराक्रम जाहीर निर्लज्जपणे ऐकवत फिरली, तर कॉलेज बदनाम होत नाही?''

''कल्याणी, तू आपली पायरी सोडून बोलते आहेस.''

''नाही सर, मी फक्त अन्यायाचा प्रतिकार करते आहे! बदनामीची कॉलेजला जर खरोखरीच चाड असेल, तर कॉलेजनं त्या मुलांना खडसावून झाल्या प्रकरणाचे जाब विचारावेत. त्यांना रस्टिकेट करावं.''

''त्या प्रकरणाशी कॉलेजचा काय संबंध?''

''म्हणजे— ?''

''ती ट्रीप कॉलेजच्या परवानगीने गेली होती का? कॉलेजनं कोणी जबाबदार व्यक्ती सोबत पाठवली होती का?''

''म्हणून संबंधच नाही?''

''मुळीच नाही! कॉलेज बुडवून चार उनाड मुलं नि मुली कुठं ट्रिपला वगैरे गेल्या, तर आम्ही काय करणार? बाहेर त्यांनी काय करावं, हा

त्यांचा प्रश्न आहे!''

''मग त्याच प्रकरणाकडे बोट दाखवून तुम्ही माझ्यावर आरोप कसे करता?''

प्रिन्सिपॉलसाहेब अस्वस्थ झाले, रागावले. काही न बोलता, डोळे वटारून तिच्याकडे पाहत राहिले. त्यांनी चेहऱ्याएवढे डोळे व डोळ्यांएवढा चेहरा केला असता, तरी कल्याणी घाबरली नसती. आपण कडक शब्दांत बोलत असलो तरी आपली बाजू न्याय्य आहे याची तिला खात्री होती आणि सर विचारात पडले, त्या अर्थी त्यांनाही ती कल्पना असावी, हे स्पष्ट होतं. शेवटी पवित्रा बदलून मवाळ स्वरात ते म्हणाले,

''हे बघ कल्याणी, तुझं म्हणणं योग्य आहे. पण एक सांगतो— काही जणांनी अत्याचार केले आहेत म्हणून सारं जग आपल्यावर अन्याय करायला टपलं आहे, अशी भूमिका घेऊन प्रत्येकाशी वागू नये.''

''मी तसं कधी वागले सर?''

''विजयकरांची विचारण्यामागची भूमिका चांगली होती. तुझ्या भाषणानं तू तिला विकृत वळण दिलंस. मग विपरीत होऊन बसलं सगळं.''

''सर, ते म्हणाले—इतक्या मुली बरोबर होत्या, त्यांनी तुझ्यावरच अत्याचार का केले? धिस क्वेश्चन इज इन्सल्टिंग सर—सर्टनली इन्सल्टिंग. यात सरळ सूचित होते की, तू याच टाइपातली मुलगी आहेस!''

''ठीक, ठीक आहे. विजयकर सर हे शेवटी म्हणाले; पण तरी त्यांनी हे म्हणायला नको होतं, असं आपण मान्य करू. पण या प्रश्नाचं उत्तर शोधण्याचा तू प्रयत्न केला आहेस का?''

''नाही. आणि त्या प्रयत्नात मी माझा वेळ वायाही घालवणार नाही. कारण मी तशी मुलगी नाही, हे माझं मला चांगलं माहीत आहे.''

''असं! तू त्या दिवशी कॉलेज बुडवलंस?''

''होय.''

''शशी जोशी का कोण ती—तिच्या साखरपुड्याला जाते म्हणून घरी खोटं सांगून ट्रिपला गेलीस?''

''पण सर, माझ्या घरी—''

"मला कारणं नकोत. होय की नाही, तेवढं सांग."

"होय, गेले होते."

"बरोबर कोण कोण येणार, हे तुला माहीत होतं?"

"चक्रपाणी सरही येणार होते, म्हणून मी हो म्हणाले."

"चक्रपाणी येणार नव्हते. त्यांना विचारलं मी. तुम्ही पोरांनी फार आग्रह केला, म्हणून ते येतो म्हणाले होते. ते असो. तिथे तू दारू प्यायलीस?"

"थम्पस-अप मधून मला ती फसवून पाजण्यात आली."

"कसंही असो; इतकं सगळं झालं, तरी तू स्वत:बद्दल खात्री कशी देतेस?"

चक्रपाणीनं अशी सफाई देऊन हात सोडवून घेतले म्हणताच ती सुन्न झाली होती. नीट विचार करून उत्तर देता येईना. तिला गप्प बसलेली पाहून सर म्हणाले,

"आणि मला सांग—थम्पस-अप् तू एकटीनं प्यायलंस, का सर्वांनी?"

"सर्वांनी."

"म्हणजे सगळेच प्यायले होते!"

"ते मला माहीत नाही."

"असणारच. ती कमल ओकली, म्हणून तर तिला घरी आणून सोडलं."

"असेल."

"मग सगळ्या मुली प्यायल्या असताना इतर सगळ्या घरी गेल्या; आणि तू मात्र—"

"सर, बागेत चिक्कार फुलं असताना एखाद्यानं 'हे'च फूल का तोडावं, असं विचारण्यासारखं आहे हे!"

"हां, पाच जण एकच फूल तोडायला धावत असतील तर; त्यांनी स्वतंत्रपणे एक फूल घेतलं, तर हा प्रश्न उद्भवत नाही!"

ती निरुत्तर झाली. काही कारण नसताना सरांनी आपल्या बुद्धीचा वापर करून तिला दोषी ठरवलं होतं.

"ठीक आहे सर." हताश होत ती म्हणाली, "मी काय आहे, हे

माझं मला माहीत आहे; तुम्ही काय म्हणायचं, ते तुमचं तुम्ही ठरवा!''

"देअर यू आर!'' मिळालेल्या विजयानं खूष होत सर म्हणाले, "आता तुला सांगतो— स्टाफपैकी कोणाचंही तुझ्याबद्दल वाईट मत नाही. सगळी पोरं काय लायकीची आहेत, ते आम्हाला माहीत आहे; पण तुझ्या भल्याकरता म्हणतो—काही दिवस हे वातावरण निवळेपर्यंत तू कॉलेजात येऊ नकोस! पोरांना एवढा विचार करणं वा माणूस पारखणं जमत नाही. दृश्य स्वरूपावर वा ऐकीव माहितीवर विश्वास ठेवून ती आपली मतं बनवीत असतात. त्यांची तोंडं आपण धरूच शकत नाही. ती काहीही बोलत राहणार. फुशारकी म्हणून आणखी नसलेलंही सांगणार. या माहितीनं तुझ्याबद्दल गैरसमज होऊन कोणा पोरानं तुझा हात धरला किंवा काही केलं—मग?''

"आता मी काही 'थम्पूस-अप' प्यायलेली नसेन सर!''

"ते ठीक आहे; पण कशाला आपण संधी द्यायची? अं? जा, घरी जा आणि खटला झाला—या पोरांना शिक्षा झाली—निर्दोष सुटलीस की यायला लाग! म्हणजे मग कोणी बोट दाखवू शकणार नाही.''

"सर, थोडक्यात म्हणजे, खटल्याचा निकाल लागून मी निर्दोष सुटले, त्यांच्यावरचे आरोप सिद्ध झाले; तरच या कॉलेजचे दरवाजे मला उघडे आहेत!''

हे समजुतीदाखल काही बोलणार होते; पण त्यापूर्वीच ती त्यांच्या केबिनमधून बाहेर पडली, तरातरा पार्किंगच्या दिशेने चालू लागली. स्टाफरूमकडे जाणाऱ्या जिन्यापाशी येताच तिची पावलं थबकली.

एकदा सारंगला भेटून जावं का?

हॉस्पिटलात एकदा येऊन गेल्यापासून त्यानं पुन्हा तिला तोंड दाखवलं नव्हतं, का तिची साधी चौकशी केली नव्हती. आजही तिला वर्गात हजर असलेली पाहून त्याला आनंद व्हायला हवा होता; तो मुळीच झालेला दिसत नव्हता. याचा अर्थ तिनं ओळखून घ्यायला हरकत नव्हती. बरं, हॉस्पिटलात तो भेटायला आला, तेव्हाच त्याची पावलं लक्षात घेण्याइतकी स्पष्ट झाली होती; पण शेवटी स्त्रीमन वेडं असतं, हेच खरं. दुसऱ्याची स्पष्ट विरोधातली वर्तणूकही ते आपल्याला हव्या तशा अर्थानं वळवून घेत राहतं. आशेचे

अंकुर जोपासत राहतं.

त्या वेळी सारंगची वागणूक स्पष्ट झाल्यावर तिला त्याचा राग आला होता. पूर्णपणे अपेक्षाभंग झाल्याने तिनं त्याच क्षणी सारंग चक्रपाणी या नावावर काट मारली होती. फसवून जबरदस्ती करणाऱ्या त्या पोरांपेक्षाही त्याची विचारसरणी तिला भ्याडपणाची वाटली होती; पण नंतर तिच्या मनानं आठवणींचा एक-एक कप्पा उघडून एक-एक आठवण नक्षत्रफुलासारखी तिच्या पदरात टाकली होती नि तिनं त्याला माफही करून टाकलं होतं.

आपल्यावर इतकं प्रेम करणारा... आपल्या क्षणिक सहवासासाठी तास-तास झुरणारा सारंग या एका कारणासाठी आपल्याला कसं डावलू शकेल? त्या परिस्थितीत त्यालाही काही बोलणं सुचलं नसेल. होतं असं कधी-कधी; म्हणून आपली माणसं का परकी मानायची?

त्याला निदान विचारू की, सरांना तू तसं स्पष्टीकरण का दिलंस? खरं बोलण्याचं धाडस तुला का झालं नाही? —म्हणून स्टाफ-रूमकडे जाणाऱ्या जिन्याची एक-एक पायरी उतरत ती खाली आली.

तर, स्टाफ-रूममध्ये बहुतेक तिच्या कॉलेजात येण्याचीच चर्चा चालली होती. कोणा प्यूनबरोबर निरोप पाठवून त्याला बोलावून घ्यावं, म्हणून ती बाहेरच ताटकळत उभी राहिली. मुद्दाम न ऐकताही आतले संवाद तिच्या कानावर पडू लागले. पाच-सहा जण असावेत. प्रत्येक जण 'कल्याणी' या विषयावर जिव्हाळ्यानं बोलत होता—जणू प्रत्येकाच्या जीवन-मरणाचाच प्रश्न होता तो!

"पण—मला काय म्हणायचं आहे दामले—साधा विचार करा. कोणतीही सभ्य मुलगी असं काही घडल्यानंतर उजळ माथ्यानं कॉलेजला येईल का?"

"ते काहीही असो विजयकर; एवढ्यानं ती 'हे' ठरते, असं मला नाही वाटत."

"का बरं? आमची मुलगी नसती आली!"

"तुमच्या मुलीचं सोडा हो देशपांडे! च्यायला, ती 'करा-करा' म्हणाली तरी कोणी तिच्यावर बलात्कार करणार नाही!"

"माईन्ड युवर टंग चिटणीस! माझी मुलगी काळी म्हैस असेल; पण जोपर्यंत मी तिला पोसतोय, तुमच्या दाराशी आणून बांधत नाही, तोपर्यंत—"

"वेल-वेल, अहो देशपांडे, रागावता काय असे? त्यानं गंमत केली."

"ही—अशी?"

"बरंऽ सॉरी!— बास का आता? झाडाच्या साला!"

"लीव्ह इट. दामले, तू काय म्हणत होतास?"

"नाही, तिचं आजपर्यंतचं कॅरॅक्टर पाहिलं, तर ती तशी वाटत नाही!"

"हो का? करतोस का लग्न तिच्याशी?"

"हॅ! हां 'कल्याणराव' ते सिनेमात दाखवतात तसं लग्नात गाणंबिणं गाऊन जाईल. 'अजनबीऽऽ टॅ डॅ ढॅ टॅ डॅ ढॅ ढॅण-' —असं!"

"ए! मला का मधे घेता—आँ?"

"मधे घेता? यू 'आर' इन द मिडल्! रंगा, बेटा असं करून-सवरून झिडकारू नये!"

"तुम्ही लोक उगाच काहीतरी अफवा पसरवता!"

"तसलं काही नव्हतं म्हणावं—?"

"नव्हतं."

"साईबाबा शपथ?"

"साईबाबा शपथ! ती माझ्याशी बोलायची; मी तिच्याशी बोलायचो—फिनिश्ड!"

कल्याणी दारापलीकडे उभं राहून ऐकत होती. इतरांच्या कॉमेन्ट्सचं झाले नसेल एवढं दु:ख तिला सारंगच्या कबुलीचं वाटलं. डोळे पाण्यानं भरून आले.

अरे... सारंग! तू—तू हे बोलतोय्स? 'जन्मोजन्मीच्या पुण्याईनं तू मला मिळालीस!' असं धुंदपणे माझ्या कानाशी कुजबुजणारा सारंग... 'सौ साल पहिले मुझे तुमचे प्यार था-' म्हणून माझ्या मिटल्या पापण्यांची... गालाची... ओठांची चुंबनं घेणारा सारंग... "तुझ्या प्राप्तीसाठी मी सारं जग लाथाडीन" म्हणून मला मिठीत घुसळणारा सारंग...

सारंग, तू हेच बोलला होतास ना? नि आता 'तसं' काही नसल्याचाही तूच निर्वाळा देतोय्स!

ती खिन्नपणे हसली. आतली बोलणी पुन्हा ऐकू लागली.

विषय घसरत होता; उतारा मात्र तिच्या विषयाचाच होता. ज्ञानज्योती लावून अज्ञानतम दूर करणारे विद्वान आपले दिवे पाजळत होते.

मि. अरविंद पटवर्धन... व्हेअर आर यू? आप कहाँ है? तुम्ही कुठे आहात? हे बघा—इथे काय चाललं आहे! आणि हा समाज—याची खात्री देऊन तुम्ही स्त्रियांना कलम नंबर शंभरचा मंत्र देता होय? हा समाज—समाजकटंकांचा काय प्रतिकार करणार हो? पाहा, कशी माझ्या इज्जतीची लक्तरं वेशीवर टांगली जातायूत. त्यात प्रत्यक्ष माझा प्रियकर आहे. हे राहिलं, म्हणून तो उरली-सुरली लक्तरं टांगायला देतो आहे!

बरोबर आहे पटवर्धनसाहेब... समाजाची प्रतिकाराची तयारी करवून घ्यायला पाहिजे; ती पवित्र-अपवित्र, अपराध-निरपराध... या संकल्पनांच्या शुद्ध स्वरूपाच्या दर्शनापासून. नाहीतर आणखी दोन हजार वर्षांनीही या देशात 'बलात्कार' हाच वर्ज्य विषय असेल; प्रतिकार नाही! ही सामाजिक तयारी आज नाही म्हणूनच बलात्कारित स्त्रिया समाजासमोर, न्यायासनासमोर टाहो फोडून त्या नराधमाचं नाव सांगायला पुढं येत नाहीत. त्याला मिळणाऱ्या शिक्षेपेक्षा या स्त्रियांना मिळणारी मानहानीची, विकाऊपण मिळण्याची सजा फार मोठी असते!

आत कोणीतरी म्हणत होता—

"पण ही एवढीशी पोरगी... ते चार-पाच टोणगे! कसं काय सहन केलं असेल तिनं?"

"माणसाची कातडी नि मन—दोन्ही टणक असतं. प्रसंग आलाच म्हटल्यावर सगळं सहन होतं आणि ती तरी काय करणार? त्यांनी तिचे कपडे फाडले—हातपाय ताणून धरले. नको वाटलं तरी जाणार कशी ती?"

"खरंच कपडे फाडले का हो?"

"मग! अहो, सैतानच ते! ती अशी हातात सापडली म्हटल्यावर-"

"च्-च्... फार वाईट. हरामखोरांना खड्डे खणून त्यात उलट पुरलं पाहिजे. आत डोकं; बाहेर शरीर—असं जिवंत."

"एखाद्या मुलीच्या कोवळ्या शरीराशी असे चाळे म्हणजे—!"

"हे—पाहा-" फडक्यांचा मोठा आवाज पहिल्यांदाच तिच्या कानावर पडला, "मघापासून गंमत पाहतो आहे तुमची मी, पण त्या विषयावर बोलण्याचा तुम्हाला एकालाही अधिकार नाही!"

"नाही? का नाही?"

"कारण तुमच्या बोलण्यात त्या नराधमांच्या कृत्याचा संताप नाही; त्या जागी आपण नव्हतो—आपल्याऐवजी ती पोरं होती—याचा विषयलोलुप राग आहे!"

"हँ! फडके आपले काहीतरी बोलायचं म्हणून बोलतात!"

"त्या मुलीबद्दल आमच्या मनात तसलं काही कसं असेल?"

"पंच्याण्णव टक्के लोकांची प्रवृत्ती सांगितली मी. बलात्काराची वर्णनं ऐकून माणूस संतापतो; त्या नराधमांना फासावर लटकवण्याची भाषा करतो. कारण 'त्या'च्या जागी तो असूच शकत नाही!"

"शी:! काय कल्पना हो फडके तुमची!"

"तसं नसतं, तर 'अमक्या मुलीवर तमक्या इसमानं बलात्कार केला,' एवढी माहिती पुरेशी होते की! आपल्याला सविस्तर वृत्तांत कशाला हवा असतो? तो वाचत असताना त्या ठिकाणी आपलं मन कपडे उतरवून त्या स्त्रीच्या मागं पळत असतं. जे-जे अपराध्यानं केलं, ते-ते करीत असतं. आपण तेव्हा मानसिक संभोग करीत असतो!"

"स्वानुभव वाटतं! हॅ-हॅ-हॅ-हॅ!"

"पाटील, यू आर स्टुपिड. एखादा सिद्धांत मांडताना माणूस 'आपण', 'आम्ही' असे शब्द वापरतो; याचा अर्थ 'मी स्वत:' किंवा खरोखरीचे आपण म्हणजे—हा दामले, तू, सारंग... असा घ्यायचा नसतो. आपण म्हणजे, मानव."

"तरी पण... हे काहीतरीच वाटतं हो!"

"ठीक आहे. ती बातमी अगदी रंगवून, सविस्तर छापलेला एखादा

पेपर आणा. मी ती मोठ्यानं वाचतो. ज्याचं इंद्रिय सळसळून उत्थापित होणार नाही, तो याच पाच टक्क्यांतला! त्यानं खुशाल त्या विषयावर आपली मतं मांडावीत; इतरांना चर्चेचा अधिकार नाही!''

कल्याणीला अधिक ऐकवेना. सारंगला भेटण्याची इच्छा तर केव्हाच मेली होती; पण फडके सरांची मतं मात्र तिला तंतोतंत पटली. या विचारांत नि पटवर्धनांच्या विचारांत तिला मूलत: कुठे तरी साम्याचा धागा दिसला.

ती वर येत असतानाच आरोळेबाई नि पाठोपाठ काणे सर येत होते. तिला पाहून आरोळेबाई जिन्यात थांबल्या.

''काय गं, बरी आहेस ना आता?''

''हो.'' तिनं कसंनुसं उत्तर दिलं.

''कोणाला भेटायला आली होतीस का?''

''हो. पण ज्या दिशेनं तो माणूस जाणार असं वाटलं होतं, ती दिशाच आता हरवली आहे! आता दिशांचं भान नाही मॅडम. कोणाला भेटण्याची इच्छा नाही; कोणी भेटावं, अशी पण इच्छा नाही. साऱ्या दिशा आपल्याच नि सारी माणसं परकी!''

त्या दिवसापासून कल्याणीनं कॉलेजला जाणं सोडून दिलं आणि आता निकाल लागून मदन, ईश्वर वगैरे पोरं खडी फोडायला निघून गेली... अभिमानानं ताठ मानेनं कॉलेजात जाण्याची वेळ आली, तर आता तो उत्साहच राहिला नाही. तेव्हा शरीर जास्त शिणलं होतं; आता मनाला थकवा आला होता.

एका मुलीवर चार जणांनी बलात्कार केले आहेत, ही गोष्ट जज्जपासून ते ऑडियन्सपर्यंत सर्वांना मान्य; पण तो झालाच नाही—झालं ते सगळं या मुलीच्या संमतीनंच झालं—ही मुलगीच त्यातलीच आहे... वाईट चालीची...किती माकडउड्या! किती कसरती शब्दांच्या! खरोखरीचा बलात्कार सुसह्य या चिरफाडीसमोर!

ही मुलगी चार-चार मुलांबरोबर सिनेमाला जाते, हॉटेलात जाते. हो ना ईश्वर?

हो—हो. आमच्याबरोबर कुठेही यायची—ही कधी कधी तर कॉलेजचे तास बुडवूनही!

ही मुलगी मटका खेळते. बरोबर आहे?

हो. हिनं माझ्याजवळ कितीतरी वेळा बेटिंगसाठी पाच-पाच रुपये दिले आहेत. एकदा तर तिनं सात रुपयांची डबल घेतली होती. पेमेंट आणून दिलं तिला!

ही मुलगी दारू पिते, हे तर सरकारी साक्षीदार डॉ. पंडितांच्या अहवालानुसार सिद्धच झालेलं आहे! युवर ऑनर, जी मुलगी दारू पिते, जुगार खेळते, पोरांबरोबर बिनदिक्कत हॉटेलात जाते, सिनेमा पाहते... तिच्याच कबुलीजबाबानुसार घरी खोटं सांगून या पोरांबरोबर कात्रजच्या बागेत जाते; अशी मुलगी काय चारित्र्याची असेल, हे कोर्टानंच ठरवावं!

ऑब्जेक्शन युवर ऑनर!

भो:! भो: भो:!

भुऊव्ह ऽऽऽब्.. भो:!

आँऽर... गुररऽऽ

भुक्... भॉक्... भॉक्!

ओव्हर रूल्ड... ओव्हर रूल्ड...

योरॉनर, व्हाऊऽ अँऽ नॉम्-नॉम्... यडगुड-गुडगुड.... गुडगुड-गुडऽऽ...

सस्टेन्ड-सस्टेन्ड...!

थँक यू, युवर ऑनर. तर, अशी मुलगी जेव्हा मुलांबरोबर ट्रिपला जाते—त्यांच्याबरोबर एकटी कात्रजच्या घाटात जायला तयार होते—तेव्हा साहजिकच तिची पुढच्या साऱ्या प्रकाराला मूक संमती असते; असायलाच हवी! नव्हे, तिला तेच हवं असतं. नंतर आपल्या इज्जतीचा पंचनामा होऊ नये म्हणून ती—

एक्स्क्यूऽज मी, युवर ऑनर. आय वुड लाईक टु पॉइन्ट आऊट सेक्शन थ्रीसेव्हनटीफाइव्ह ऑफ द इन्डियन पीनल कोड. ॲकॉर्डिंग टु धिस सेक्शन, अ मॅन इज सेड टु कमिट रेप व्हू हॅज सेक्सुअल इन्टरकोर्स विथ

अ वूमन—सर्कमस्टसेन्स फॉलिंग अंडर एनी ऑफ देम फॉलोइंग डिस्क्रिप्शन इज—विथ हर कन्सेन्ट, व्हेन हर कॉन्सेन्ट हॅज बीन ऑब्रटेन्ड बाय पुटिंग हर इनटु फीअर ऑफ डेथ, ऑर हर्ट. युवर ऑनर, अॅकार्डिंग टु थ्रीसेव्हन्टीसिक्स, द पर्सन इज पनिशेबल, व्हेन दे अॅक्युजड् मेड अ वूमन क्वाईट ड्रंक, अॅन्ड व्हाईल शी वॉज इन्सेन्सिबल—व्हायलेटेड हर पर्सन, द ऑफेन्स इज कमिटेड!...

नाव—?

सारंग चक्रपाणी.

व्यवसाय?

प्राध्यापक.

कल्याणी सरपोतदार तुमची विद्यार्थिनी का?

होय.

तिचे आणि तुमचे संबंध कसे होते?

ज—जस्ट मैत्रीचे.

आणखी काही नाही?

आणखी काय असणार!

म्हणजे... तुम्ही टिपला जाणार म्हणून तिनं यायची तयारी दाखवावी—असे?

नाही, तसे नव्हते.

तुम्ही ट्रिपला गेला होता?

नव्हतो.

जाणार होता?

नव्हतो.

तसं म्हणाला होता?

म्हणालो होतो, कारण माझा होकार घेतल्याशिवाय पोरं हलायलाच तयार नव्हती.

युवर विटनेस प्लीज.

थँक यू. मि. चक्रपाणी, तुम्ही ट्रिपला जाणार नव्हता?

नव्हतो.

मेहेंदळेंच्या साक्षीप्रमाणे तर तुम्ही ट्रिपला जायला निघाला होता. कल्याणी आली नाही म्हटल्यावर तुम्ही जाण्याचा बेत रद्द केला!

हे खोटं आहे. हा त्या मेहेंदळेचा खोडसाळपणा आहे.

ठीक आहे. पोरं आणि पोरी ट्रिपला जाणार, हे तुम्हाला माहीत होतं?

होतं.

ते कॉलेज बुडवून जाणार, ही कल्पना होती?

होती.

तुम्ही त्यांना परावृत्त करण्याचा प्रयत्न केला?

नाही.

प्रिन्सिपॉलसाहेबांना सांगून त्यांना अडवण्याचा प्रयत्न केला?

नाही. मी तसं का करावं?

एक जबाबदार शिक्षक म्हणून! पण तुम्ही तसं केलं नाही, कारण तुम्ही स्वत:च त्या ट्रिपला जाणार होतात. त्यासाठी तुम्ही सकाळचा तास लवकर सोडलात—दुपारचा तास रद्द केला! आणि यामागचं कारण एकच—ट्रिपला कल्याणी जाणार होती. तिच्या सहवासात तुम्हाला दिवस घालवायचा होता. कारण तुमचे संबंध 'मित्र-मैत्रीण', 'शिक्षक-विद्यार्थी' यापलीकडचे होते! युवर ऑनर, आरोपींनी ज्या खोटेपणानं प्रा. चक्रपाणींना सहलीला येण्यापासून परावृत्त केलं, त्यातच त्यांची गुन्ह्याची पूर्वतयारी दिसून येते! त्यांनी 'थम्प्स-अप' म्हणून सगळ्याच मुलींना दारू पाजली. त्यातल्या ज्या ओकल्या, अस्वस्थ झाल्या; त्यांना घरी सोडण्यात आलं नि घरी सोडण्याचा फार्स करून कल्याणीला कात्रजच्या घाटात नेण्यात आलं! दॅट्स् ऑल युवर ऑनर. थँक यू...

डॉ. पंडित, आपण सरकारी डॉक्टर आहात?

होय.

ही मुलगी तुमच्याकडे कशी नि कोणत्या परिस्थितीत आली?

—अशी अशी आली. सब—इन्सेक्टर थोरात तिच्याबरोबर होते.

तुम्ही तपासणी व तातडीचे उपचार केले?

होय.

अहवाल सादर केलेला आहेच; त्याचा गोषवारा सांगा.

कल्याणी सरपोतदार या मुलीवर किमान चार वेळा बलात्कार झाले आहेत!

इन्टरकोर्स ऑर रेप-?

इन्टरकोर्स बाय रेप!

कशावरून?

तिच्या नखांत माणसाच्या कातडीचे कण मिळाले. नखांना रक्तही लागलं होतं; शिवाय ज्या पद्धतीनं तिला मारहाण करण्यात आली होती— तिचे कपडे फाडण्यात आले होते, ती पद्धत मुलगी वश असताना वापरावी लागत नाही. दुसरी गोष्ट—आरोपी क्र. एक ईश्वर जगताप याच्या मनगटावर चावल्याची खूण आहे. डेन्टिस्टनं तयार करून दिलेल्या डेन्टल-चार्टनुसार दातांच्या सगळ्या खुणा कल्याणीच्याच आहेत. आरोपी क्र. तीन—राघवेंद्र बनसोड यानं तिला मारण्याचं समर्थन करताना—ती आम्हाला चावत होती, बुक्क्या मारीत होती, मला तर तिनं सेंटरवर लाथ मारली!—असं केलं आहे. बनसोडला माझ्याकडे मेडिकलसाठी आणण्यात आलं, तेव्हा त्याच्या गुप्त भागाला मार बसला होता, सूज होती.

—प्लीज, नोट युवर ऑनर... याचा अर्थ कल्याणीनं प्रतिकार केला! आरोपींचे वकील म्हणतात त्याप्रमाणे तिची संमती असती वा इच्छा असती, तर प्रतिकार झालाच नसता! आणि प्रतिकार झाला असूनही कल्याणी सरपोतदार या तरुणीचा कौमार्यभंग झाला आहे, त्या अर्थी तो जबरदस्तीनं, बलात्कारानं झाला आहे!

दॅट्स ऑल, युवर ऑनर, थँक यू...

मिस कल्याणी सरपोतदार—

तेच-ते... पुन्हा तेच-ते.

ह्याची तुझ्यावर वाईट नजर होती, का त्याच्यावर तुझी वाईट नजर होती?

अमक्याबरोबर त्यापूर्वी तू कधी लॉजवर गेली होतीस का?

इन्टरकोर्सचा तुला अनुभव आहे का? तो यावा, अशी इच्छा मनात होती की नाही?

प्रतिकार म्हणजे तू काय केलंस? गुड. आरडाओरडा केलास का? —हो? मग कोणीच कसा ऐकला नाही? तू मुद्दाम हळू ओरडली असशील? प्रसंग आलाच तर बचाव करता यावा, म्हणून प्रतिकाराचं नाटक केलं असेल!

ओ. के, ओ. के. वुई रेस्ट विथ द केस.

युवर ऑनर, आरोपींनी केलेला सामुदायिक बलात्कार हा आजच्या सुसंस्कृत समाजाला एक लांच्छनास्पद डाग आहे. या वयात आरोपी इतके उलट्या काळजाचे, क्रूर, धोकेबाज आहेत; तर मोठेपणी ते किती निर्ढावतील, ते उघडच आहे. बलात्कारासारखे घृणास्पद, हिडीस, ओंगळ, समाजघातक कृत्य करून एका सुंदर, कोवळ्या, सभ्य मुलीला आयुष्यातून उठवणाऱ्या या नराधमांना भर चौकात बेशुद्ध पडेपर्यंत हंटरचे फटके मारले पाहिजेत, त्यांचे हात-पाय तोडले पाहिजेत, त्यांचे डोळे फोडले पाहिजेत. त्यांना समाजानं दगडांनी ठेचून मारलं पाहिजे नि न्यायासनानं त्यांना आजन्म कारावासाची—सश्रम कारावासाची शिक्षा द्यायला पाहिजे. युवर ऑनर, आज हे आरोपी निर्दोष सुटले, तर त्यांची हिंमत वाढेल. त्यांच्या बरोबरीने इतर मुलांचीही वाढेल. सभ्य मुलीला रस्त्यानं जाणं अशक्य होईल. काही दिवसांनी एक वेळ अशी येईल, की मुलगी रस्त्यानं जात आहे, त्या अर्थी तिच्यावर पूर्वी बलात्कार झालेला आहेच!

ओ हो! सबूऽ...सबूऽऽर...

युवर ऑनर, आरोपींचं वय लक्षात घेता, त्यांना कठोर शिक्षा करून त्यांच्या आयुष्याचं नुकसान करण्यापेक्षा त्यांना दया दाखवून सुधारण्याची संधी मिळाली पाहिजे. आज समाजातील अपराधी प्रवृत्ती नष्ट करण्याची गरज आहे; अपराधी नष्ट करण्याची नाही. त्यांच्या चुका त्यांना समजावून दिल्या, त्यांना आपल्या कृत्याचा पश्चात्ताप झाला, तर कोणी सांगावं—ह्यांच्यातूनही एखादा राष्ट्रपुरुष तयार होईल!

टाळ्या... टाळ्या... हुर्रेऽऽ हुर्रेऽऽ

ऑर्डर-ऑर्डर...!

एक म्हणतो—ही पोरं वाईट आहेत. दुसरा घशाच्या नसा ताणून सांगतो—तुम्ही समजता तशी ती मूलतः वाईट नाहीत. आयुष्याकडे पाहण्याचा त्यांचा दृष्टिकोन चुकीचा आहे; तो सुधारलाच पाहिजे! टाळी एका हातानं वाजत नसते. इतर मुलींना सभ्यपणे घरी सोडून या मुलांनी बलात्कारासाठी या मुलीचीच का निवड केली, हा प्रश्न आज गंभीरपणे विचार करण्यासारखा आहे. सर्व नाही, तरी एक टक्का तरी दोष या मुलीचाही आहेच. तिचं मुलांमध्ये जास्त स्वैरपणे मिसळणं... त्यांच्या ऑपोझिट सेक्सचा विचार न करता मुक्तपणे त्यांना स्पर्श करणं... त्यांच्या अहेतुक-सहेतुक ओझरत्या स्पर्शांना विरोध न करता मूक संमती दर्शविणं... या किंवा असल्याच कोणत्या तरी कारणात बलात्काराची बीजे रुजलेली असतात. माफक प्रमाणात सर्व काही करण्याची स्त्रीची इच्छा असते; पण विशिष्ट मर्यादेच्या पुढं यायला ती तयार नसते आणि पुरुष नेमका त्या मर्यादेपलीकडचं अपेक्षित करीत असतो. अशा परिस्थितीतूनच बलात्कार होतात!..

अं, असंही आहे... तसंही आहे.

तूही खरा; तोही खरा.

नाऊ हिअर कम्स द जज्‌मेन्ट!

महाराष्ट्र राज्य विरुद्ध आरोपी ईश्वर जगताप, मदन झाडगे, बनसोड या खटल्यातील आरोपी व सरकारची बाजू विचारात घेऊन, कोर्टासमोर वेळोवेळी आलेले साक्षी-पुरावे नजरेसमोर ठेवून न्यायासन असा निकाल देत आहे की...

''अभिनंदन कल्याणी, अभिनंदन.''

''त्या हरामखोरांना अशीच शिक्षा हवी होती.''

''कल्याणी, तुझं धैर्य वाखाणण्याजोगं होतं. आरोपीच्या वकिलांच्या सरबत्तीपुढे टिकाव धरणं म्हणजे काही चेष्टा नाही.''

''प्लीऽज्... स्माईल आँऽ दॅट्स गुड. थँक्यू.''

''माय नेम इज हेमू गुप्ता. आय रिप्रेझेन्ट इंडियन एक्स्प्रेस. आय

वुड लाईक टु अॅरेंज द इन्टरव्ह्यू-"

पुन्हा एकदा—

व्हाऽयु... हॅळॅंळुळुळु! ऑऽयु व्हॉलु लॉ ला ला लु लु...

सगळे शब्द निरर्थक, भंपक—आवाज नुसते.

माणसांची कडी तोडत तिनं डॅडींना गाठलं.

त्यांच्या चेहऱ्यावरचा आनंद नि डोळ्यांतलं पाणी तेवढं खरं. बाकी सब झूठ.

"ओ डॅडीऽऽ" म्हणत ती डॅडींना बिलगली. प्रेस फोटोग्राफर्सनी त्यांच्यावर तडातडा टाकलेले कॅमेऱ्याचे फ्लॅश चकाकले. दोघांना आंधळं करून फिल्मबंद करून टाकलं. उद्या जादूनं गोठवलेल्या या अॅक्शन्स कागदावर.

लोक वाचणार वगैरे.

अरे!—हो का? वा वा! बरं झालं. या नराधमांना असलीच शिक्षा हवी होती! परवा हेच फोटो—

कुठे रस्त्यावर पडलेले. कुठे भेळींना कवटाळून... तर कुठे—

आईऽ शी लागली—शी लागली—शी लागली...

बैस बैस (टुर्र्)—हं, घे. यावर बैस हां राजा ऽ खाली कराची नाईऽ...

यूसलेस... एव्हरीथिंग यूसलेस! झाली, त्यांना शिक्षा झाली—

अॅम आय सपोजड् टु बी 'इन्टॅक्ट व्हर्जिन' नाऊ?

न्याय देतात मेले!—लठ्ठ पगार खाऊन!

आय. पी. सी... कलम नंबर शंभर!—आय लव्ह यू, आय लव्ह यू नंबर हन्ड्रेड!

—थँक यू, मि. अरविंद पटवर्धन, यू शूड हॅव मेट मी जस्ट—अर्लिअर, दॅट्स ऑल!

ooo

११

झालेल्या बलात्कारापेक्षाही कल्याणीला सावध केलं ते सारंगच्या बदलण्यानं! 'तिचे आणि तुमचे संबंध कसे होते?'.... 'ज-जस्ट मैत्रीचे.'

मैत्रीचे?...'जस्ट' मैत्रीचे? ती चुंबनं... आलिंगनं... एकमेकांना दिलेली वचनं... ते सगळं क्षणात निरर्थक ठरवून 'जस्ट मैत्री' तेवढी खरी ठरवली या सारंगनं! काऊवर्ड... बुझदिल... भित्रा! अरे, खरं प्रेम असतं नि छातीठोकपणे कबूल करून मग म्हणाला असतास की, कल्याणी माझं तुझ्यावर प्रेम आहे; पण झालं हे विसरून तुझ्याशी मी एकरूप होऊ शकत नाही! आय वुड ॲप्रिशीएट. तुझ्या नावानं जन्मभर कुंकू लावून, तुझ्याशिवाय तुझी पत्नी म्हणून जगले असते. तुझ्या प्रामाणिकपणाची पूजा केली असती. तू म्हणाला असतास, तर खुषीनं आत्महत्यादेखील केली असती!

पण तू... सारंग — तू तर ईश्वर, मदनपेक्षाही खालच्या पातळीचा निघालास. त्यांनी बलात्कार केले—आपल्या इच्छा पूर्ण करण्याचं धाडस दाखवलं; त्याच धाडसानं त्यांनी केलेल्या कृत्याच्या शिक्षाही स्वीकारल्या. एकानंही फर्मावलेली शिक्षा ऐकून दयेचा टाहो फोडला नाही. दे डिड समथिंग... गुड ऑर बॅड. दे अर्नड् समथिंग.... गुड ऑर बॅड. यू लॉस्ट

एव्हरीथिंग अगेन्स्ट नथिंग!

सारंगनं भित्रेपणानं सगळंच नाकारून नामानिराळं व्हावं, याचं तिला अतोनात दु:ख होतं; पण दुखऱ्या मनाची तिनं तेव्हाही समजूत घातली होती—कोर्ट-कचेरीची पायरी चढण्याचे संबंध सुशिक्षित, नाकासमोर चालणाऱ्या सभ्य माणसांवर येतात कधी? म्हणून घाबरायला झालं असेल. आपल्याही वाईट प्रकारात गोवलं जाईल म्हणून त्यानं ते नाकारलं असेल; पण आपण भेटलो की आपली क्षमा मागून तो आपला स्वीकार करेल... वगैरे. त्याही बाबतीत तिचा भ्रमनिरास झाला होता. स्टाफ-रूमबाहेर उभं राहून तिला आपल्या चारित्र्याची चिरफाड ऐकायला मिळाली होती. सगळे सुविद्य, ज्ञानी तिला टरकावत होते नि तो खरोखरीच आपला काही संबंध नाही, हे सिद्ध करण्याकरता अलिप्तपणे ती चिरफाड पाहत होता, सहन करीत होता. त्यांच्या विरोधात जाऊन, तिच्या बाजूनं एक शब्दही त्याच्या तोंडून निघाला नव्हता; का ती तशी नाही, हे त्यांनी पटवून देण्यासाठी त्यानं यत्किंचितही प्रयत्न केले नव्हते.

आणि तरीही, त्या जखमांची आग कमी झाल्यावर तिला आता वाटत होतं—आपण एकदा एकांतात त्याची गाठ घेतली पाहिजे! त्याची कुचंबणा तो सांगेल, आपल्यावर अजूनही पूर्वीइतकंच प्रेम असल्याचा निर्वाळा देईल. जवळ घेऊन आपलं सांत्वन करेल... नि त्याच्या मिठीत आपली सगळी दु:खं, श्रम विरून जातील!

कल्याणीला सारंगचं घर माहीत होतं. जाण्याचा योग कधी आला नव्हता. कारण त्यांच्या गाठी-भेटी निसर्गाच्या रम्य परिसरात, नाहीतर हॉटेल-चित्रपटगृहात व्हायच्या; पण त्याच्या बोलण्यातून तिला हे माहीत झालं की, अभ्यासासाठी वगैरे एकांत हवा म्हणून नव्या घरी—ब्लॉकमध्ये तो एकटाच राहतो. त्याचे आई-वडील वगैरे इतर नातेवाईक सदाशिव पेठेतल्या जुन्या घरीच राहतात.

दुपारी तिनं आवरलं. त्याला आवडणारी गुलाबी साडी नि मॅचिंग ब्लाऊज घातला. आरशात पाहताना मनानं आपोआपच सौंदर्याचं परीक्षण केलं.

या सगळ्या प्रकारानं—कोर्टाच्या दिवसांनी—तिला चेहऱ्यावरलं निरागस हास्य पुसून टाकलं होतं. डोळे मोठे वाटण्याइतपत गोल बनले होते. डोळ्यांतली अल्लड चकाकी जाऊन तिथं अनुभवी, पोक्त-गंभीर असे भाव आले होते; पण तरीही तिच्या सौंदर्यात कमतरता निर्माण झालेली नव्हती. बारकाईनं पाहिलं, तरच ओठाखालच्या जखमेचा व्रण लक्षात येत होता.

स्वत:ला धीर देत ती खाली आली. डॅडी काहीतरी वाचत पडले होते. त्यांना सांगून बाहेर पडली. 'कुठे जातेस?' असं त्यांनी विचारलं नाही, तिनं सांगितलं नाही. विचारलं असतंच तर तिनं सारंगचं नाव सांगितलं असतं. लपवण्याचं कारण नव्हतं. त्यांना एव्हाना सगळं माहीत झालं होतं.

सुवेगा घेऊन ती 'अभिमान' अपार्टमेंट्सला आली. खाली जिन्यापाशीच ओनर्स लिस्ट लावलेली होती. खात्री करून घेण्यासाठी तिनं दुसऱ्या माळ्याच्या लिस्टवरून नजर फिरवली. बारा नंबरसमोर नाव होतं—प्रा. सारंग चक्रपाणी... आणि 'नंतर' लिस्टला असं नाव असेल—'मि. अँड मिसेस सारंग चक्रपाणी!' कशात काही नसतानाही ती मोहरली, डोळ्यांत स्वप्नांचे तरंग उठले. चेहऱ्यावर लाली. त्याच विचारांच्या नादात ती त्याच्या ब्लॉकसमोर येऊन उभी राहिली.

या सगळ्या दिवसांत खाण्या-पिण्याची आबाळ झाली होती. अशक्तपणा आला होता. दोन जिने चढूनही थोडा दम लागला होता. श्वास तेज झाला होता. त्यात आता सारंग भेटणार... एकांतात, या कल्पनेनं छातीची धडधड अधिकच वाढली होती. हातापायांना सूक्ष्म कंप सुटला होता. ओठांना कोरड पडली होती.

यांत्रिकपणे तिनं बेलचं बटण दाबलं. मग दार उघडलं गेलं.

समोर घरगुती कपड्यांमधला सारंग!

क्षणभर दोघे एकमेकांकडे अविचल पाहत राहिले. मग भानावर येत तो म्हणाला—

"ये ना, आत ये."

"येऊ का? का म्हटलं, दारातूनच घालवून देतोस आता!"

तो कसंनुसं हसत बाजूला झाला. ती आत आली. घाईघाईनं त्यानं

दरवाजा बंद केला. त्याच्या दरवाजा बंद करण्याचा मनाप्रमाणे अर्थ घेत 'ओऽ सारंग!' असं उत्कटतेनं म्हणत ती दारापाशीच त्याला बिलगली. काही क्षण त्याच्याकडून प्रतिसाद मिळाला नाही. पण मग त्याचे हात तिच्याभोवती लपटले गेले. तिच्या अर्धोन्मीलित नेत्रांची... गालांची... चेहऱ्याची चुंबनं घेत त्यानं तिच्या ओठांवर आपले ओठ टेकवले. त्याला अधिकच बिलगत तिनं त्याच्या चुंबनाशी एकरूपता साधली. झालेले बलात्कार... लोकांच्या त्यावरच्या प्रतिक्रिया... सोसलेले घाव... त्यानं केलेली प्रतारणा... सगळ्या गोष्टींचा विसर पडून दोघेही बराच वेळ एकमेकांच्या चुंबनात हरवून गेले होते.

हळूहळू त्याच्या प्रतिसादातली उत्कटता कमी होत गेली, मिठीतला आवेग तुटायला लागला, तशी तीही भानावर आली. अतिसुखानं डोळ्यांच्या कडांना जमलेलं पाणी टिपत त्याच्यापासून अलग झाली. शब्द हरवल्यासारखे दोघं एकमेकांकडे पाहत उभे राहिले. त्या काळात मनाचे व्यापार सुरळीत होत होते. खंडित झालेले विचारप्रवाह वर्तमानकाळाशी संपर्क साधू लागले होते. अवस्थेतली बेभानी कणा-कणानं ओसरत होती.

पूर्णत: चालू वर्तमानकाळात येताच त्याच्या चेहऱ्यावर अपराधी भाव पसरले. तिची नजर टाळत म्हणाला—

"बस ना. अशी दारातच काय उभी राहिलीस?"

अजूनही दारापाशीच अडकून पडण्याचं कारण आठवताच तिच्या चेहऱ्यावर लाजरं हास्य फुललं. काही न बोलता ती कोचावर जाऊन बसली.

"कॉफी घेणार?"

"नको सारंग." ती गंभीर होत म्हणाली, "एका महत्त्वाच्या निर्णयाबाबत मला तुझ्याशी बोलायचं आहे, म्हणूनच आले मी."

तो गंभीर झाला. योग्य कोणती, ते न सुचल्यानं त्याच्या हालचाली अडखळल्या. शेवटी तो तिच्या समोरच्या कोचावर बसला.

नि:शब्द शांतता.

आपल्याला काय बोलायचं आहे, हे तिला पूर्णपणे आठवत होतं; सुरुवात कशी करावी, हे सुचत नव्हतं.

तिला काय बोलायचं आहे, ते त्याच्या पूर्णपणे लक्षात आलं होतं; आपली भूमिका तिला कशी समजावून सांगावी, ते कळत नव्हतं.

प्रश्न तिच्या जीवन-मरणाचा होता. तिनंच पुढाकार घेतला. एकदम हुकमाचीच उतारी केली. "सारंग... जे काही घडलं, त्यात माझा दोष नव्हता, हे तुलाही माहीत आहे. कोर्टात तू काहीही म्हणाला असलास, तरी या चार भिंतींत तूही सारं मान्य करायला हरकत नाही. तू येणार, या कल्पनेनं मी ट्रिपला गेले यात माझा दोष नाही; मी येणार नाही-आले नाही, असं चुकीचं समजल्यानं तू आला नाहीस, यात तुझी चुकी नाही. जे घडलं, त्यावर आता चर्चा करण्यात अर्थही नाही. आता आपल्याला फक्त निर्णय घ्यायचा आहे. सांग... सगळं एक दु:स्वप्न मानून... झालं-गेलं विसरून... तू माझा स्वीकार करणार आहेस?"

त्याचं मौन... ते अस्वस्थपणे नखं खाणं... विचारात गढून गेल्यासारखं दाखवत तिची नजर टाळणं—या सगळ्यांतच तिला तिच्या प्रश्नाचं स्पष्ट उत्तर सापडलं होतं. काही क्षणांपूर्वी फुललेल्या गुलमोहोराचा बहर गळून पडला होता. गुलमोहोर फुलवणारा रुक्ष उन्हाळा तेवढा माथी आला होता.

ती मंदपणे उठून उभी राहिली. शांत स्वरात म्हणाली—

"जाते मी सारंग!"

"अं—"

"माझ्या प्रश्नाचं उत्तर मला मिळालेलं आहे; आता थांबून काय करू?"

त्याला वाटलं होतं, ही रडेल-चिडेल-धमक्या देईल. तुझं माझ्यावर खरं प्रेम असतं, तर तू माझा स्वीकार केला असतास; पण तुझं प्रेम माझ्यावर नव्हे माझ्या शरीरावर होतं—ते डागाळलं म्हणून तू मला अव्हेरतोयस... वगैरे आरोप करील. खोडा टाकेल—तुझं माझ्यावर खरं प्रेम नव्हतं, तर का खेळलास तू... माझ्या भावनांशी... माझ्या शरीराशी?

शी सेड नथिंग! मनाशी ती हे सगळं बोलली असेलही कदाचित; पण ते त्याच्यापर्यंत पोहोचण्याचं कारण नव्हतं. ती स्पष्टपणे कसलेच आरोप न करता निघून चालली होती.

मनावरचं ओझं एकदम उतरलं. आवाज परत मिळाला. शब्द सापडले.

"कल्याणी... मला क्षमा कर. माझं तुझ्यावर खरं प्रेम होतं. अजूनही पण... तू विचार कर कल्याणी— मी... अगं, माझ्या आई-वडिलांचा एकुलता मुलगा. शिकलेला आहे. दिसायला चांगला आहे. त्याला चांगला पगार आहे. समाजात प्रतिष्ठा आहे. सगळं इतकं चांगलं असताना, त्यांनी एका बलात्काराची शिकार झालेल्या—समाजात चर्चेचा विषय झालेल्या मुलीचा सून म्हणून का स्वीकार करावा? त्यांना दुखवून मी या परिस्थितीत तुझ्याशी लग्न करणं...यू थिंक ओव्हर इट.''

ती नुसतं निघून जाणार होती. चंद्रावरून काळ्या ढगानं, चंद्राच्या आयुष्यात कोणताही बदल न करता बाजूला सरकावं, इतक्या सहजपणे ती त्याच्या आयुष्यातून बाजूला सरकणार होती; पण तो बोलला होता. पुन्हा एकदा त्यानं स्वतःची मतं मांडण्यासाठी कोणाच्या तरी असहायतेचा आड घेतला होता. त्याची खोटेपणाची, मानभावीपणाची भूमिका पुढाऱ्याच्या डोक्यावरल्या टोपीसारखी त्याला चिकटून होती आणि या क्षणी 'त्या'च्यापेक्षाही अधिक, ती सारंगचा तिरस्कार करीत होती.

यांत्रिकपणे पुढे होत तिनं फाड्कन सारंगच्या तोंडात मारली. रुक्षपणे म्हणाली—

"यू डिझर्व्ह इट्!''

तो भानावर येण्याआधी ती त्याच्या ब्लॉकमधून निघूनही गेली होती.

अर्थात, जितक्या सहजपणे सारंगच्या तोंडात मारून ती त्याच्या ब्लॉकमधून बाहेर पडली होती; तितक्याच सहजपणे तो तिच्या मनातून बाहेर गेला नाहीये, हे तिलाही कळत होतं, जाणवत होतं. मनात तो इतका छान रुजला होता—हृदयाशी एकरूप झाला होता की, निर्दयपणे त्याला तिथून खेचून काढताना हृदय ओरबाडलं गेलं होतं, जखमी झालं होतं. हृदयात कधीही भरून न येणारी पोकळी निर्माण झाली होती. सारं जीवन अंधारछायेखाली वावरत होतं.

डॅडी काही बोलत नसले, तरी त्यांचं आपल्या लेकीवर पूर्ण लक्ष

होतं. तिच्यावर लक्ष ठेवणं, एवढाच त्यांचा आता विरंगुळा होता. ते तिच्याकडे पाहत—सतत पाहत असत. तिच्यातले सूक्ष्म बदलही त्यांना जाणवत नि काळीज गलबलून येई. खिन्नता आणखी वाढीला लागे.

एकुलती एक पोरगी, हुषार, सुस्वरूप, गुणी. तिचे कोणतेही लाड पुरवायला हातात भरपूर पैसा आणि सगळं चांगलं असताना हे काय होऊन बसलं! पोरगी कसले हट्टच करीत नाही आता.

कसं सावरायचं हे? या जखमा कशा भरून यायच्या? तिच्या चेहऱ्यावरलं खट्याळ, निरागस, बालिश हास्य केव्हा परत यायचं?

विचार करता-करता मेंदू थकून जाई. एकाच विचारापाशी दमून अडून राही.

तिचं लग्न करून दिलं पाहिजे. सुरुवातीला रमणार नाही मन. पण नवरा-प्रेमळ, समजूतदार असला; तर सांभाळून घेईल. हळूहळू त्याच्याबद्दल मनात प्रेम निर्माण होईल. एक मूल झालं की सगळं मागचं विसरून नवं आयुष्य सामोरं येईल, पोरगी मार्गी लागेल.

फक्त हे तिला कसं सांगायचं—कसं पटवून द्यायचं—एवढाच मुद्दा अवघड होता.

आपल्याला ते काम करता येणार नाही, तिथं बाईमाणूसच हवं. आज तिची ममी असती, तर तिनं तिच्या पोटात शिरून तिची विचारपूस केली असती. आंजारून-गोंजारून तिची समजूत घालून तिला तयार केलं असतं... ती नाही! आता हे काम आपल्यालाच करायला हवं!

त्यांनी मग घरकामासाठी राहिलेल्या रमाबाईंना विश्वासात घेतलं. इथं घेऊन त्यांना चार महिने झाले होते. या अवधीत त्या घरच्याच होऊन गेल्या होत्या. घरच्या दुःखानं त्याही खिन्न होत होत्या. घर हसलं, तर त्यांच्या चेहऱ्यावरही ती प्रसन्नता जाणवत होती. कल्याणीबद्दल तर त्यांना विशेष आत्मीयता होती. आईविना पोरक्या झालेल्या पोरीसाठी त्यांचं मन आई झालं होतं. तिची दशा पाहून उसासत होतं, तिळतिळ तुटत होतं. डॅडींनी त्यांना मनातलं बोलून दाखवताच त्या हरखल्या, उत्साहानं तिचं मन वळवण्याची जबाबदारी स्वतःकडे घेतली आणि दोनच आठवड्यांत त्या जेव्हा डॅडींना

सांगायला लागल्या—की त्यांनी या विषयावर कल्याणीशी बोलायला हरकत नाही, तेव्हा त्यांच्या आश्चर्याला पारावर उरला नाही. त्यांनी काय जादू केली, तिला कसं समजावून सांगितलं; ते काही त्यांना कळलं नाही; पण रमाबाईंनी केलेला चमत्कार डोळे दिपवणारा होता, संजीवक होता. त्यांची लाडकी कल्याणी विवाहाला तयार झाली होती!

दिवसभर डॅडी त्यांच्या शेअर्सची उलाढालीत मग्न होते. कल्याणीलाही बोलायला काही सवड मिळाली नाही. रात्री निजण्यापूर्वी त्यांनी तिला हाक मारली, पण तिला ती ऐकू गेली नसावी. रमाबाईंना विचारलं, तर त्या म्हणाल्या, "टेप-रेकॉर्डर ऐकत पडलीय. बोलावू का?"

"नको-" म्हणत डॅडीच सावकाश एक-एक पायरी चढत वर जायला लागले. तर, रात्रीच्या शांत वातावरणात त्यांना लताचे आर्त स्वर स्पष्टपणे ऐकू आले—

"-कोई शै भाती नहीं-
लूऽट कर मेरा जहाँ,
छुप गए हो तुम कहाँऽ?
तुम कहाँऽ तुम कहाँऽ तुम कहाँऽऽ
तुम न जाने किस जहाँ में खोऽ गए..."

नकळत डॅडींचे पाय एका पायरीवर स्थिरावले. घशात एक आवंढा दाटून आला. आर्त आवाजात लतानं विचारलेला तो प्रश्न हृदयात बाणासारखा घुमला.

मनोरमा!... माझी माम्... आता कुठं असशील गं तू? पैलतीरावरच्या कोणत्या जगात स्वत:ला इतकं हरवून घेतलंस, की माझी—आपल्या कल्याणीची तुला आठवणही राहू नये?

एक दीर्घ उसासा सोडून त्यांनी घशातला आवंढा गिळून टाकला. पायऱ्या चढायला सुरुवात केली. टेप-रेकॉर्डरवर पुढचं गाणं सुरू झालं होतं. तोच आवाज—आवाजात तोच दर्द.

"चाँद फिर निकलाऽ मगर तुम न आये -
जला फिर मेरा दिल... करूँ क्या मै हा ऽ ये!"

ते स्वर पुन्हा हृदयाला वेधू पाहत असतानाच त्यांना जाणीव झाली—

अरे! निवडून ही कॅसेट लावणारी मुलगी कल्याणी आहे! तिलाही तिची अतोनात दु:खं आहेत. तिच्याही हृदयात खोलवर चिघळणाऱ्या जखमा आहेत. तिला आधार द्यायचं सोडून आपण आपल्या दु:खात किती दिवस मग्न राहायचं?

लगेच त्यांच्या मनावरलं औदासीन्य झटकलं गेलं. गाण्यातला जिवंतपणा जाऊन ते केवळ एक सुंदर गाणं होऊन उरलं. लगबगीनं पायऱ्या पार करीत ते तिच्या बेडरूमपाशी आले.

"कल्याणी... बेटा, झोप लागली का गं?" जोराने विचारत त्यांनी दाराला थापलं.

लताचा आवाज एकदम हळू झाला. मग दार उघडलं गेलं.

"डॅडी—?"

"हां, येऊ का? का झोपतेयस?"

"नाही. गाणी ऐकत पडले होते. या की आत."

डॅडी आले. पलंगावर उशीला टेकून बसले. ती त्यांच्यासमोर विचारमग्न चेहऱ्यानं उभी.

"तू बैस की."

पलंगावरच ती त्यांच्या पायथ्याशी बसली.

"कल्याणी... एक विचारावं म्हणतो बरेच दिवस."

"हं, रमाबाईंनी सांगितलं मला ते."

"लग्नाचं?"

"हो."

"मग... काय विचार आहे? तयार आहेस का तू?"

त्याचं त्यांनाच आश्चर्य वाटलं. किती सहजपणे दोघं मुद्द्यावर आले होते!

"मी—मी तयार आहे डॅडी." ती शांतपणे म्हणाली, "तुम्ही पसंत कराल तो मुलगा मला पसंत आहे. माझी इतर कोणतीही अट नाही. फक्त... मुलाची फसवणूक होऊ नये, त्याला सगळी कल्पना असावी,

एवढीच माझी विनंती आहे.''

ते विचारी मुद्रेने कल्याणीकडे पाहत राहिले. हिच्या मनात लग्नाचं नाही, म्हणून हिनं या मार्गानं नकार दिला आहे की काय! एकच अट तिनं घातली होती. ती नैतिकदृष्ट्या रास्तही होती. पण... हे सगळं सांगितल्यावर कोण लग्नाला तयार होणार? हिला इतकं सोपं वाटतं काय हे?

''कल्याणी, असा कोण तयार होईल?''

''तसा कोणी तयार नसेल, तर मलाही लग्न करायचं नाही!''

''हा वेडेपणा आहे कनु?''

''नाही डॅडी, कोणाला तरी फसवून स्वत:चं कल्याण करून घेणार नाही मी! आणि ही फसवणूक तरी किती दिवस करीत राहता येईल? चार-सहा महिन्यांनी—वर्षा-दोन वर्षांनी... केव्हातरी त्या माणसाला ते कळेल, तेव्हा त्याची मन:स्थिती काय होईल? संतापाच्या भरात त्यानं मला मारलं—भाजलं—कायमचं माहेरी पाठवून दिलं... मग काय होईल? त्याला दोष देण्यात काय हशील? डॅडी, केवळ चार दिवस संसार करता यावा, म्हणून एखाद्याशी मी आयुष्याची प्रतारणा करावी, तुमचे पाच-पन्नास हजार बरबाद करावेत, असं का वाटतं तुम्हाला? नको डॅडी. पोरीचं भलं व्हावं म्हणून तुमचा जीव तळमळतो, हे ठीक आहे; पण तिच्या मायेपोटी विचारांचं अंधत्व येऊ देऊ नका.''

डॅडी खजील झाले. आपल्या खुजेपणाची त्यांची त्यांनाच लाज वाटली.

खाली मान घालून म्हणाले,

''तुझं बरोबर आहे कल्याणी. मी तसं वागणार नाही; पण 'सगळं' सांगून लग्नाला तयार असणारा मुलगा मिळाला, तर तू लग्न करशील ना?''

''करीन डॅडी. अर्थात, त्यात माझ्या सुखाचा भाग किती आहे, ते परमेश्वर जाणे! पण तुम्ही सुखी व्हावं, तुमच्या मनाला माझ्या भविष्याची काळजी लागून राहू नये, म्हणून करता येण्यासारखं तेवढंच उरलं आहे; तेवढं मी करीन.''

तिच्या होकाराचं सुख मानावं, का तिच्या असहायतेचं दु:ख करावं,

तेच डॅडींना समजेना. कोऱ्या मनानेच ते आपले खाली आले.

रात्री बराच वेळपर्यंत ते जागेच होते. आधी त्यांचं मन सुन्नपणे कोरं होतं. मग कल्याणीबद्दलची करुणा तिथं व्यापायला सुरुवात झाली. ताड्कन मनात आलं—सांगून तर सांगून! माझी मुलगी नक्षत्रासारखी सुंदर आहे. घडला तो एक तिचा दोष नसलेला अपघात होता. मी माझा सारा पैसा पणाला लावून तिच्यासाठी चांगला मुलगा शोधून काढीन; हा बंगलाही मुलाच्या नावे करीन—का तयार होणार नाही कोणी?

मग कोणी कोणी तिला पूर्वी मागणी घातली होती, त्या लोकांची नावं त्यांना आठवू लागली. मुलं एक से एक चांगली होती. कोणाचा घरचा धंदा होता, तर कोणी मोठ्या हुद्द्यावर नोकरीला होता. त्यांचे क्रम ठरवता-ठरवता मध्येच केव्हातरी त्यांना झोप लागली.

दुसऱ्या दिवसापासून उत्साहानं ते कल्याणीसाठी वर-संशोधनाला लागले. येणारे अनुभव खच्चीकरण करणारे होते. कोणाचं लग्न झालं होतं, कोणाचं ठरलं होतं, तर कोणाला इतक्यात कर्तव्य नव्हतं. या ना त्या प्रकारे नकार जमा होत होते. त्यामागचं कारण सूक्ष्मपणे त्यांना टोचू लागलं होतं; पण मुलगी त्यांची होती... अशी होती. हार मानून, हात-पाय गाळून चालण्यासारखं नव्हतं. काही अनुभव मात्र त्यांना असे आले, की माणुसकीवरचा विश्वास उडावा! वाटलं—सालं, मुलगी जन्मभर कुँवार राहिली तरी हरकत नाही; पण असे सौदे करू नयेत.

जोशी म्हणून एक मोतीवाले शेअर-बाजारामुळे डॅडींच्या चांगले ओळखीचे झाले होते. घरचं गडगंज होतं. मुलींची लग्नं झाली होती. दोघे मोठे मुलगे संसाराला लागले होते. त्यांचे-त्यांचे स्वतंत्र उद्योग होते. धाकटा बाळ तेवढा लग्नाचा होता. स्थळ उत्तम होतं. स्वत: जोशींनी कल्याणीच्या रूपा-गुणांची कित्येकदा स्तुती केली होती. तिला मागणीही घातली होती.

डॅडी त्यांच्याकडे गेले.

आगत-स्वागत झालं. अघळ-पघळ गप्पा गोष्टी झाल्या. दोनदा सरबत पिऊन झालं. मग हळूहळू गप्पांचा ओघ घर, पोरं-बाळं—इकडे वळला, तसे डॅडी म्हणाले,

"मीही यंदा पोरीचं उरकून घ्यावं म्हणतोय्."

"हो... ती एक जबाबदारीच आहे! नुकतंच हे असं झालेलं!"

"त्यात तिचा काय दोष जोशी?"

"हो ना! या वयात चुकतं असं हातून कधीतरी! म्हणून का मुलगी तशीच ठेवायची?"

"तसं नाही. त्या अर्थाने म्हणत नाही जोशी मी. त्या केसमध्ये तिच्या हाती खरंच काही नव्हतं. तुम्ही वाचलं नाही का वर्तमानपत्रात?"

"ते सगळं खरं होतं?"

"होय. म्हणूनच म्हणतो, पोरगी वाईट चालीची नाही. माझी म्हणून म्हणतो, असं नाही. पण कोणा चार गुंडांच्या अपराधाचं प्रायश्चित्त पोरीला जन्मभर भोगावं लागू नये, असं वाटतं."

"खरं आहे. बलात्कार झाला, तर त्यात मुलीचा काय दोष! समाजानं उदार दृष्टिकोन ठेवला पाहिजे. काही झालं नाही, असं मानून तिचा स्वीकार केला पाहिजे!"

"बस्! याच विचारांचा माणूस शोधत होतो मी!" डॅडी उत्साहानं म्हणाले, "जोशी, तुम्ही बाळासाहेबांसाठी एकदा विचारलं होतं—आठवतंय?"

"हो." जोशी रुक्षपणे म्हणाले, "त्या वेळी तुम्ही म्हणाला होता—मुलगी ग्रॅज्युएट होईपर्यंत कर्तव्य नाही. पण त्याचं काय?"

"मी विनंती करायला आलो आहे—तिला सून करून घ्या!"

जोशी विचित्र हसले. म्हणाले,

"असं-असं! म्हणून या 'समाज-सुधारणे'च्या गप्पा चालल्या होत्या का? सरपोतदार, मी उदारमतदवादी आहे; पण ही मतं चुलीपर्यंत भिडावीत, हे मला मान्य नाही!"

"पण जोशी—"

"माफ करा, माझ्या मुलाला मी पुस्तकंही कधी 'सेकन्ड हॅन्ड' घेऊन दिलेली नाहीत. तुम्ही 'फिफ्थ-सिक्स्थ् हॅन्ड' बायकोच्या काय गोष्टी करताय्? तुम्हीच विचार करा सरपोतदार, रागावू नका. अहो, माझा मुलगा म्हणजे बावनकशी सोनं आहे. वेडा असता, लुळा-लंगडा असता, त्याच्यात काही

वैगुण्य असतं; तरची गोष्ट निराळी. तो तरी अशी बायको का मान्य करेल?''

''बाळासाहेबांना विचारून तरी पाहा.'' अपमान गिळीत डॅडी म्हणाले, ''त्यांची हरकत—''

''त्यांची नसली तरी माझी हरकत आहे! सरपोतदार, आपण तोलामोलाचं, खानदानी घराणं पाहून संबंध जोडतो, ते प्रतिष्ठा नि मान-सन्मान वाढवण्यासाठी. तुमच्या मुलीला सून करून घेऊन मला स्वतःची बेइज्जती करून घ्यायची नाहीये. काय समजलात? सून आली, म्हटल्यावर चार लोक हौसेनं तिला पाहायला येणार. कुठली, कोण, वगैरे चौकशी करणार. 'त्या' खटल्यात गाजलेली मुलगी ती हीच, म्हटल्यावर तोंडात शेण घालतील लोक आमच्या!''

काही मिनिटांपूर्वी सामाजिक दृष्टिकोनावर अघळपघळ बोलणाऱ्या जोशींचे हे विचार ऐकून डॅडी सुन्न झाले. इथं आल्याचीच त्यांना खंत वाटू लागली. निराश होऊन ते जायला निघाले, तर जोशींनी समारोपाची समजूत घातली—

''गैरसमज करून घेऊ नका सरपोतदार. मनात काही ठेवू नका. माझ्या जागी तुम्ही असता, तर तुम्हीही हेच केलं असतं. मुलगी तुमची आहे, तिच्याकरता वाटणं साहजिक आहे. पण... अदमास घेतल्याशिवाय कोणाला एकदम असं विचारत जाऊ नका.''

दुसरा अनुभव तर याहून भयानक अपमानास्पद होता.

कुठून तरी स्थळ कळलं. पत्ता शोधत डॅडी चौकशीला गेले.

गोरे. मुलगा कोकणस्थ ब्राह्मण. आई-वडील वगैरे सगळे नातेवाईक व्यवस्थित. खाऊन-पिऊन सुखी कुटुंब. मुलाचं कागदाचं दुकान. स्वतःची स्कूटर. मुलाचे थ्री व्हीलर्स वगैरे.

स्थळाच्या चौकशीसाठी कोणीतरी आलं म्हणताच बापानं आधीच सांगितलं—

''वीस हजार हुंडा नि दोन्ही अंगचं करून देऊन मुलीच्या अंगावर दहा तोळे सोनं घालण्याची तयारी असेल, तरच आत या!''

डॅडी आत गेले.

मूर्ख गृहस्था! आधी नीट चौकशी करून तरी आपल्या मागण्या मान्य करायच्यास! तू न मागताही मी देईन, ते यापेक्षा तिपटीनं अधिक असेल!

या अटी मान्य करून माणूस आत आला म्हटल्यावर मुलाचा बाप खूष झाला. आत वळून त्यानं चक्क 'अर्धा-अर्धा ग्लास' कोकम सरबत करायला सांगितलं. दुकानात फोन करून मुलाला घाईघाईनं बोलावून घेतलं. तो येईपर्यंत आपल्या घराण्याच्या नि मुलाच्या असमान्यपणाच्या रंजित गोष्टी सांगत राहिला.

मुलगा आला. त्यानं सेकंदात बापाला कोपऱ्यात सारलं. इतका वेळ बडबडणारा बाप निमूटपणे शेपूट घालून स्वस्थ बसला.

पोरगं एकदम स्मार्ट. आगाऊ, कुर्रेबाज.

"काय आपलं आडनाव?"

"सरपोतदार."

"मुलगी कोण? कल्याणी सरपोतदार नाही ना?"

"अं? हं—हो. तीच!"

"आणि बाबा, या स्थळासाठी तुम्ही मला दुकान सोडून बोलावलंत?"

"का रे, काय झालं?"

"अहो, ते मधे नाही का बलात्कार प्रकरण झालं होतं—तीच ही!"

"आँ! होय का हो! तरीच म्हटलं, हा गृहस्थ वीस हजार हुंडा द्यायला का तयार झाला! पैशाच्या जोरावर फसवायला पाहता काय?"

"गोरे, तुमचा गैरसमज होतो आहे. जे आहे, ते मी लपवण्याचा प्रयत्न केला का?"

"आधी सांगितलंत का?"

"तुम्हीच बोलत होता. मी मधे काय बोलणार?"

तेवढ्यात एक मुलगी सरबताचे ग्लास घेऊन बाहेर आली. म्हातारा कडाडला—

"जा शिंचे, ते ग्लास आत घेऊन! कोणाही आल्या-गेल्याला सरबत

देतीय!''

"गोरे,'' डॅडी अस्वस्थ होत म्हणाले, "मी स्थळाची चौकशी करायला आलो, याचा अर्थ तुम्ही माझा अपमान करावा, असा नाही. नाही म्हणा हवं तर. मी काही तुमच्यावर बळजबरी करीत नाहीये; पण नाही म्हणण्याचीही काही पद्धत असते. मीही पुण्यातला एक सभ्य, प्रतिष्ठित नागरिक आहे.''

"तुम्ही प्रतिष्ठेच्या गोष्टी कोणाला शिकवता?'' मुलगा मूर्ख उर्मटपणे म्हणाला, "पाच-सहा महिन्यांपूर्वी तुमची प्रतिष्ठा फोटोसकट साऱ्या वर्तमानपत्रांतून छापून आली आहे! तुमच्या सुंदर नि गुणी मुलीशी लग्न करून मी काय नवा 'धंदा' खोलू का? जाऊ शकता तुम्ही.''

इतक्या मूर्ख बोलण्यावर पुढं बोलायला उरलंच काय? जायचंच की!

—असे एक-एक अनुभव येत होते, तरी डॅडींनी चिकाटी सोडली नाही. स्थळाची माहिती समजली की, ते वेळात वेळ काढून जायचे. अपमानित, निराश होऊन परत यायचे. नवं स्थळ कळलं की कात टाकून पुन्हा नवी उभारी धारण करायचे. मुलगी हजारांत उठून दिसेल इतकी सुंदर, गुणी. तिचे वडील तिच्यासाठी सारी संपत्ती पणाला लावून उभे. पण यातलं काहीही उपयोगी पडत नव्हतं. 'त्या' प्रकरणाचं पारडं प्रत्येक ठिकाणी जड होत होतं, पदरी नकार पडत होते.

डॅडींना तर वाटू लागलं, केस कोर्टात जाऊ देण्यात आपण चूकच केली! आज खर्चायला तयार झालो, त्यातले पाच-दहा हजार दाबून केस मिटवून टाकली असती, तर आज एवढ्या मोठ्या प्रमाणावर हा प्रश्नच निर्माण झाला नसतो. पोलीस, सरकारी वकील, न्यायालय—या सर्वांच्या दृष्टीनं काय, आरोपींना शिक्षा झाली—मुलीला न्याय मिळाला! पण त्या मुलीचं नंतर काय होतं, तिला कोणत्या प्रकारच्या आयुष्याला तोंड द्यावं लागतं; हे त्यांना काय माहीत! त्यापेक्षा केस दाखल झाली नसती, तर वृत्तपत्रांत इतका गदारोळ उठला नसता. छापील नालस्ती झाली नसती, काहीच झालं नसतं. असं होणार असतं, म्हणूनच बलात्काराच्या गुन्ह्यांपैकी दोन-पाच टक्केही गुन्हे न्यायासनासमोर येत नाहीत. समाजाच्या मनात या

गुन्ह्याविषयी त्वेष असायला हवा; तेवढाच शिकार झालेल्या तरुणीविषयी उदार, सहानुभूतीचा दृष्टिकोन असायला हवा. अशा मुलींच्या पुनर्वसनासाठी तरुणांनी पुढं यायला हवं, हे समाजाला पटतं; पण तो तरुण आपला मुलगा असावा, हे मान्य होत नाही. या मुलींकडे वेगळ्या नजरेनं पाहिलं जातं. जोपर्यंत ही कीड साफ होऊन समाजपुरुष हा खरा पूर्ण, उत्तम समाजपुरुष होत नाही, तोपर्यंत बलात्काराविरुद्ध न्यायाची दारं ठोठावणाऱ्या तरुणी बरबाद होत राहणार, मूर्ख ठरत राहणार.

या विषयाकडे—आपल्या मुलीकडेही अगदी त्रयस्थपणे पाहूनही डॅडींचं हळवं झालेलं मन कळवळू लागलं. मात्र, मनातली ही वादळं त्यांनी आपल्या चेहऱ्यावर वा वागण्यात दिसू दिली नाहीत. काय चाललं आहे, याची कल्याणीला जाणीवही होऊ न देता त्यांनी त्यांचं वर-संशोधन सुरू ठेवलं. कल्याणीनंही त्यांना त्याबाबत कधी शब्दानंही विचारलं नाही. तिच्यापुरती तिनं वेगळी दुनिया निर्माण करून घेतली होती. त्यात या बाह्य अभद्रांना, चिंतांना स्थानच नव्हतं. तिच्या या संगीताच्या जादूभऱ्या दुनियेत सी. रामचंद्र, एस. डी. बर्मन, सलील चौधरी, मदनमोहन, रामलाल, वसंत देसाई—असे अनेक मित्र त्यांच्या वाद्यवृंदांसह सामील होते. तिला वाटेल तेव्हा लता मंगेशकर आपला आर्त आवाज घेऊन हजर होत होती. महंमद रफी 'रात भर का है मेहमाँ अंधेरा' म्हणून तिला धीर देत होता. 'काली घटा छाएँ मोरा जिया तरसाएँ—' अशी लाडिक तक्रार करून आशा तिच्या हृदयात नवी पालवी निर्माण करण्याचा प्रयत्न करीत होती.

एक प्रसंग—तिच्या या स्वप्नील दुनियेच्या चौकटीत न बसणारा... तिच्या डोळ्यांदेखत घडला आणि काय चाललं आहे याच्या सत्य दर्शनानं तिचं मन ओरबाडून निघालं.

परवाच एक स्थळ समजलं होतं. सोलापूरजवळच्या कुठल्या तरी खेड्यातला मुलगा होता. घरची पंधरा-वीस एकर जमीन होती. ती वडील पाहत होते. मुलगा सोलापूरच्या शाळेत शिक्षक होता. त्याचंही पुढं शिकणं सुरू होतं. आज ना उद्या एम. ए. करून तो प्राध्यापक होणार होता. फोटोत तरी मुलगा दिसायला चांगला रुबाबदार होता.

डॅडींनी पत्रव्यवहार करून मुलाला मुलीची सगळी माहिती कळवली होती आणि ती समजूनही मुलानं मुलगी पाहण्याची तयारी दाखवली होती. तो आपल्या आई-वडिलांना घेऊन रविवारी संध्याकाळी सरपोतदारांच्या बंगल्यावर येणार होता. पुण्यात त्यांचं कोणी नात्या-गोत्याचं नव्हतं, म्हणून तिघंही रात्री त्यांच्याकडेच मुक्काम करणार होते. सकाळच्या सिद्धेश्वर एक्स्प्रेसनं परत जाणार होते.

डॅडींना हे फारसं आवडलं नव्हतं; पण थोडक्यासाठी बिघडायला नको, म्हणून त्यांनी मान्यता कळवली. मुलगी पाहायला यायचं, तर एक रात्र लॉजवर राहता येत नाही का? नाही तर ह्यांना तिकडे बोलावून घ्यायचं.

ठरल्याप्रमाणे तिघं रविवारी संध्याकाळी आले. डॅडींना कल्याणीला कल्पना देऊन ठेवली होती. रमाबाईंना जास्तीचा स्वयंपाक सांगून ठेवला होता.

आले तर—तिघांचंही लक्ष घराच्या बांधणीवर, हॉलमधल्या फर्निचरवर. गप्पागोष्टींत त्यांना काही स्वारस्य नव्हतं. डॅडीच इकडचं-तिकडचं बोलत होते. जरुरीपुरतं बोलून ह्यांच्या नजरा पुन:पुन्हा भिरभिरीत होत्या.

मुलगी चहा वगैरे घेऊन आली. आई-वडिलांनी एकदा आपलं तिच्याकडे पाहिल्यासारखं केलं. मुलगा मात्र टक लावून तिच्या एक-एक अवयवाचा अंदाज घेत राहिला. त्याचं ते पाहणं असह्य होऊन शेवटी कल्याणी आत निघून गेली.

"हीच का—?"

"हो. ही एकच मुलगी आहे मला. दुसरं मुलंबाळ काही नाही."

"मग हा बंगला तिच्या नावावर करणार का?"

"होय. सगळं आहे ते तिचंच आहे."

"ठीक आहे. लग्नात जावायला काय काय देणार?"

"मुलगी पसंत आहे का तुम्हाला?"

"ते पुढच्या बोलण्यावर अवलंबून आहे. मुलगी 'अशी' आहे म्हटल्यावर ती चांगली दिसते का वाईट—यावर काय अवलंबून! इतर गोष्टींवर नजर ठेवूनच माणूस मुलगी गळ्यात बांधून घेतो. मग?... जावयाला काय देणार?"

एक अनामिक खिन्नता डॅडींच्या मनात पसरू लागली. सोलापूरकरांचा बोलण्याचा रोखठोक अर्थ असा होता की, मुलगी कोण नि कशी आहे, याच्याशी त्यांना काहीही देणं-घेणं नव्हतं; मिळणार काय, यावर त्यांचा होकार-नकार अवलंबून होता. थोडक्यात म्हणजे, मिळणाऱ्या इस्टेटीसाठी ते 'अशी' मुलगी खपवून घेणार होते!

या माणसांनी उद्या सगळं ताब्यात आल्यावर कल्याणीचा छळ सुरू केला तर...?

डॅडींच्या डोळ्यांसमोर वृत्तपत्रांतील कात्रणं तरळून गेली—

'पती आणि सासूने संगनमताने सुनेला जाळून ठार मारले!'...'पतीच्या जाचाला कंटाळून पत्नीची आत्महत्या!'...'सोलापूर, दि. १३ : येथील एक शिक्षक श्री. अमुक तमुक ह्यांची पत्नी सौ. कल्याणी अमुक तमुक हिने...'

"आहे ते सगळं जावयाचंच तर आहे! द्यायचं काय?" मनातली ती भयाण वाक्यं पुसून टाकीत डॅडी म्हणाले.

"तसं नको बाई! हुंडा म्हणून मुलाला एक लाख रुपये देणार का; तर बोला!"

एक लाख?... म्हणजे एकावर किती शून्यं, ते सांगतेस का थेरडे?

"लग्नात मुलगा रुसेल, त्या वेळी त्याला 'चेतक' नाहीतर 'बजाज सुपर' द्यावी लागेल!"

रुसेल! —असं ठरवून? आणि 'इम्पाला' नको का बाळाला?

"अहो, तुम्ही मुलगी पाहायला आला आहात का मिळणाऱ्या संपत्तीचा अंदाज घ्यायला?" शेवटी डॅडी तडकून म्हणाले, "ही कसली पद्धत!"

"नंतर उगाच कटकटी नकोत. आम्ही म्हणायचं, तुम्ही अमकं दिलं नाही... तुम्ही म्हणायचं, आम्ही सांगितलं नाही! असल्या कारणावरनं मुलीचा छळ झाला तर—"

"बाबा," मुलगा एकदम वैतागाच्या स्वरात म्हणाला, "काहीतरीच काय बोलताय! हुंड्यासाठी मुलीचा छळ करणारी माणसं आहोत का आपण?"

मग ते एकदम कानडीत बोलायला लागले. एक अक्षर डॅडींना समजेना. शेजारी समाधानानं मान डोलवत म्हातारा म्हणाला—

"ठीक आहे. पोराची इच्छा आहे—याच मुलीशी लग्न करण्याची! आता देण्या-घेण्याचा प्रश्न बंद! सरपोतदारसाहेब, मुलगी आम्हाला पसंत आहे. नारळ आणि मुलगी दिलीत तरी आमचं काही म्हणणं नाही. लग्न सोलापुरात करा नि दोन्ही अंगचं करून द्या, म्हणजे झालं!"

आता डॅडींनी पूर्ण समाधान वाटायला हरकत नव्हती; पण तसं झालं नाही. मनात काहीतरी डाचत राहिलं. या लोकांची आधीची भूमिका आणि मुलानं कानडीत काहीतरी सांगितल्यानंतरचा पवित्रा, यात जमीन-आसमानाची तफावत होती. काय बोलणी झाली, ते समजणं शक्य नव्हतं; पण अंदाज करता येत होता. पडद्याआडून त्यांच्यातली बोलणी ऐकणाऱ्या कल्याणीनं तर भाषांतर केल्यासारखं त्यांचं बोलणं त्यांना ऐकवले असते.

मुलगी एकुलती एक म्हटल्यावर सगळी इस्टेट जाते कुठं? कशाला आपण अडवा-अडवी करून वाईटपणा घ्यायचा? वाटलं, तर लग्नात कसंही कापता येईल. नंतर मुलगी ओलीस ठेवून या म्हाताऱ्याला कसंही झुकवता येईल!

कल्याणीला वाटलं, असंच बाहेर जाऊन त्या सामान्य मास्तरड्याला केरसुणीनं घराबाहेर झाडून टाकावं! पण ती गप्प राहिली. असं नाही तसं—आपल्याला सगळं सारखंच. या घरात राहायचं, ते त्या घरात! मुलगी उजवली; आता कोणती जबाबदारी डोक्यावर नाही म्हणून डॅडींना तरी समाधान लाभेल ना या लग्नानं? झालं तर छळून-छळून किती छळतील? सोसलेल्या छळांपुढे कोणताच छळ अधिक क्रूर ठरणार नाही. सगळं सहन करता येईल. डॅडींना आपलं शेवटपर्यंत समाधान—मुलगी सुखात आहे. तिचं सोनं झालं!

रात्री जेवणाच्या वेळीही मुलानं 'आता काय, लग्न झालंच!' अशा थाटात कल्याणीला हुकूम वगैरे सोडले. म्हणायला लागला—तूही बैस की! म्हणताना हात स्वतःच्या शेजारच्या खुर्चीवर. 'आमच्याकडे अशी पद्धत नसते.' म्हणून डॅडींनी परस्पर झिडकारून टाकलं.

जेवणं वगैरे उरकल्यावर पाहुण्यांची झोपायची सोय तिनं हॉलमध्ये करून दिली. रमाबाई मदतीला होत्याच. हा उगाचच तिथं घुटमळत राहिला,

सतत अवयव नजरेनं चाचपत राहिला. तिचं लक्ष गेलं की, डोळा लवव नाहीतर ओठांचा चंबूच कर—असं काहीतरी छपरी, पोरकट वागून तिला सतावत राहिला.

आपल्या खोलीत येऊन दाराला कडी घालताच कल्याणीनं सुटकेचा नि:श्वास टाकला.

कसं व्हायचं आपलं? हा माणूस इतका कसा गलिच्छ नि बरबटलेला! हा समोर असला, तरी आपल्याला वासनेत गुदमरल्यासारखं होतं, ह्याच्या सोबतीनं उभा जन्म जायचा?

मनातले विचार झटकून टाकत तिनं एक कॅसेट निवडली. टेपरेकॉर्डरला लावली. स्वत:पुरता आवाज ठेवून पलंगावर टक्क डोळे उघडे ठेवून ऐकत पडून राहिली. थीम साँग्ज्‌ची कॅसेट होती. प्रत्येक गाण्यातलं वातावरण गूढ, मनाला हुरहूर लावणारं. काही तरी चार-एक गाणी संपली. 'वह कौन थी?' चं 'नैना बरसे-' चालू झालं आणि जिन्यावरून कोणीतरी चोरट्या पावलांनी वर येत असल्याचं तिला जाणवलं. छातीत धस्स होत ती पलंगावर उठून बसली. आवाज घ्यायला लागली. उठून दार उघडून पाहण्याचं काही धाडस होईना. कोणी नाही, असं मनाला पटवून देत कॅसेट ऐकू लागली, तर 'जो हमने दास्ताँ अपनी सुनायी' चालू झालं होतं.

टक् - टक्...

तिनं खाड्कन् बटण दाबून टेपरेकॉर्डर बंद केला. खोलीत तीव्र शांतता पसरली.

पुन्हा टक्-टक्!

"कोण आहे?" तिनं भित्र्या आवाजात विचारलं.

"मी. दार उघड—"

त्याचा आवाज तिनं लगेच ओळखला. तशीच बसून राहिली. की, नाही उघडलं म्हणजे जाईल निघून खाली. तर, पुन्हा दार वाजवत तो घोगऱ्या नि जरबेच्या स्वरात म्हणाला—

"दार उघड म्हणतो ना—!"

त्याच्या आवश्यक, आगंतुक हुकमतीनं तिला एकदम डिवचल्यासारखं

झालं.

हा कोण आपल्याला हुकूम सोडणार? अजून कशात काही नाही आणि आतापासून हा अधिकार गाजवतो!—कोण समजतो स्वत:ला?

त्या तिरिमिरीत ती ताड्ताड् चालत गेली. खट्कन् दार उघडलं. तर, त्याच्या तोंडाला दारूचा वास. डोळे किंचित तांबरलेले-धुंद झालेले.

"काय—?" त्याला दारातच अडवत तिनं त्रासिक स्वरात विचारलं.

"आत यायचं आहे!"

"कशाला?"

"तुझ्या खोलीत मी रात्रीचा आणखी कशासाठी येणार?" तिचा हात बाजूला करून आत घुसायचा प्रयत्न करीत त्यानं विचारलं.

"मिस्टर, आपण विसरता आहात—आपलं अजून लग्न झालेलं नाही?" ती चिवटपणे त्याला रोखून धरीत म्हणाली.

"मग 'त्यांच्याशी' तुझी लग्नं झाली होती का?"

"त्यांनी बलात्कारानं मिळवलं; तुम्हाला लग्नानंतर—"

"मला थांबायची सवय नाही! आणि तू उगाच नखरे करू नकोस. मी लग्न करणार आहे, म्हणून गरतीची नाटकं नकोत! तू काय लायकीची आहेस, ते मला माहीत आहे!"

"असं? मग लग्न कशाला करताय?"

"उघड आहे—पैशासाठी. नंतर तुझे मार्ग तुला मोकळे आहेत. तू कोणालाही रात्री सोबतीला आणलंस तरी मी विचारणार नाही; मी रात्रभर कुठे होतो, तू मला;—"

तिनं कडाड्कन त्याच्या कानशिलात भडकावत डॅडींना जोऽरात हाक मारली. माणसं धडपडून जागी होत वर आली. तर, दोन्ही प्रकारांनी हा सुन्न होऊन उभा. लालबुंद डोळ्यांनी कल्याणी त्याच्याकडे पाहतीय्.

"कल्याणी, काय झालं गं?" पुढे होत डॅडींनी विचारलं.

"ही डेसिनेट्स मी 'प्रॉस' डॅड! किक् हिम आऊट, प्लीज."

डॅडी संतापानं लाल होत त्याच्याकडे वळले. तो एकदम टरकला. त्याचे वडील "काय झालं?" विचारू लागले. मुलाच्या तोंडाला येणाऱ्या

वासानंच त्यांना परिस्थितीची कल्पना दिली होती.

"हे बघा, एका मिनिटात कपडे घाला नि चालू लागा!" डॅडी आपला संताप आवरत म्हणाले.

"अहो, पण—"

"फार झालं. आता निघा. नाहीतर फोन करून मला पोलिसांना बोलवावं लागेल. आल्यापासून तुमची थेरं पाहतोय. पुन्हा पायरी चढायची नाही या घराची! गेट आऊट!"

डॅडींनी सरळ मुलाला धक्काच मारला. थेट जिन्यापर्यंत धडपडला तो. "हा सभ्यपणा झाला का? ही काय रीत झाली? मुलगी पाहायला बोलवायचं आणि असा अपमान करायचा?" वगैरे बडबडत तिघं खाली आले. मुलाची आई म्हणाली—

"त्याचं काही चुकलं असेल, तर मी क्षमा मागते. किरकोळ गोष्टींसाठी—"

"चल बाहेर हो! पैशाकरता सौदा करायला येतात हरामखोर!"

"ओऽ जपून बोला हांऽ"

"तू तर मारच खाशील आता! गुर्मीत नको बोलूस. एक आवाज दिला तर शेजारच्या तालमीतली पंचवीस पोरं येतील!"

तिघंही जाम टरकले. वडील गयावया करीत राहिले—

"ठीक आहे, आम्ही जाऊ. पण रात्री-अपरात्री कुठे जाणार? कुठे झोपणार? पहाटे—"

"स्टेशनवर जाऊन झोपा."

डॅडींनी निग्रहपूर्वक तिघांना रात्री साडेबारा वाजता बंगल्यातून बाहेर काढलंच. जाताना ती बाई ह्यांचं तळपट होईल वगैरे शाप देत होती. मुलाचा बाप हे कसे हलकट, फोद्रीचे आहेत, ते तावातावानं जगाला ऐकवत होता. मुलगा कल्याणीच्या छिनालपणाची खात्री देत होता.

मग एकदम सगळं शांत झालं.

खाली त्यांच्या खोलीत डॅडी जागे, स्वयंपाकघरात वळकटीवर पडलेल्या रमाबाई जाग्या नि वर आपल्या खोलीत कल्याणी जागी.

साऱ्या बंगल्याला रात्रभर नि:शब्द जाग.

कल्याणीच्या खोलीत तेवढा रात्रभर दिवा जळत होता आणि लता मंगेशकरला घोटभर पाणी प्यायलाही उसंत नव्हती!

पण तिघंही समजूतदार. परिस्थितीनं त्यांना शहाणं करून सोडलेलं. सकाळी उठले. चहा-पाणी झालं. कालच्या प्रसंगाबाबत एकमेकांत अवाक्षर बोलणं नाही. ज्यानं-त्यानं समजून घेतलं. समजुतीत थोडाफार फरक पडला असेल; पण त्यानं परिस्थितीत काहीच फरक पडत नव्हता. ती प्रत्येकाला पूर्णपणे समजली होती, तेवढं पुरे होतं.

पंधरा दिवसांत घरात 'लग्न' हा शब्दसुद्धा उच्चारला गेला नाही. आपोआप सगळा गाळ तळाशी बसला. जीवन नेहमीच्या गतीनं वळण घेत वाहू लागलं.

अर्थात, विचारांची देवाण-घेवाण झाली नाही—चर्चा झाली नाही, याचा अर्थ कोणाच्या मनात कसले विचारच आले नाहीत, असं नाही. प्रत्येकाच्या मनात वादळं होती. त्या वादळांनी केलेली मोडतोड प्रत्येकानं स्वत:पुरती ठेवली होती.

डॅडी आता नवीन स्थळाची चौकशी करायलाही कचरू लागले होते. अनुभवांची गोळाबेरीज जमेस धरता, कल्याणीचं लग्न होणं आणि झालंच, तर ते सुखाचं ठरणं—हे त्यांना अशक्य कोटीतलं वाटू लागलं होतं. मनावर निराशेची काजळी वेगात धरू लागली होती. सर्व पैसा, मालमत्ता पणाला लावूनही आपण कल्याणीला मार्गी लावू शकत नाही, ही खंत आतून पोखरायला लागली होती.

ही अशीच राहणार की काय?

आपलं काही खरं नाही. वय फार झालेलं नसलं, तरी आता खूप थकवा जाणवतो. शरीर नि मन असीम शांतता मागतं. हे असं झाल्यापासून नि मामू गेल्यापासून सारा जीवनरस कोणीतरी शोषून घेतल्याप्रमाणे जगणं नीरस वाटतं.

अशातच कधी वरचं बोलावणं आलं तर—?

कसं होणार पोरीचं?... कसं होणार? कल्याणी... माझ्या मागं तुझं

कसं होणार? हा बंगला... ही संपत्ती... आणि तू एकटी! 'अशी!' कसा निभाव लागणार पोरी तुझा?

कल्याणीला त्यांच्या मनातल्या वादळाची जाणीव जरूर झाली होती; पण त्यांचे मनोव्यापार दृश्य नव्हते. कारण तिच्या मनातल्या अंधाराच्या छायेत भोवतालचं सारं जसं काळकुट्ट झालं होतं... काही दिसायलाच तयार नव्हतं—अंधाराशिवाय.

वास्तविक, घडलं त्यात आपला काही दोष नव्हता. म्हणजे निदान, त्या कृत्याला तरी आपली फूस नव्हती, प्रतिसाद नव्हता. उलट, जमला तेवढा आपण प्रतिकारच केला आणि असं असून, त्यांच्या गुन्ह्याची शिक्षा लोक आपल्यालाच देऊ पाहतात! आपल्याच वृत्तींना दोष देऊन त्या कृत्याला जबाबदार धरतात. मग ते प्रा. विजयकर असोत, सोलापूरचा मास्तरडा असो, प्रिन्सिपॉलशिप भूषविणारी जबाबदार व्यक्ती असो वा सारंगसारखा कित्येक दिवस निकट सहवासात असणारा प्रियकर असो! प्रत्येकाची सांगण्याची पद्धत तेवढी वेगळी; आशय तोच!

खरंच सर्व समाजाचा आपल्याकडे पाहण्याचा असाच दृष्टिकोन असेल, तर त्यातल्याच एखाद्या गरजू तरुणाच्या परिस्थितीचा गैरफायदा घेऊन विवाहबद्ध होण्याची काही आवश्यकता आहे का? काय साधणार या विवाहातून? त्यानं तर 'गरज' म्हणून स्वत:ला विकलं असेल—आपण एका अशी मुलीशी विवाहबद्ध झालो आहेत, जिच्यावर चार-पाच जणांनी बलात्कार केले होते—हे तो विसरू शकणार नसेल; तर या विवाहापासून काय सुख मिळणार—त्याला वा आपल्याला? रात्री होणारा इन्टरकोर्स हे मीलन असेल का मैथुनापलीकडे त्याला काही किंमतच नसेल? मग एकमेकांच्या शरीरावर केलेला सायलेन्ट रेपच नाही का तो—ज्याच्याबद्दल कोणा न्यायासनासमोर दाद मागता येत नाही!

नको, सारं वैवाहिक आयुष्य म्हणजे अवघा बलात्काराच असेल, तर पुन: पुन्हा तोच अनुभव घेण्याची इच्छा नाही आता. त्या संबंधातून जन्माला आलेली पोरं 'आपली' म्हणून वाढवायची... प्रेमानं त्यांना जवळ घ्यायचं... त्यांच्या खस्ता काढायच्या... माया लावायची... एक आयुष्य लागी लागल्याचा

भास निर्माण करण्यासाठी किती खोटेपणा!

डॅडी, प्लीज... तुम्ही हा नाद सोडून द्या. नका आणखी माझ्यासाठी लाचार होऊ—अपमान सहन करू! नि:शंक राहा. तुमची मुलगी जन्मभर कुमारी राहिली, तरी तिचं पाऊल घसरणार नाही. कुळाला ती कलंक लावणार नाही!

—अर्थात हे सगळं मनातल्या मनात होतं; डॅडींना तिची ही आंदोलनं टिपता आली नव्हती. मकरंद भावेनं एक छान स्थळ सुचवताच त्यांचं ठेचाळलेलं, रक्तबंबाळ झालेलं मन लेकीच्या भल्यासाठी पुन्हा एकदा कात टाकून तयार झालं. लेकीच्या सुखी संसाराची स्वप्नं कोडगेपणानं पाहायला लागलं.

विश्वास सोहनी नावाचा हा मुलगा मुंबईतल्या एका अत्याधुनिक विचारांच्या कुटुंबातला होता. त्याचे वडील चिरूट ओढणारे नि आई बॉबकट करून, ओठांना लिपस्टिक लावून क्लबांमधून पॉइन्टवर रमी खेळणारी होती. स्वत: मुलगा इंजिनिअर होता. अरब देशात मस्कतला नोकरीला होता. दरमहा पंधरा हजार रुपये पगार होता. कंपनीनं तिथं राहायला रेन्टफ्री ए. सी. फ्लॅट दिला होता. तिथं तो टोयाटो कारमधून फिरत होता.

म्हणजे, नक्कीच बुरसटलेल्या विचारांचा नसणार. मकरंद तर सांगत होता, त्याची आई त्याला 'कॉन्ट्रॅक्ट-मॅरेज'चाच आग्रह धरीत होती; पण विश्वास तयार नाही! काहीतरी तीन आठवड्यांच्या रजेवर तो भारतात आला होता. मुलगी आवडली, तर लग्न उरकून तिला मस्कतला घेऊन जाण्याच्या तयारीत होता.

डॅडींनी पत्रव्यवहाराची वगैरे सगळी जबाबदारी मकरंदवर सोपवली. सोहनींकडूनही लगेच उत्तर आलं—आम्हाला पत्रिका वगैरे पाहायची नाही. फोटोपेक्षा मुलीला प्रत्यक्ष घेऊनच या, पसंत पडली तर ठरवून टाकू. लग्नात देणी-घेणी होणार नाहीत. मुलाला नोंदणीपद्धतीनं विवाह करायचा आहे. रिसेप्शन मात्र जोरात होईल. तुम्ही म्हणाल, तर खर्च आम्ही करू. आमची दोन हजार तरी माणसं रिसेप्शनला येतील.

पत्र वाचून डॅडींच्या डोळ्यांचं पाणी खळेना! मन आनंदानं भरून

आलं नुसतं.

इथं-इथंच कल्याणीचं अन्नोदक आहे! अहो सोहनी, रिसेप्शन काय करता! पाहात राहा नुसते—बुफे अ‍ॅरेंज करतो. सगळे मेहमान चांदीच्या ताटल्यांत खातील हवं ते. काटे चमचे नि भांडी—तीदेखील चांदीची! वधू-वरांसाठी सोन्याचं सगळं!

कधी एकदा कल्याणीला सांगतो, असं झालं त्यांना. सगळं ठरेपर्यंत तिला काही कल्पना दिली नव्हती. मकरंदशी चर्चा करून मुंबईला जाण्याचा दिवस पक्का केला. त्याला सोहनींना तसं पत्र ताबडतोब पाठवायला सांगितलं.

घरी आले.

कल्याणी आपली तिच्या संगीताच्या मैफलीत.

हसत-हसत डॅडींनी टेप-रेकॉर्डर बंद केला. ती भानावर आली.

"अभिनंदन कल्याणी!"

"डॅडी—आज अगदी आनंदात दिसताय्! नि माझं अभिनंदन कशाबद्दल?"

"तुझं लग्न ठरलं!"

तिचा चेहरा खाड्कन उतरला.

"तुम्ही अशी थट्टा करावी डॅडी!"

"थट्टा! नाही नाही—कनु, ही थट्टा नाही!"

"पुरे ना आता! तेच फार्स किती दिवस रंगवणार आपण? मला कंटाळा आला डॅडी."

त्यांनी विश्वास सोहनींच्या स्थळाबद्दल कल्याणीला सगळी माहिती सांगितली. त्यांचं पत्र काय आलं, तेही सांगितलं.

"त्यांना मकरंदकाकांनी 'सगळी' माहिती दिली आहे?"

"सऽगळी! आणि तरी त्यांचं असं उत्तर आलं आहे."

हळूहळू कल्याणीच्या चेहऱ्यावरही हसू उमटलं. तिला असं हसताना पाहून डॅडींचा जीव सुपाएवढा झाला. महिनोन्महिने रुसलेला आनंद त्या दुर्दैवी घरात आज पुन्हा नांदायला लागला.

घर फुलत राहिलं. त्या घरातली माणसं मोहरत राहिली. त्यांचे दिवस

बेतांना अपुरे पडू लागले नि रात्री स्वप्नांना.

अखेर मुंबईला जाण्याचा दिवस उजाडला. डॅडींनी कित्येक दिवसांनी आपली कार पुसली. गॅरेजमधून बाहेर काढली. ती धुतली. कारचा निळा रंग आळस झटकून चमकू लागला. तिच्या मागच्या सीटवर हिरवी जर्द प्युअर सिल्कची साडी घातलेली, सालंकृत अशी गोरीपान महाराणी कल्याणी आणि उमावहिनी बसल्या. डॅडी आणि मकरंद पुढे बसले. रमाबाईंचीही यायची इच्छा होती; पण घरी कोणीतरी हवं, म्हणून त्या फक्त दारापर्यंत आल्या.

शिवाजी पार्कवर ब्लू स्टार सोसायटीत सोहनींचा 'विश्व-विजय' बंगला होता. बंगल्याभोवती नारळी-पोफळीची बाग होती. नारळी-पोफळीच्या कवेत रंगी-बेरंगी फुलांचं विश्व उमललं होतं नि फुलांच्या ओंजळीत तो टुमदार दुमजली बंगला ऐटीत विसावला होता. बंगल्यावरून पुढे जाणारा रस्ता शे-सव्वाशे फुटांवर वाळूत लुप्त झाला होता आणि लांबूनच उन्हात चमकणारा, उसळ्या घेत गर्जना करणारा सागरही दिसत होता.

हे 'विश्व-विजय'ला पोहोचले, तेव्हा संध्याकाळचे पाच वाजायला आले होते. मकरंदनी त्यांना संध्याकाळी सहाच्या सुमाराला येतो, असं कळवलं होतं.

दादासाहेब सोहनींनी चिरुटाचे भपकारे सोडत त्यांचं प्रसन्नपणे स्वागत केलं. 'बाई'ही स्वत:च्याच दाखवण्याचा कार्यक्रम असल्याप्रमाणे नटल्या होत्या. या वयातही त्यांनी आपलं शरीर अगदी सडपातळ राखलं होतं. साडीला योग्य जागी पिना लावून ती बेंबीखाली नेसली होती. ब्लाऊज स्लीव्हलेस होता आणि गंमत म्हणजे, बेढब बाईनं केलं असता जे ओंगळ, किळसवाणं वाटलं असतं, ते सारं या 'बाईं'च्या प्रसन्न व्यक्तिमत्त्वाला अतिशय शोभून दिसत होतं. क्षणभर कल्याणीला वाटलं, मिसेस सोहनीच आपल्यापेक्षा तरुण आणि सुंदर दिसतायत्!

अतिशय आधुनिक पद्धतीनं व महागड्या वस्तूंनी सजवलेल्या हॉलमध्ये सगळे बसले. ठंडा-गरम गप्पा-टप्पा सुरू झाल्या.

"विश्वासराव कुठं आहेत?" डॅडींनी हळूच मकरंदच्या कानात विचारलं.

“येतोय, आहे वर.” बाईंनी परस्पर उत्तर दिलं. “दुपारभर एक टू-इन वन दुरुस्त करीत बसला आहे. मित्राच्या हातून पाचव्या माळ्यावरनं खाली पडला! मी म्हटलं, दे फेकून. उचलायचाच कशाला! पण माझं चॅलेंज म्हणून दुरुस्तीला घेतलाय!”

असं कौतुकानं बोलणं चाललं होतं. तेवढ्यात आतून एक तरुण बाहेर आला. आल्या-आल्या मिस्कीलपणे हसून नमस्कार करीत म्हणाला.

“मी विजय, ‘विश्व-विजय’मधला विजय. ‘विश्व’ अजून आत आहे!”

हे बोलताना आपली खोडकर नजर त्यानं कल्याणीवर रोखली होती. सगळ्यांबरोबर तिलाही जाम हसू येत होतं; पण तो पाहत असल्यानं हसता येईना.

“प्लीज, बी ॲट ईझ. मि. सरपोतदार, घर तुमचंच आहे. मला क्लबची टेबल टेनिसची मॅच ॲटेन्ड करायची असल्यानं थांबता येत नाही.” मग तो आईच्या कानाशी लागून म्हणाला, “बाई, विशूला पोरगी आवडली आहे, म्हणून तो बाहेर यायला लाजतोय! ही सेड सो. ओ. के.”

कल्याणीकडे पाहून हसत विजय निघून गेला, तेव्हा कल्याणीच्या मनात स्वर्गीय संगीत झरू लागलं होतं. बाईच्या कानात तो म्हणाला, ते तिला स्पष्ट ऐकू आलं होतं.

“विश्वास!” बाई उठत स्वत:शी पुटपुटल्या, “काय बाई पोरगा तरी!”

दादासाहेब विश्वासच्या लाजाळूपणाचे एक-एक किस्से सांगू लागले. कल्याणीला अगदी खदखदून हसू यायला लागलं.

नाहीतर काय! हा मुलगा इंजिनिअर. परदेशात राहतो. नेहमी विमानाचा प्रवास करतो. चार लोकांत ह्याचं उठणं-बसणं असणार नि नवीन मुलीशी ओळख झाली, बोलायचा प्रसंग आला; तर म्हणे हा बुजतो! कॉलेजची ट्रिप विमानानं बेंगलोरला गेली होती, तर हा गेला नाही, कारण विमानात एअर-होस्टेसेस असतात! हसू येईल नाही तर काय?

“हॅलो, गुड इव्हिनिंग एव्हरीबडी-”

अत्यंत पॉलिश्ड सॉफ्ट आवाज कानावर पडला. सर्वांबरोबर कल्याणीनंही

चट्कन आवाजाच्या दिशेनं पाहिलं.

आहे! चित्रपटात दाखवतात तसा डब्बल रोल आहे की अगदी! का, विजय कोणी नाहीच! हाच पुढून गेला अन् कपडे बदलून मागून आला?

नाही. त्याचे डोळे घारे होते, याचे थोडे निळसर आहेत. केसही जास्त कुरळे आहेत आणि आवाजातही फरक आहे.

''अहो, हा पंधरा मिनिटं असा तयार होऊन पडद्याआड आपल्या गप्पा ऐकत उभा होता!'' सगळे खदखदून हसायला लागले.

''विश्वासराव, बसा ना—'' डॅडींनी त्याला कल्याणीसमोरची रिकामी जागा दाखवत म्हटलं, तर त्यानं धमालच केली. म्हणाला,

''मि. सरपोतदार, मुलगी मला एकदम पसंत आहे! बाकीचं तुम्ही दादांशी बोला. ओ. के? आय बेग युवर पार्डन!''

अरे-अरे करीपर्यंत, एकदा कल्याणीकडे लाजरा कटाक्ष टाकून तो पडद्याआड गेलासुद्धा.

बाई हताश होत कपाळाला हात लावून बसल्या.

''किती पढवलं तरी शेवटी कार्ट्यानं तेच केलं!''

''इट्स ऑल राईट. स्पष्ट शब्दांत पसंती सांगितली, हे काय कमी आहे?'' दादासाहेब म्हणाले. याद्या वगैरे काही भानगड नव्हतीच. डॅडी कोणताही मुहूर्त धरायला तयार होते. लग्न रजिस्टर्ड पद्धतीनंच व्हायचं होतं. त्या वेळी फक्त दोन्ही घरांतलीच माणसं काय असतील ती. रिसेप्शनचा दिवस दादासाहेब म्हणाले, आम्ही सोईनं कळवू. तो खर्च डॅडींनी मान्य केलाच होता. बोलणी अशी काही उरली नाहीत.

''आम्ही येतो आता मग, सोहनी.'' डॅडी समाधानानं तृप्त झालेल्या आवाजात म्हणाले.

''नाही—नाही. एवढं लग्न ठरलं आणि तुम्ही तसे कसे जाता?''

''जेवून जायचं हं. कल्याणीसाठी मी साडी आणली आहे. तिला मी ती नेसायला देणार आहे. झालंच तर, तिला सगळा बंगला... बाग... सगळं दाखवायचं आहे आणि तुम्ही निघता कसे?''

इतकं म्हटल्यावर थांबणं भाग होतं. मकरंदशी चर्चा करून डॅडींनी

ठरवलं—इथलं उरकलं की रात्री दादरच्या एखाद्या लॉजमध्ये मुक्काम करू, उजाडत- उजाडत पुण्याला जायला निघू. रात्री बॉम्बे-पूना प्रवास करणं फार धोक्याचं. ट्रक्सची रहदारी भरपूर, ड्रायव्हर्स प्यायलेले—कशाही बेजबाबदारपणे गाड्या वेगात हाकणार. कसलीही पर्वा न करता ओव्हरटेक्स्-अन्डरटेक्स घेणार... नकोच ते!

रात्री आठ-साडेआठला जेवणं उरकली. बाईंनी आग्रह करून कल्याणीला दिलेली चायना सिल्कची गुलाबी साडी नेसायला लावली. ती नेसून आरशात पाहताना तिला सारंगची आठवण झाली.

हे काही घडलं नसतं किंवा घडल्यानंतर सारंगनं अशी पाठ फिरवली नसती, तर आज विश्वास सोहनीऐवजी सारंग चक्रपाणी असता!

पण... एक मात्र खरं. सारंगपेक्षा हा खूपच उजवा आहे. म्हणजे, एक प्रकारे झालं हे बरंच झालं. हा लाजाळू वाटतो; पण बडबड्या सारंगने जे धाडस दाखवलं नाही, ते त्यानं दाखवलं.

तिनं साडी नेसली. सर्वांना दाखवली. बाई म्हणाल्या,

"यू लूक क्यूट. छान शोभतो हा रंग तुला. विश्वासनं पसंत केला, बरं का. त्याला एकदा दाखवून ये ना. जा, वर आहे."

तिनं भांबावून जात डॅडींकडे पाहिलं. त्यांनी हसून खूण करताच बाईंना म्हणाली,

"तुम्ही चला ना! मला खोली माहीत नाही."

"अगं, मघाशी तर तुला बंगला दाखवला ना? जा, मी नाही येत!"

सगळ्यांच्यातून असं वर निघून जाणं तिला फार अवघड नि विचित्र वाटायला लागलं. ते ओळखून दादासाहेब म्हणाले,

"वा! आपण हॉलमध्ये बसू. नोकराला मसाला-पानं आणायला पाठवलं आहे, येईलच तो!"

सगळे हॉलच्या दिशेनं निघून गेले, तशी जिन्यापाशी ती एकटीच उरली. नुसतं रिकाम्या जिन्याकडे पाहतानाही तिच्या छातीत धडधडू लागलं; पण वर जावं अशी तीव्र इच्छाही तिचा पिच्छा सोडेना. पाय हळूहळू एक-एक पायरी चढू लागले.

कसा स्वागत करेल तो? एकांतात काय बोलेल? का त्याला काही बोलायला सुचणारच नाही अन् दोघं नुसते एकमेकांकडे पाहतच राहू?

धडधडत्या अंत:करणानं ती त्याच्या खोलीपाशी आली. दारावरचा जाड निळसर पडदा बाजूला सारून तिनं भीत-भीत आत डोकावून पाहिलं.

समोर प्रशस्त खिडकी होती. खिडकीवरचे पडदे बाजूला केलेले होते आणि विश्वास खिडकीत ओणवून बाहेरच्या समुद्राकडे पाहात होता. लाटांच्या गर्जना इथे अधिक स्पष्ट होत्या.

"मी—मी आत येऊ?" तिनं सारं धैर्य एकवटून विचारलं.

तो दचकून मागे वळला. गुलाबी साडीतल्या परीकडे भान हरपल्यासारखा पाहत राहिला.

"येऊ ना?" तिनं पुन्हा हसून विचारलं.

"येस-येस... कम इन. ये ना, घर तुझंच आहे."

ती गोड हसत आत आली. त्याच्यासमोर येऊन उभी राहिली.

"बाई म्हणाल्या, त्यांना साडी दाखव. त्यांनीच आणली."

"बाई म्हणाली म्हणून आलीस... फक्त?"

तिनं चमकून त्याच्याकडे पाहिलं. चार जणांत लाजरा वाटणारा, एकांतात धीट आहे की! तो धीट झाला म्हटल्यावर तिची नजर आपोआप खाली झुकली.

"नाही, तसं नाही—मला यायचं होतं—!"

"मग—?"

"म्हटलं, आपण यावं नि एका माणसानं दुसऱ्या खोलीत पळून जावं!"

तिच्या उत्तरानं तो मनापासून हसला.

"कशी दिसते साडी? शोभते का?"

"ब्यूऽटिफुल! म्हणून तर आणली मी."

"पण... पण तुम्ही मला कुठं पाहिलं होतं?"

"पाहिलं नव्हतं; पण भावेकाकांनी पत्रात तुझं वर्णन लिहिलं होतं."

"आणि तशी मी नसते तर—?"

''तू तशी नाहीसच! भावेकाकांना तुझं वर्णन करताच आलेलं नाही!''

म्हणून तो तिच्याजवळ आला. तिच्या पायांना सूक्ष्म कंप सुटला. शरीर अनामिक भीतीनं गार पडायला लागलं. मन मात्र उत्साहानं सळसळू लागलं.

''भावेकाकांच्या वर्णनापेक्षाही तू—खूपच सुंदर आहेस!'' तिच्या दोन्ही खांद्यांवर आपले हात ठेवत तो म्हणाला. त्याच्या स्पर्शानं तिच्या शरीरभर काटा फुलला.

''विश्वास—!''

''ओह, कल्याणी...!'' आवेगानं उद्गारत त्यानं तिला मिठीत चुरगाळलं. आपोआपच वर उचलल्या गेलेल्या तिच्या ओठांवर आपले ओठ टेकले. भारावल्या स्वरात तो म्हणाला,

''कल्याणी, तुला खोटं वाटेल; पण माझ्या आयुष्यात आलेली तू पहिली नि एकमेव मुलगी आहेस. हे माझं पहिलं चुंबन आहे कल्याणी. कोणा स्त्रीचा माझ्या शरीराला झालेला हा पहिला स्पर्श आहे!''

''आणि ती स्त्री नेमकी 'मी' आहे!'' ती विद्ध होत उद्गारली.

''मी, म्हणजे? तू स्वतःला सामान्य का समजतेस? तू लाखांत एक आहेस कल्याणी. तुझ्यासारख्या सौंदर्यवतीच्या एका कटाक्षासाठी लाखो तरुण आपले जीव अर्पण करायला सिद्ध होतील आणि अशा एका तरुणीनं — जी इतर कोणालाही दुर्मिळ आहे तिनं—मला आपला जन्माचा साथीदार म्हणून निवडावं, हे मी माझं भाग्य समजतो!''

तिची धुंदी खाड्कन् उतरली. त्याच्या शरीरात वीज खेळत असल्याप्रमाणे ती त्याच्या मिठीतून बाजूला झाली. तिला एकदम काय झालं, आपली धुंदी हिनं का मोडली, म्हणून तो रागानं, आश्चर्यानं तिच्याकडे पाहू लागला.

''विश्वास... माझ्यावर चार तरुणांनी बलात्कार केला होता, हे तुम्हाला माहीत आहे ना?'' तिनं आपली नजर त्याच्या नजरेत रोखत स्पष्ट शब्दांत विचारलं.

तो अविश्वासानं, संतापानं, तोंडाचा आ वासून तिच्याकडे पाहतच राहिला!

०००

१२

असं काही घडलं असेल नि पुढं असं घडेल, याची कल्याणीला कल्पनाही नव्हती. जीवनात फार पोळलेल्या माणसाचं मन वारंवार ठेचा न् अपेक्षाभंगाच्या तडाख्यानं हळवं बनून जावं, नि हळूहळू स्वप्नांचं जगच खरं मानायची मनाला सवय होऊन जावी; तसं 'विश्वास सोहनी' हे कल्याणीला पडलेलं अतिशय मुलायम, रंगीत, हळुवार... पण स्वप्नच होतं! त्या स्वप्नाबाहेरच्या जगात तिचं खडतर नशीब तिच्या सोबतीनं प्रवास करीत होतं. बोगदा संपून गाडी बाहेर आली की काळोखामुळे लाभलेला एक प्रकारचा बंदिस्तपणा खाड्कन संपून पुन्हा उन्हाचा अमर्याद रखरखीतपणा तिच्या माथी यावा, तसं रखरखीत दुर्भाग्यानं तिला पुन्हा जखडून टाकलं होतं.

या गोष्टीला तीन महिने उलटले, तरी तिचा अजून कशावरच विश्वास बसत नव्हता.

त्या रात्री...

सेकंदापूर्वी वातावरणात सनईचे मंजुळ शुभ स्वर गुंजत होते आणि क्षणात चित्र पालटून सनईचे स्वर शोक-संगीतात बदलले होते!

तिच्या भल्यासाठीच असेल; पण भावेकाकांनी खोटेपणा केला होता. सोहनींना कळवलेल्या मुलीच्या माहितीत 'त्या'

प्रकरणाची कसली कल्पनाही दिलेली नव्हती. डॅडी आणि कल्याणी या समजुतीत, की ते सगळं कळवूनही या सुधारणावादी कुटुंबानं कल्याणीला पाहायला घेऊन यायला सांगितलं—होकार दिला. वस्तुस्थिती तशी नाही, हे कल्याणीच्या लक्षात आलं, तेव्हाही डॅडी त्याच भ्रमात होते. अत्यंत आनंदानं आपण चघळत असलेलं मसाला-पान विषारी बनणार आहे, वर विश्वासच्या खोलीत विष बनायला सुरुवात झाली आहे, याची त्यांना मुळीच जाणीव नव्हती.

तिनं स्पष्टपणे तो प्रश्न विचारताच विश्वासचा सुंदर चेहरा हिडीस, कुरूप झाला होता. संतापानं त्याच्या तोंडून शब्ददेखील फुटू शकत नव्हता. हा सुंदर चेहरा... हे गोजिरवाणं शरीर... या सर्वांची सम्राज्ञी, परी सर्वतोपरी भ्रष्ट असल्याची कल्पना त्याला धक्कादायक, असह्य झाली होती. स्वत:ला सावरत त्यानं फक्त इतकंच विचारलं होतं.

''हे खरं आहे?''

''कोणती मुलगी आपल्या तोंडाने इतकं वाईट खोटं बोलेल?''

''आणि हे... हे तुम्ही आमच्यापासून लपवून ठेवलंत!''

''नाही विश्वास. तसं लपवून ठेवायचं असतं, तर आता मी बोलले नसते. भावेकाकांनी सगळा पत्रव्यवहार केला. मला वाटलं, त्यांनी सगळं कळवलं आहे.''

विश्वास कित्येक क्षण निश्चल उभा राहिला. त्याची नजर त्या शापित सौंदर्यावर खिळून होती. मनात विचारांची वादळं घोंघावत होती.

ती म्हणते, तसा भावेकाकांनीच परस्पर खोटेपणा केला असेल; तर त्यात तिचा दोष नाही, हे त्याला पटत होतं. पण सरपोतदार आणि भावेकाकांनीच मुद्दाम ठरवून हे घडवून आणलेलं नसेल, याबद्दलही त्याची खात्री पटत नव्हती.

''विश्वास... माझ्या शरीरावर बलात्कार झाले; त्याला मनाची नि शरीराचीही साथ नव्हती. मी शेवटपर्यंत झगडले. त्यांच्या वासनांचा प्रतिकार केला. खरंच, घडलं त्यात माझा काहीही दोष नव्हता. खटला झाला. आरोपींना त्यांच्या कृत्याची शिक्षा मिळाली. पण माझ्या नशिबी कोणत्या

अपराधाची सजा लिहिली गेली, मला कळत नाही; मी ती प्रत्येक क्षणाला भोगते आहे, हे मात्र खरं! वाटलं होतं, कोणीतरी असा विशाल-हृदयी माणूस भेटेल... त्याला माझं निरपराधित्व मान्य होईल, शरीराच्या डागांपेक्षा मनाचं शुद्धत्व मोह घालेल... आणि तो तरुण तुमच्या रूपानं भेटला, असं वाटत होतं मला!''

विश्वास बराच वेळ नुसती मान हलवत राहिला. मग कष्टी स्वरात म्हणाला, ''तुझी भूमिका निर्दोष असेल कल्याणी... बलात्कार झाला तर बलात्काराची शिकार झालेली तरुणी निरपराध असते. तिचा स्वीकार करायला हवा. मलाही ते मान्य आहे. पण... मीही सर्वसामान्य समाजाचा एक सर्वसामान्य घटक आहे. कितीही सुधारणावादी असलो, तरी हा स्वीकार माझ्या स्वप्नांच्या चौकटीबाहेरचा आहे. मला तो पेलवणार नाही. क्षमा कर कल्याणी... या लग्नानं तुझं नि माझं—दोघांचं आयुष्य बरबाद होईल.''

''आपण तसं करू नका.'' डोळ्यांतलं पाणी निग्रहानं परतवत ती भरल्या आवाजात म्हणाली, ''नकार द्या! माझ्या आयुष्याला लागलेली वाळवी कोणाच्याही आयुष्याला लागावी, अशी माझी इच्छा नाही.''

''मी असं करतो—तुम्ही गेलात की मी दादांना सांगेन, कल्याणीचं दुसऱ्या तरुणावर प्रेम आहे. ती मला नकार द्यायला सांगत होती. तू तुझ्या डॅडींना तसंच सांग, म्हणजे—''

त्याचं बोलणं पूर्ण होण्याआधीच बाहेर पावलं वाजली. आवाज जिन्याकडे जाणारा होता. पाठोपाठ धाड्-धाड् जिना उतरल्याचा आवाज आला आणि बाईंचा कडाडता आवाज बंगलाभर घुमला—

''सरपोतदार... यू डिसीव्हड् अस्! शी इज रेपड्—!''

''अगं—''

''होय. मी ते माझ्या कानांनी ऐकलं आहे. त्यांनी लपवून ठेवलं होतं; पोरीनं सांगितलं म्हणून समजलं!''

''धिस इज नॉट फेअर सरपोतदार. मी तुम्हाला इतका वेळ सज्जन, सभ्य समजत होतो. आणि—''

''अहो, माझं ऐकून घ्या तुम्ही. मी—''

"नो एक्स्प्लनेशन प्लीज. हे लग्न होऊ शकत नाही. दॅट्स ऑल!"

हे संवाद सुरू असताना कल्याणी निर्जीवपणे जिना उतरत होती. खाली येताना तिला इतकंच दिसलं—

भावेकाका दोन्ही हातांनी डोकं दाबून बसले होते. उमावहिनी निष्प्राण झाल्यासारख्या अविचलपणे सगळा प्रकार पाहत होत्या. दादासाहेब नि बाई पोलीस अधिकाऱ्याच्या थाटात डॅडींना घेरून उभे होते आणि त्यातून निसटण्याचा एकमेव मार्ग डॅडींनी स्वीकारला होता—हात वेडेवाकडे करीत ते खाली कोसळत होते!

"डॅडीऽ" ती किंचाळून त्यांच्या दिशेने धावली. मकरंदही झेपावला. काहीतरी निराळं घडतंय, या जाणिवेनं सारा बंगला धावाधाव करू लागला. कोणीतरी माहितीतल्या डॉक्टरांना फोन लावला. कोणी पाणी शिंपडून त्यांना शुद्धीवर आणण्याचा प्रयत्न करू लागला. कोणी त्यांना गदागदा हलवत राहिलं. बाई तेवढ्या या सगळ्यातून बाजूला उभ्या राहून जळजळीत नजरेनं त्या दृश्याकडे पाहात राहिल्या.

डॉक्टर आले. त्यांनी डॅडींना तपासलं. झटकन निर्णय दिला—

"ह्यांना ताबडतोब हॉस्पिटलमध्ये हलवा. त्यांना पॅरिलिसिसचा अॅटॅक आला आहे!"

हाऊ फनी!

येताना या माणसानं पुणे ते खंडाळा छानपैकी कार चालवली. स्वतःच्या पायांनी इथपर्यंत चालत आला आणि जाताना त्याला इथून उचलून न्यावं लागणार... पुण्यापर्यंत!

कल्याणीला हसूच आलं! ती खुदूकन हसली. गंभीर, दुःखी प्रसंगाच्या पार्श्वभूमीवर तिचं ते हसणं फार भयाण वाटलं. सगळे घाबरून तिच्याकडे पाहायला लागले.

"कल्याणीऽऽ"

भावेकाकांनी फाड्कन् तिच्या तोंडात मारून तिला गदागदा हलवलं; तशी मुसमुसून रडायला लागली. सगळ्यांचे जीव भांड्यात पडले.

पण आता कल्याणीला वाटत होतं, त्या वेळी आपला मेंदू आणखी

थोडा कलायला हवा होता; म्हणजे पूर्णपणे बॅलन्स जाऊन आपण ठार वेड्या झालो असतो... पुढचं काही कळलंच नसतं. तसं झालं नाही. कारण 'भोगणं' हेच आयुष्याचं एकमात्र उद्दिष्ट होतं. जणू मागच्या जन्मी ती कोणी सामर्थ्यवान साधू होती. त्या जन्मीचे सगळे भोग नाकारून तिनं ते पुढील जन्मासाठी राखून ठेवले होते नि आता दोन्ही जन्मांचे भोग नशिबी आले होते. ते नाकारण्याचं सामर्थ्य मागील जन्माबरोबरच गेलं होतं.

पंधरा दिवस डॅडी के. ई. एम.ला. सोहनींनी स्वत:चं वजन खर्च करून त्यांच्या ट्रीटमेंटची तेवढी चांगली व्यवस्था लावून दिली होती. नाही तर के. ई. एम्. म्हणजे केवढं थोरलं गावच— आजारी लोकांचं. तिथं नाना तऱ्हेचे चित्र-विचित्र रोग वस्तीला. त्या प्रचंड जंजाळात एक सामान्य माणूस म्हणून सरपोतदारांची काय दाद लागणार!

आठवड्यातच डॉक्टरांनी सांगितलं— ह्यांची उजवी बाजू पूर्णत: निकामी झालेली आहे आणि जिभेवरूनही वारं गेलं आहे— हे असंच राहणार!

कल्याणी डॅडींकडे पाहून कळवळून रडली. त्यांचे डोळे उघडू असून त्यांना ते दिसलं मात्र नसावं— त्यांच्या उजव्या बाजूला होती ना ती!

डॅडी!— ओऽ डॅडी! काय झालं हे? हे तुम्ही—?

उजवा पाय कुठून तरी आणून पलंगावर आपला टाकल्यासारखा पडला आहे... उजवा हात जिथं ठेवावा तिथंच तासन् तास! ओठ ओघळून पडले आहेत...

ओऽ नो... डॅडी, नोऽ!

डॅडींना काहीही बोलता येत नव्हतं. त्यांची जीभ तोंडातल्या तोंडात नुसती लुळलुळत होती. त्या प्रयत्नात ते अधिकच केविलवाणे दिसत होते; पण आतल्या आत तेही ठामपणे म्हणत असणार—

—ओह, नो!

कारण पंधराव्या दिवशी त्यांचा निमालेला देह त्यांच्या कॉटवर पडलेला होता!

त्यांनी कुठून, कशा नि कोणाकडून मिळवल्या ते आता कधीच

कळणार नव्हतं; पण त्यांनी डावा हात हलणं बंद होईपर्यंत... गोळी गिळणं अशक्य होईपर्यंत झोपेच्या गोळ्या खाल्या असणार!

अगतिक, लाचार जिणं जगावं लागू नये... कल्याणीवर आपला भार पडू नये... तिच्या पर्वताएवढ्या दु:खातला एक दगडही हलवता न येण्याची मजबूर विटंबना माथी येऊ नये, म्हणून त्यांनी हार स्वीकारली होती. ते मृत्यूला शरण गेले होते.

—आणि त्याचाच विरोधी परिणाम म्हणून कल्याणीनं नवी उभारी धरली होती. भव्य ताकदीनं तिनं जीवनाचं हे नवं आव्हान पेलण्याचं व्रत स्वीकारलं होतं. डॅडींच्या मृत्यूनं—त्यांच्या जळत्या चितेवर राख-राख होऊन गेलेल्या तिच्या मनातल्या फिनिक्स पक्ष्यानं हा कणखर, कठोर नि झुंजार जन्म घेतला होता. घेतला होता म्हणण्यापेक्षा, परिस्थितीनं तिच्यावर तो लादला होता. ज्यांच्या वस्त्याच सरहद्दीवर, त्यांनी परकीय आक्रमणाला किती दिवस घाबरून राहावं? कधी ना कधी मन अन्यायाविरुद्ध बंड करून उठणार. हात प्रतिकारासाठी सरसावणार. मग दोनच पर्याय— परकीयांची आक्रमणं बंद होणं किंवा वस्त्यांचे प्रतिकार कायमसाठी नेस्तनाबूत होणं! किल् मी—ऑर लेट मी किल् यू!—याच जिद्दीनं ती जीवनाला सामोरी गेली होती.

डॅडी गेल्यानंतरचे तीन महिने मानसिकदृष्ट्या तिला फार विस्कळीत गेले. मम्मी गेली, तेव्हा डॅडी होते. डॅडी गेले अन् ती एकटी उरली. वाटलं, इस्टेटीवर अधिकार सांगायला तरी का होईना, कोणा नातेवाइकानं पुढं यावं! निदान आपल्यालाही नातेवाईक आहेत, हे तरी कळेल. त्यांच्याशी भांडण्यात, इस्टेट त्यांच्या घशात जाऊ नये म्हणून झगडण्यात काही दिवसांचं आयुष्य सरेल!

पण तसं कोणीच नव्हतं. तिला कल्पना होती. ती आज अवघी वीस वर्षांची होती आणि हा बंगला... डॅडींनी मागं ठेवलेली प्रचंड संपत्ती... दागदागिने... या सर्वांसह तिला एकटीलाच आयुष्य काढायचं होतं. लग्नाचा विचारही तिच्या मनाला शिवणं आता शक्य नव्हतं. रमाबाई अजूनही तिच्या सोबतीला होत्या. त्यांना तिनं याच अटीवर ठेवून घेतलं होतं—त्यांनी

कोणत्याही परिस्थितीत तिच्या लग्नाबद्दल तिला विचारायचं नाही. तो विषयही काढायचा नाही. हे मान्य असेल, तर त्यांनी कायमचं इथं राहावं.

तीन महिने असे घरात बसून काढल्यावर कल्याणीला घरात कोंडून घेण्याचा कंटाळा येऊ लागला. ती धीटपणे बाहेर पडायला लागली.

अन् मगच तिला जगाचं खरं दर्शन झालं! कोणाची तरी छाया डोक्यावर असण्यात मुलगी किती सुरक्षित असते, याचा तिला अनुभव आला.

डॅडींच्या शेअर मार्केटमधलं तिला काहीच कळत नव्हतं. म्हणून त्यांच्या मृत्यूनंतर इस्टेटीचं वगैरे ट्रान्सफरेशन झाल्यावर वकिलाच्या सल्ल्यानं तिनं सगळे शेअर्स विकून टाकले. कार विकून टाकली. सगळे पैसे बँकेत फिक्स्ड डिपॉझिटला टाकून दिले. त्याचं व्याजच महिन्याला दोन-अडीच हजार सुरू झालं. एवढ्या पैशाचं काय करावं, हा तिच्यापुढं प्रश्न पडला. पैशाकरता नोकरीची आवश्यकता नव्हती नि तिला एफ. वाय. आर्ट्स (नॉट ॲपिअरड्) या क्वालिफिकेशनवर कोणी नोकरी दिलीही नसती.

वेळ जावा म्हणून तिनं एम्ब्रॉयडरीचा, शिवणाचा, फुलं बनवण्याचा... असे चार-पाच क्लासेस अटेन्ड करायला सुरुवात केली. जोडीला ती आसपासच्या अडल्या-नडल्यांना, प्रसंगी स्वत:च्या पदरचा पैसा खर्च करूनही मदत करू लागली.

आणि लोक तिच्याही नकळत तिच्या या मदत करण्यावर वगैरे चर्चा करू लागले. लोकांनी आपल्या जाळ्यात ओढण्याकरता ही मदतीची नाटकं करते, असे निष्कर्ष चर्चेतून निघू लागले. पोरगी चालू होतीच, बाप गेल्यावर तिला आता रान मोकळं झालं— या चष्म्यातून तिच्या वागण्याकडे पाहिलं जाऊ लागलं.

कधी-कधी रमाबाईंच्या कानावर हे यायचं. त्यांना वाईट वाटायचं. त्या कल्याणीला सांगून सावध करायच्या आणि कल्याणी हसून उडवाउडवी करायची. कसंही वागलं तरी लोक त्यांना हवं ते म्हणणारच; मग आपण आपल्याला योग्य वाटेल तसं का वागू नये? —असं विचारायची.

पण लोकांचं मत आपल्याबद्दल वाईट असताना निर्वेध जगता येत

नाही, याचं लवकरच तिला प्रत्यंतर आलं.

जिमखान्यावर आपटे नावाच्या गृहस्थाचा बंगला होता. चांगला मोठा होता आणि संपूर्ण बंगल्यात दोघं नवरा-बायको नि त्यांचा एक वेडा मुलगा— असे तिघंच राहायचे. तर, कल्याणी ज्या 'स्नेह-वर्धिनी'ची कार्यकारी सभासद होती, त्या मंडळानं असा प्रस्ताव मांडला, की या आपट्यांनी सहकार्य दिलं, तर त्यांच्या बंगल्याचा हॉल नि व्हरांडा वापरून एक 'अभ्यासिका' तयार करता येईल. ज्या विद्यार्थ्यांना पैशाअभावी कॉलेजचे पुस्तकांचे ठोकळे खरेदी करणे शक्य नाही किंवा त्यांच्याकडे जागेची अडचण आहे, अशांना नॉमिनल दरमहा रुपया-दोन रुपये फी घेऊन अभ्यासाची सोय करून देता येईल.

कल्पना चांगली होती; कल्याणीनं ती उचलून धरली. पुस्तकांसाठी लागले तर पाच हजार रुपये 'स्नेह-वर्धिनी'ला देणगी म्हणून देण्याचीही तयारी दर्शवली. आपोआपच आपट्यांकडे जाऊन वकिली करण्याचंही काम तिच्याकडे आलं. तिनं ते स्वीकारलं नि पारही पाडलं.

त्याच आनंदात ती पायी-पायी आपल्या बंगल्याकडे येत होती. संध्याकाळ टळून रात्रीचे काही तरी आठ-साडेआठच झाले असतील. बंगल्याच्या एक चौक अलीकडे 'शक्ती तालीम.' तिथं बाहेर ओट्यावर पोरं बसलेली होती. काही अजून मातीत मस्ती करीत होती. काही घुमत होती. त्यांच्याकडे कल्याणीचं लक्षही नव्हतं. ती आपली मिळालेल्या यशानं सुखावून चालली होती. आपट्यांच्या वेड्या पोराचे चाळे आठवून मधूनच तिच्या चेहऱ्यावर हसू उमटत होतं.

अन् तालमीवरून पुढं होताच एक पोरगं आडवं आलं की! त्यानं तिचा रस्ताच अडवला. तशी ती दचकून थांबली.

''काय रे—?''

मुलगा नेहमीच्या पाहण्यातला होता. तालमीची काही अडचण असेल, कसली वर्गणी हवी असेल, कुठे तरी अर्ज करायचा असेल, याचा विचार करून तिनं आपलं विचारलं.

''कुठं गेलतीस?''

"तुला काय करायचंय्? तू आपलं तुझं काम बोल!"

"बोलू?"

"बोल ना—?"

"एक चान्स आमचा बी लागू द्या!"

"अं!"

"आमी फ्री नाय मागत. तुमचा काय चार्ज असंन—"

खाड्कन तिच्या डोक्यात ट्यूब पेटली. असं यापूर्वी कोणी हटकल्याचं धाडस दाखवलं नव्हतं. सुरुवातीलाच हे मोडून काढणं आवश्यक होतं.

तिनं जीव खाऊन त्याच्या कानफाडात मारली. तिच्या हातालाच झिणझिण्या आल्या.

"लाज नाही वाटत?" तिनं आवाज चढवून विचारलं.

तालमीची पोरं भराभर गोळा झाली. मानभावीपणे 'काय झालं ताई?' म्हणून विचारू लागली. आसपासची माणसंही थबकली. विचारणारा पोरगा भीतीनं थरथर कापू लागला. ह्याचा बोलविता धनी वेगळा आहे, हे कल्याणीच्या लगेच लक्षात आलं. म्हणाली,

"हे बघा, तुम्ही तालमीची पोरं. तुमच्या अंगात रग आहे, ताकद आहे. तुमच्या या ताकदीचा गल्लीतल्या बायाबापड्यांना आधार वाटायला हवा; भीती नाही!"

"झालं काय पण—?"

"ते तुम्ही या पोरालाही विचारू शकता नंतर; पण पुन्हा असं घडू नये, इतकंच सांगते!'

दुसऱ्या दिवशी ती थोडी उशिराच बाहेर पडली. घडला प्रसंग क्षुल्लक वाटला, तरी तिच्या भवितव्याची नांदी होती. त्या प्रसंगानं तिला चांगलंच अस्वस्थ केलं होतं. रात्री तिला लवकर झोप लागली नव्हती. सकाळी उठायला उशीर झाला होता.

बाहेर येते; तर फाटक उघडून, आत येऊन एक रप्प माणूस तिच्या दाराशीच रेंगाळत उभा. तिला पाहताच आपले थंड डोळे रोखत, मिश्यांना पीळ मारत त्यानं तिला हटकलं—

"राऽम राऽम!"

त्याची लुंगी, त्यावरचा घळघळीत तलम नेहरू शर्ट, गळ्यातला जाड ताईत नि पाहण्या-बोलण्यातली मग्रुरीच तो तालमीचा आहे, हे सांगून जात होती.

ती त्याला काय संबोधावं ते न सुचून नुसती हसली. तो का आला आहे, हे तिच्या लक्षात आलं.

"हणमंतराव म्हन्तायत् मला सर्वे."

"शक्ती तालमीचे ना?"

"हो! तालीमच आपली हाय. मी वस्ताद हाय तालमीचा."

"या ना, आत या."

तिनं बोलावल्यामुळे तो जरा सुखावलेला दिसला. त्याचा ताठरपणा थोडा कमी झाला. कर्रकन आवाज करीत तो कोचावर ऐसपैस बसला. मग अघळपघळ आवाजात त्यानं सवाल टाकला—

"काय भानगड हाय ही?"

तिनं रमाबाईंना हणमंतरावासाठी एक ग्लास दूध आणायला सांगितलं. मग तो दूध पीत असताना त्याला काल काय घडलं, ते सांगितलं. तो मठ्ठ चेहऱ्यानं ऐकत राहिला. त्याला ते खरं वाटलंय् का नाही याचासुद्धा कल्याणीला अंदाज बांधता येईना. मग तो एकदम म्हणाला—

"आमच्या पोरान्वर तुमी आसा आळ घातला, हे आपल्याला नाय आवडलं!"

"आळ?" ती आश्चर्यानं थक्क होत म्हणाली, "अहो, काल काय घडलं, ते मी सांगते आहे!"

"बाय, माझ्या तालमीतल्या मुलान्ला मी चांगला वळखून हाय. आजपोत्तर एका पोरानं कधी कोणा पोरीकडं वाकड्या नजरेनं पायलं नाय."

"मग मी उगाच त्या पोराच्या तोंडात मारली का हणमंतराव?"

हणमंतरावांनी दुधाचा ग्लास खाली ठेवला. निर्णायकपणे म्हणाले, "काय स्टोरी हाय ती माझ्या कानावर आली हाय. येक डाव मी स्पष्ट वारनिंग दिऊन ठिवतो. कल्याणीबाय, तुला लहान असल्यापास्नं पाहतो मी.

सरपोतदारान्‌ला आमचा रोजचा रामराम असायचा. ती वळख ठिवून सांगतो. बाय्, तुला काय माणसं खेळवायची ती भाईर खेळीव. माझ्या तालमीतलं एक पोर नासावलंस, तर तंगडी तोडून हातामंदी दीन!''

हणमंतराव करकर वहाणा वाजवत निघून गेला. कल्याणी कितीतरी वेळ सुन्न उभी राहिली. तालमीत काय प्रकार झाला असावा, तो बऱ्याच वेळानं तिच्या लक्षात आला.

ज्या पोरानं काल कोणाचं तरी उसनं बळ घेऊन तो गलिच्छ प्रश्न विचारला होता, त्याची नंतर तंतरली असणार. हणमंत उस्तादच्या कानी हे गेलं, की आपल्याला मार खावा लागणार; म्हणून त्यानंच कल्याणीची कागाळी केली होती. ते असं काहीसं असणार, की ती मला इशारे करीत होती नि काल तिला मी सांगितलं— माझ्या नादी लागू नकोस! चिडून तिनं—

बाहेर पडताक्षणीच कल्याणीनं पहिल्यांदा आपल्या विभागाची पोलीस चौकी गाठली. राम गायकवाड पी. एस. आय.च्या ताब्यात चौकी होती. त्यांनी चौकशी केली. तिची सगळी तक्रार तोंडी ऐकून घेतली. मग तिची समजूत घातल्यासारखं करीत म्हणाला—

''पोरं तालमीची आहेत. अंगात मस्ती असते जरा. आपल्यासारख्या सुशिक्षितांनी लक्ष देऊ नये!''

''पण त्यांनी रस्त्यात आडवलं तर काय करावं? आणि हणमंतराव उलट मलाच दम देऊन गेले! मी एकटी मुलगी. उद्या काही कमी-जास्त झालं, तर कोण जबाबदार?''

''तेच सांगतोय मी. तुमच्या भल्यासाठीच सांगतोय—तालमीचा दरारा मोठा आहे. तक्रार नोंदवून कशाला उगाच वाकडं घेताय? डूख धरून ओढलं उद्या तालमीत, तर खटला लढवायला जिवंतही राहणार नाही तुम्ही?—ही काही कॉलेजची छाडमाड पोरं नाहीत!''

ती त्या उल्लेखानं जामं डिवचली गेली. म्हणाली,

''सब-इन्स्पेक्टर, तुम्ही तक्रार नोंदवून घेणार की नाही; मला सल्ला नको आहे.''

"असं...? नाही घेता येत तुमची तक्रार!" गायकवाड भडकून म्हणाला.

"का, का नाही घेता येत?"

"तुमच्या आधी तालमीचीच तक्रार आली आहे—ही मुलगी तालमीच्या पोरांना नासवू पाहते म्हणून!"

"पण हे खोटं आहे!"

"आणि तुम्ही म्हणता ते तरी खरं कशावरून?"

गायकवाडची भूमिका तद्दन आडमुठेपणाची होती. तो खोटं बोलतो आहे, हे तिलाही समजत होतं; पण तिला तसं म्हणता येत नव्हतं.

"मला तालमीची तक्रार दाखवा बघू!"

"तशी दाखवता नाही येत!"

ती हताश झाली. सॉलिड नैराश्य आलं.

काय हे? एक असहाय, संकटग्रस्त तरुणी संरक्षण मागण्यासाठी चौकीत येते नि तिला अशा प्रकारची वागणूक मिळावी? आणि का, तर एकदा ती बलात्काराच्या खटल्यात लोकांसमोर बदनाम झाली आहे, म्हणून?

ही कोंडी आहे. तिला वाईट चालीची ठरवून तुम्ही तिला पद्धतशीरपणे त्याच मार्गाला ढकलू पाहताय; पण लक्षात ठेवा, ही कल्याणी आहे. एकदा चुकीनं घडलं, त्याचे परिणाम क्षणा-क्षणाला भोगावे लागत असताना आता सावधपणे तर ती तेच पुन्हा चुकूनही घडू देणार नाही. ती शेवटपर्यंत झगडत राहील, प्रतिकार करीत राहील. प्रसंगी कलम नंबर शंभर वापरून ती हत्या करेल नि तेवढ्यानंही नाही भागलं, तर ती आत्महत्या करेल; पण जिवंतपणी एक हात तिला तिच्या इच्छेविरुद्ध स्पर्श करू शकणार नाही...!

तिनं रागारागानं पाहिलं. गायकवाड मग्रूरपणे गालातल्या गालात हसत होता.

"येते सब-इनस्पेक्टर." ती उठून जायला वळत म्हणाली.

"तालमीबद्दल काही तक्रार नाही तर?" कुत्सितपणे हसत त्यानं विचारलं.

"तक्रार अजून आहे; पण तालमीच्या हप्त्यांनी मिंधा असलेला

तुमच्यासारखा पोलीस अधिकारी चौकीत असेपर्यंत तक्रार करूनही काही उपयोग नाही! तक्रार करून ठेवली तर 'सगळं' झाल्यावर तुम्ही गुन्ह्याच्या जागी पोहोचाल आणि संधी मिळाली, तर वाहत्या गंगेत हात धुऊन तक्रार नाहीशी कराल!''

गायकवाड संतापून खुर्चीतून बाहेर पडण्यापूर्वीच ती तरातरा चालत चौकीतून बाहेर निघून गेली.

राग शांत झाल्यावर तिच्या लक्षात आलं—

आपण हे चांगलं नाही केलं!

—आणि ते खरं होतं. गायकवाडला बिथरवून, त्याच्यावर स्पष्टपणे वाईट-साईट आरोप करून तिनं आपल्या चौकीचं संरक्षण घालवलं होतं. संरक्षण घालवलं म्हणण्यात तसा अर्थ नव्हता. कारण तालमीच्या विरुद्ध तिला ते कधीच मिळणार नव्हतं; पण निदान चौकी तिच्या वाईटावर नव्हती; ती आता नक्कीच झाली होती. गायकवाडकडून हणमंताला कल्याणी येऊन गेल्याचं कळणार होतं आणि हणमंता बिथरला तर..?

ती शहारली, घाबरली. सर्व बाजूंनी संकटं आपली नाकेबंदी करीत असल्याच्या जाणिवेनं ती लहान पोर गोंधळून गेली. रमाबाईंना जेव्हा सगळं समजलं, तेव्हा त्यांचे तर हात-पायच गळाले; पण त्यांचा मेंदू लकालका हालू लागला, सुटकेचा मार्ग शोधू लागला आणि त्यांनाच ते नाव आठवलं—

सब-इन्स्पेक्टर थोरातकाका!

त्या नावानं कल्याणीलाही दिलासा मिळाला. तिनं डिरेक्टरी पाहून स्वारगेट पोलीस स्टेशनचा नंबर लावला. तर समजलं, थोरात मागच्याच वर्षी प्रमोशन मिळून इन्स्पेक्टर झाले आणि ते आता विश्रामबाग पोलीस चौकीला असतात.

कल्याणीनं ताबडतोब विश्रामबाग पोलीस चौकीला फोन लावला. इन्स्पेक्टर थोरातांची चौकशी केली; तर नवी इमारत इतकी मोठी नि तीन-तीन इन्स्पेक्टर थोरात! 'स्वारगेट'ला होते नि गेल्याच वर्षी प्रमोशन मिळालं... वगैरे खुणा सांगितल्यावर कुठं फोनवर बोलणाऱ्या माणसाला ओळख पटली. त्यानं तिला 'होल्ड-ऑन' करायला सांगून थोरातांना निरोप पाठवला. दहा

मिनिटांच्या असह्य गॅपनंतर थोरात फोनवर आले.

"हॅलो, मी इन्स्पे. बी. जी. थोरात बोलतोय—"

"हॅलो, थोरात अंकल-"

"थोरात अंकल?... तू कल्याणी का गं?"

त्यांनी कोणताही संदर्भ न मागता लगेच ओळखलं, याचाच कल्याणीला आनंद झाला. कोणीतरी ओळखीचं निघालं म्हणून हायसं वाटलं.

"अंकल, मी-मी खूप संकटात आहे!"

"आँ? काय झालं? कोणी त्रास देतंय का तुला?"

"हो. इथल्या चौकीवर तक्रार द्यायला गेले होते, तर तक्रारच घेत नाहीत!"

"पी. एस. आय. कोण आहे?"

"राम गायकवाड."

"ठीक आहे. मी पाहतो. तू आता संकटात नाहीस ना? म्हणजे, लगेच—"

"नाही-नाही. बंगल्यातच आहे मी."

"आणि सरपोतदार काय करतायृत?"

"डॅडी—? ते... त्यांना जाऊन सहा महिने होतील अंकल आता!"

"अरे...! मला माहीत नव्हतं. ठीक आहे. मी असं करतो—रात्री नवाला तुझ्याकडे येतो. तोपर्यंत बाहेर पडू नकोस कुठे; मगच काय ते पाहू."

"मग असं करा ना— जेवायलाच या."

"बरं—बरं, येईन."

तिला खूप मोकळं-मोकळं वाटलं. क्षणा-क्षणाला वाढणारं दडपण एकदम उतरून गेलं.

रात्री साडेनऊ वाजता थोरातकाका आले, ते बारा-साडेबारापर्यंत तिच्याकडेच होते. जेवण, जेवताना गप्पा. जेवल्यानंतर तिची सगळी हकिगत ऐकून त्यांना फार वाईट वाटलं. त्याचबरोबर तिचा झगडण्यातला चिवटपणाही कौतुकास्पद वाटला.

निघताना ते म्हणाले,

"कल्याणी... एक प्रकारे तुझ्या या सगळ्या दुर्दैवाला मीच जबाबदार आहे! त्या वेळी केस दाबून टाकली असती, तर कदाचित तुझ्यावर एवढे प्रसंग ओढवले नसते!''

"अंकल, मी लढायला अजून तयार असताना, माझ्यासाठी तुम्ही असे निराश का होता? आणि आजपर्यंत मी एकटी होते; आता तुम्ही आहात म्हटल्यावर मला कसली भीती?''

"खरं आहे पोरी! तुझ्यासारखीला भीती असणं, हाच पोलीस खात्याचा लांच्छनास्द असा मोठा पराभव आहे! तुझ्यासाठी मी नक्की काहीतरी करीन आणि लक्षात ठेव— हे माझं— थोरातकाकांचं वचन आहे. आता एकच कर— मी सांगेपर्यंत किंवा चांगला काही बदल दिसेपर्यंत घरातून बाहेर पडू नकोस.''

तिनं ते मान्य केलं. ती घराबाहेर पडेनाशी झाली. काही काम असलं तर 'स्नेह-वर्धिनी' किंवा अशाच संबंधित संस्थांची माणसं तिला भेटायला घरी यायची.

अन् पाचव्या दिवशी सकाळी आठ वाजता एक तडफदार तरुण पोलीस अधिकारी चौकशी करीत कल्याणीच्या बंगल्यावर दाखल झाला.

"माझं नाव श्रीकांत देवधर. आजपासून मी इथल्या चौकीचा चार्ज घेतला आहे.''

आत आल्या-आल्या तो म्हणाला, "तुम्ही कल्याणी सरपोतदार का?''

"होय.'' ती आनंदून म्हणाली.

"थोरातसाहेबांनी तुमची गाठ घेऊन तुम्हाला ही बातमी सांगायला सांगितलं होतं. आता तुम्ही निर्धास्तपणे केव्हाही ये-जा करा. कोणीही तुमच्याकडे वाकड्या नजरेनं पाहणार नाही.''

दीर्घ आजारातून उठलेल्या माणसाचा चेहरा, डॉक्टरनं सर्व खाण्याची परवानगी देताच आनंदानं चमकून उठावा नि आभारादाखल एक शब्दही तोंडून फुटू नये, तशी तिची अवस्था झाली.

''काही काळजी करू नका, थोरातांनी मला तुमच्याबद्दल नि तुम्हाला होणाऱ्या सगळ्या त्रासाबद्दल पूर्ण कल्पना दिली आहे. तसं काही वाटलं— शंका आली, तर केव्हाही चौकीवर या.''

तिला पी. एस. आय. देवधरला थांबवून घ्यायचं होतं, त्याला चहा द्यायचा होता, त्याचे आभार मानायचे होते, त्याच्याशी गप्पा मारायच्या होत्या; पण अत्यानंदानं त्यातलं काहीच जमलं नाही. निरोप घेऊन तो निघूनही गेला.

पुन्हा एकदा तिचं बाहेर जाणं उजळ माथ्यानं सुरू झालं. मध्येच वेळ काढून ती चौकीत पण जाऊ लागली. देवधरनं फक्त 'बंदोबस्त' केल्याचं तिला त्याच्याकडून समजलं. म्हणजे नेमकं काय केलं, ते कळलं नाही; पण तालमीच्या पोरांचा त्रास एकदम बंद झाला. ती तिथून जाता-येताना पोरं नुसती संतापानं डोळे वटारून पाहत राहायची.

हे प्रकरण जरा निस्तरतंय, तोच कल्याणीला आणखी एक अनुभव आला.

'अभ्यासिका' चांगली चालायला लागली होती. संध्याकाळी पाच ते आठ कल्याणी तिथल्या व्यवस्थेसाठी म्हणून तिथं थांबत होती. जोडीला परमार नावाचा मुलगा होता. तो लायब्ररीचं काम करायचा. पुस्तकं विषयानुसार सॉर्ट करून ती क्रमांकाने ठेवणं, हवं ते पुस्तक काढून देणं, त्याची नोंद करणं... ही सगळी कामं तोच पाहायचा.

एक दिवस रात्री आठला अभ्यासिका बंद झाली. सगळी पुस्तकं गोळा झाली. मुलं निघून गेली. अन् परमार म्हणाला—''बावीस पुस्तकं इश्यू केली होती; परत एकवीसच आलीयत!''

असं काय होतंय, म्हणून कल्याणी लायब्ररीच्या केबिनमध्ये शिरली, तर परमारनं काही न बोलता तिला एकदम मिठीत घेतलं आणि तिचं चुंबन घेतलं!

ती अवाक्!

क्षणभरानं ती भानावर आली, तर परमार हसत होता.

''परमार... तू हे धाडस कसं केलंस?'' रागानं थरथरत तिनं विचारलं.

सगळं झालं. मध्ये दोन मिनिटं गेली— आता तोंडात मारण्यात अर्थ नव्हता.

"धाडस कसलं त्यात!" सहजपणे परमार म्हणाला, "तुझी मला सगळी माहिती आहे!"

"कसली माहिती?"

"तू धंदा करतेस ना?"

"कोणी सांगितलं तुला?"

"कोणी का सांगेना; खोटं आहे का हे?"

"होय. खोटं आहे आणि म्हणूनच विचारतेय मी—"

"तू धंदा करीत नाहीस?"

"नाही. अरे, तुमच्यात इतके दिवस वावरते मी... तुम्हाला माझ्या वागण्यात तसं आढळलं तरी का? कसा विश्वास ठेवलास तू?"

"शक्ती तालमीचा बंडू मोरे माझा मित्र आहे. तो तर म्हणतो, तालमीतल्या प्रत्येक पोरानं..."

"शी:! आणि तुला ते खरं वाटलं?"

परमारनं आपला पवित्रा बदलला.

"मला तू कोण आहेस, काय आहेस याच्याशी कसलंही देणं-घेणं नाही कल्याणी. आय लव्ह यू."

तो पुन्हा हिंमत करून पुढे सरसावला, तसं कल्याणीनं त्याला रोखलं.

"तिथंच थांब परमार, कल्याणी इतकी चीप नाहीये. पुन्हा तू माझ्या वाटेला जाऊ नकोस."

"पण माझं प्रेम आहे तुझ्यावर."

"ते दुसऱ्या कोणा मुलीसाठी राखून ठेव!"

तिनं त्याला टाळलं. तो निरनिराळे आग्रह करीत होता. निदान माझ्याबरोबर सिनेमा पाहायला तरी चल, म्हणून हटून बसला होता. तिनं सगळ्यालाच नकार दिला, तसा तो खवळला. म्हणाला,

"तुझी सगळी स्टोरी मोऱ्यानं मला सांगितली आहे. मी 'स्नेह-

वर्धिनी'त सगळ्यांना सांगेन! ती कळू नये, असं वाटत असेल तर—"

दुसऱ्या दिवशी तिनं सभासदत्वाच्या राजीनाम्याचं पत्र 'स्नेह-वर्धिनी'ला पाठवून दिलं.

काय करायचंय जाऊन? परमार सगळीकडे ते विकृत स्वरूपात पसरवणार. मुला-मुलींचा आपल्याकडे पाहण्याचा दृष्टिकोन बदलणार. मुली आपल्याला टाळणार नि मुलं मागं लागणार.

—त्यापेक्षा जाणंच नको!

हा प्रसंगही क्षुल्लक होता. इथवर घडत आलं, त्या मानानं मुळीच भयंकर नव्हता; पण काही सत्य पूर्ण नंगेपणानं ध्यानात आणून देणारा होता.

पहिली गोष्ट म्हणजे— कल्याणी कितीही चांगली वागली, तिनं समाजात हर प्रयत्नानं मिसळण्याची कोशिश केली, तरी 'त्या' विशिष्ट संदर्भातच लोकांच्या ती लक्षात राहिली होती. वर्ष-दीड वर्षानंतरही लोकांना ते विसरता येत नव्हतं. तिच्याबद्दल लोकांच्या मनात तीच बदचलन असल्याचा गैरसमज दृढ होऊन बसला होता. तिची प्रत्येक कृती त्याच चष्म्यातून पाहिली जात होती.

आणि दुसरी गोष्ट— स्वत:भोवतीचं गूढपणाचं वलय कायम राहूनही ती लोकांमध्ये मिसळत असल्यानं तिच्याबद्दलची लालसा, आकर्षण वाढीस लागलं होतं; तिच्या प्राप्तीची शक्यता दाट होत चालल्यानं त्यांचं धाडस वाढू लागलं होतं.

मध्यंतरी काय, एकानं रस्त्यात हटकून आपला 'दर' विचारला...

आज एका सामान्य परमारनं आपल्या मनाचा विचार न करता हिला ते मान्य असायला हवं, अशा समजुतीनं आपल्याला मिठीत घेऊन आपलं चुंबन घेतलं...

उद्याचा दिवस कोणता प्रसंग घेऊन उगवेल; कोणी सांगावं?

एकूण समाज नि त्या समाजाचे हे दोघे प्रतिनिधी मानले, तर समाजाचं धाडस वाढत चाललं होतं. तिला नेटानं तो विनाशाच्या खाईकडे ढकलत चालला होता. तिला 'फॉर हायर', 'अॅव्हेलेबल' या पातळीला आणून बसविल्याशिवाय त्याला चैन पडणार नव्हतं. त्याच्या मते, तिची

तीच जागा होती. कारण ती बलात्कारित होती—सुंदर होती—तरुण होती—नि मुख्य म्हणजे निराधार होती! इतकं सगळं असताना तिनं इतक्या स्वाभिमानानं, ताठ मानेनं राहावं; म्हणजे काय!

दिवसेंदिवस अधिकाधिक दाटून येत होतं. तिच्या जीवनावर दुरूनच या अंधारछाया आपलं परिणामी अस्तित्व लादू पाहत होत्या. नि, जलसमाधी मिळत असताना ज्या नेटानं माणूस पाण्याबाहेर राहण्याचा प्रयत्न करतो, त्या प्रयत्नानं ती या छायाप्रदेशातून स्वत:ला बाहेर ठेवू पाहत होती.

या सर्व झगड्यात लक्षणीय गोष्ट म्हणजे, हणमंताशी पुन्हा पडलेली गाठ.

तिनं रस्ते बदलले होते, वेळा बदलल्या होत्या. बाहेर जावं लागण्याचे प्रसंगही कमी केले होते. तसे करण्यामागं तिच्या मनानं कच खाल्ली किंवा ती घाबरली, असं कारण नव्हतं; पण इतकंच, की प्रतिकाराची जिद्द म्हणजे भांडण्याची खुमखुमी नव्हे.

तर, हणमंतरावानं तिला रस्त्यात गाठलं. पहिल्याहूनही अधिक विषारी थंडपणे तो तिच्याकडे पाहत म्हणाला,

"कल्याणी बाय... हे तू लई वंगाळ केलंस!"

"मी काय केलं हणमंतराव? मी काहीच केलेलं नाही. कोणी काही करू नये, म्हणून मला सावधगिरी बाळगणं भाग होतं. म्हणून आवश्यक तेवढंच केलं मी!"

"ते तू काय सांगाय् नको! खाली मुंडी न् पाताळ धुंडी—अशी बाय तू! तालमीच्या पोरान्बद्दल तू पोलीस कंप्लेट कराय गेली. गायकवाडनं कंप्लेट घेतली नाय, तवा वर पोत्तर जाऊन गुंड्या फिरवल्या अन् हा गोरा बामण आमच्या डोस्कीर आणून बशीवला."

"वस्ताद, तालमीची पोरं तुमच्या हाताशी. त्यांच्यावर तुमची माया, विश्वास. त्यांनी काही केलं तरी तुम्ही खरं मानायला तयार नाही. खरं या पोरांचा माझ्यासारख्या अनाथ, तरुण पोरीला आधार वाटायचा; तर त्यांचीच मला दहशत! मी एकटी कुठवर पुरी पडणार? तुम्हीच सांगा दादा... मी अशा परिस्थितीत काय करावं?"

"ते मी काय सांगत नाय. तू लई हुषार... पाताळयंत्री. तुला सगळं कळताय, पण विसरू नगंस—त्या गोऱ्या बामणाची गाठ हणमंताशी हाये! त्यो आज ना उद्या जातोय. नंतर तू हाये नि मी हाये!"

कल्याणी हतबद्धच झाली. लोक उगाच वाकड्यात का शिरतात नि नंतर वाकडाच विचार का करीत राहतात; तेच तिला समजेना.

आता हा मठ्ठ हणमंता श्रीकांत देवधरशी वाकडं घेणार. त्याला पाण्यात पाहणार. का, तर आपण त्याच्याकडे चौकीत जातो, गप्पा मारतो, तो आपल्याला मदत करतो— या लोकांना आपल्याला छळू देत नाही.

श्रीकांत देवधरला या चौकीचा ताबा घेऊन फार दिवस झाले नव्हते; पण तिला तो आवडला होता. त्याचं पुरुषी देखणेपण, निधडं वागणं आणि स्वच्छ राहिलेले हात— हे सगळं तिला मोहवून गेलं होतं. आल्या-आल्या आपल्या एरियात फिरून त्यानं जो दरारा निर्माण केला होता, तो कौतुकास्पद होता. हणमंतरावासारख्या तालमीचं पाठबळ असलेल्या गुंडालाही त्यानं पाहता-पाहता सरळ करून ठेवलं होतं.

—आणि आता हे त्याचं कर्तृत्व त्याला भोवणार की काय?

स्वत:साठी नाही; पण श्रीकांत देवधरसाठी मात्र तिला भीती वाटू लागली. मनात नाही-नाही ते विचार येऊ लागले.

हा एकटा रात्री-अपरात्री भटकतो. त्याला कोणताही खतरनाक भाग वर्ज्य नाही. जवळ एक केन आणि कमरेला रिव्हॉल्व्हर.

वीस-पंचवीस जणांनी कुठे गाठला— काही केलं—तर...?

श्रीकांत तिला आवडला होता. त्याला काही होऊ नये, असं तिला मनापासून वाटत होतं. त्याच्या कोणत्याही वाइटाला स्वत: कारणीभूत झाली, तर ती स्वत:ला आयुष्यभर माफ करू शकणार नव्हती... विसरू शकणार नव्हती.

○○○

दुसऱ्या दिवशी सकाळी तिनं फोन करून श्रीकांतला घरी बोलावून घेतलं. भीत-भीत त्याला कालच्या रात्रीचा किस्सा सांगितला. सावध राहण्याविषयी सूचना दिल्या. काही दिवस रात्री-अपरात्री एकटा बुलेटवरून फिरू नकोस, म्हणून विनंती केली. तर—तो म्हणाला,

"त्या रेड्याची ही मजल का? काहीतरी कारण काढून आजच त्याला चौकीत घेतो! उद्यापासून तुझ्याकडे वर मान करून नाही पाहणार!"

तिच्या छातीत एकदम धस्स झालं. झट्कन म्हणाली,

"असलं काही करू नका हं— माझी शपथ आहे तुम्हाला!"

तो आश्चर्यानं तिच्या चेहऱ्यावरची व्याकुळता न्याहाळत राहिला.

"मला काही होऊ नये, असं वाटतं का तुला?"

"हो." ती साधेपणानं म्हणाली, "काही व्हावं, असं कसं वाटेल?"

"का?"

ती चक्रावून त्याच्या मिस्कील चेहऱ्याकडे पाहत राहिली. अजून काहीतरी जाणवल्यासारख्या आवाजात म्हणाली,

"श्रीकांत... तुम्ही चांगले आहात. सज्जन आहात. काही संबंध नसताना केवळ थोरात अंकलाच्या सांगण्यावरून तुम्ही मला संरक्षण दिलं आहे. हे छत्र हरवू नये, असं वाटतं. म्हणून म्हणते मी—!"

"हे छत्र कायमचं लाभण्याचाही एक मार्ग आहे—!"

हे कधी तरी तिला अपेक्षित होतं. तो आपल्या सौंदर्याकडे आकृष्ट झाला आहे, त्याच्या मनात आपल्यासाठी काही कोवळे अंकुर फुटत आहेत, हे तिला पदोपदी जाणवत होतं. ते फीलिंग आवडतही होतं. तिच्या मनातही हेच अंकुर फुटू पाहत होते. इन्स्पे. थोरातांच्या सुरुवातीच्या फोननं हे बी रुजवलं होतं. तेव्हा कळलं नव्हतं, इतकंच.

"—हॅलो, कल्याणी... केवळ तुझ्यासाठी गुंड्या फिरवून मी श्रीला ती चौकी दिली आहे. गायकवाड गेला वडारवाडीला! तुझ्यासाठी... बाय ऑल मीन्स! श्री हुशार आहे, तरुण आहे, तडफदार आहे, नव्या विचारांचा आहे आणि तुझ्या जातीचाही आहे! बेस्ट लक!"

तेव्हा तिनं हसून ते थट्टेवारी नेलं होतं; पण हळूहळू श्रीकांत देवधरनं तिच्या मनात साचलेलं सगळ कडवट पाणी हटवून, कचरा साफ करून स्वत:साठी स्थान निर्माण केलं होतं आणि आता तो असं सूचक बोलत होता.

"तुला अवघड वाटलं का कल्याणी? ओ. के. लीव्ह इट." तो सहजपणे म्हणाला, "अगं, मी पी. एस. आय. आहे. माझ्या पाठीशी डिपार्टमेंट आहे—सरकार आहे, मला हात लावणं इतकं सोपं नाही. तू उगाच काळजी करू नकोस. मला काही होत नाही."

ती नुसती त्याच्या हसऱ्या चेहऱ्याकडे पाहत राहिली. शब्दा-शब्दातला त्याचा आत्मविश्वास तिला धीर देत राहिला.

"तू फारच गंभीर झालेली दिसतेस कल्याणी— 'छत्रा'चं मनाला लावून घेतलंस का?"

"नाही. श्रीकांत... पण तुम्ही ते गंमत म्हणून म्हणालात नं?"

"नाही. कोणाची जीवघेणी गंमत करून आनंद मिळविण्याची वृत्ती नाही माझी. मी तुला कधीतरी हे विचारणारच होतो. आता सहज विषय

निघाला आहे आणि तो तू गंभीरपणे विचारासाठी निवडला आहेस, तर विचारून टाकतो— कल्याणी, तू माझ्याशी लग्न करशील?"

क्षणभर तिला फार गंमत वाटली. मनाचा एक दार्शनिक कोपरा त्रयस्थ होऊन स्वत:कडे पाहू लागला.

ही कल्याणी एक अजब चीज आहे! हिच्यात लोकांना आकर्षित करून घेण्याचं खास कसब आहे. कोणाला तिचं शरीर इतकं आवडतं, की पुढचा तुरुंगवास मान्य करूनही काही जण तिच्या शरीराचा अनधिकृत उपभोग घेतात! कोणाला ती आवडते, तिच्यावर प्रेम असतं; पण मग शरीर डागाळलं म्हटल्यावर तिच्या चारित्र्याची शंका येऊन तिचा मोह सोडावा लागतो! कोणाला ती आपल्या स्वप्नपरीप्रमाणे तंतोतंत सुंदर वाटते; पण त्याची स्वप्नपरी भ्रष्ट असते... ठरलेलं लग्न मोडतं! कोणी तिला 'रेट' विचारून विकत घ्यायला बघतं, तर कोणी काहीच न विचारता तिला मिठीत घेऊन तिचं चुंबनही घेऊन टाकतो!

खरंच, या सगळ्या प्रसंगात आपलं स्थान कोणतं?

मन-आत्माविरहित... भावनारहित बाहुली?

एक मादी... म्हणून उपभोग्य वस्तू?

या पलीकडे आपल्याला माणूस म्हणून काही स्थानच नाही?

आता आज श्रीकांत देवधर विचारतोय— कल्याणी, तू माझ्याशी लग्न करशील?

कारण आपला चेहरा त्याला आपल्या पत्नीचा चेहरा म्हणून योग्य वाटतो. हे रसरशीत ओठ त्याला चुंबनीय वाटतात. आपल्याजवळ आदर्श वजनाचे टणक तरीही लुसलुशीत मांसाचे गोळे आहेत, ते त्याच्या पुरुषी नजरेनं हेरलं आहे.

म्हणजे, पुन्हा एकदा एका नराला कायम उपभोगण्यासाठी एक मादी हवी आहे; ती तो सभ्य, पारंपरिक, सज्जन-संमत मार्गाने मिळवू पाहात आहे; हाच काय तो चांगुलपणा!...

त्यानं लग्नासंबंधी विचारलं, हा त्याचा धीट चांगुलपणा आहे, हे मान्य असूनही त्याचा त्यात कोणताही वाईट हेतू नाही, हे माहीत असूनही—काही

क्षणांपूर्वी हवाहवासा वाटणारा तो प्रश्न नको-नको म्हणता विषारी बनला. ते विष थंडपणे तिच्या मनात उतरलं.

"श्रीकांत, माझा सगळा इतिहास माहीत आहे तुम्हाला?"

"आहे. आणि मला त्याच्याशी कर्तव्य नाही. ज्या क्षणी तू माझी पत्नी होशील, त्या क्षणापासून तू काया-वाचा-मने माझी नि माझीच होशील. मला तेवढं पुरं आहे."

"याबाबतीत घरच्यांशी बोललात कधी?"

"अजून नाही. तू होकार दिलास, तरच बोलेन!"

"आणि घरच्यांनी संमती दिली नाही तर—?"

"तर... कल्याणी, एकच लक्षात ठेव— श्रीकांत देवधर म्हणजे सारंग चक्रपाणी किंवा विश्वास सोहनी नाही! माणसा-माणसात फरक असतो. काही माणसं मेणाची बनलेली असतात, जी कोणासारखी नसतात; काही शेणाची असतात, जी कुठेही गेली तरी दुर्गंधीच निर्माण करतात; आणि काही पोलादाची असतात, ज्यांच्याजवळ ॲड्जस्टमेंट नसते. मी या तिसऱ्या वर्गातला आहे कल्याणी. मी टक्कर घेतो—मोडतो—पुन्हा सांधला जाऊन टक्कर घेतो... पण मोडत नाही!"

"थोडक्यात म्हणजे, तुम्ही घरच्यांचा विरोध मोडून काढणार... बाहेरच्यांशी लढणार आणि हे सगळं करून काय; तर मला मिळवणार!"

"कल्याणी!"

"क्षमा करा श्रीकांत; पण मी ही अशी! एवढं महायुद्ध करून मला मिळवण्याएवढं तुम्ही काय पाहिलंत माझ्यामध्ये? असं कोणतं आकर्षण आहे, जे तुम्हाला माझ्याकडे इतकं प्रकर्षानं खेचतंय?"

"कल्याणी," तो कष्टी स्वरात म्हणाला, "आम्ही डिपार्टमेंटची रांगडी माणसं. भावना अशा साहित्यिक भाषेत व्यक्त करणं आम्हाला जमणार नाही; पण एवढं मात्र खरं—तुझ्याबद्दल थोरातसाहेबांनी सगळं सांगितल्यानंतरही तू मला आवडली आहेस. डोळे उघडे ठेवून मी तुझा स्वीकार करायला तयार आहे. त्याबद्दल मला तर कधीच पश्चात्ताप होणार नाही, तुलाही तो होणार नाही, अशी खात्री आहे; त्यातून तुझा निर्णय तू

घ्यायचा आहेस. मी तो तुझ्यावर लादणार नाही. तुझा नकार असेल तरी माझ्याकडून मिळणाऱ्या साह्यात फरक पडणार नाही!''

'हो' म्हणावं, अशी आतून ऊर्मी दाटून येत होती. हो म्हणावं नि त्याच्या मजबूत बाहुपाशात बद्ध व्हावं... कायमचं!

पण आज पुरुषजातीवर सूड उगवण्याची—आपल्याही भावनांना काही किंमत आहे, ते जाणवून देण्याची संधी प्राप्त झाली होती. तिचं पोळलेलं, दुखावलेलं मन श्रीकांतच्या भावनांचा बळी घेऊनही ती संधी साधू पाहत होतं!

''मला विचार करायला हवा!'' ती शांतपणे म्हणाली.

''अं?''

त्यानं अविश्वासानं तिच्याकडे पाहिलं. मग दुखावल्या स्वरात तो म्हणाला,

''टेक युवर ओन टाइम, मला घाई नाही.''

तो खाली मान घालून गेला.

ती हमसाहमशी रडायला लागली. तडफडणारं हृदय दोन्ही हातांनी दाबून ओरडली—

''श्रीऽकांऽत—''

ती हाक मारीत असतानाच बुलेटचं फायरिंग सुरू झालं होतं. त्या प्रचंड आवाजानं तिचा आवाज शोषून घेतला.

फायरिंग दूर-दूर जात राहिलं.

ती कळवळून रडत राहिली.

०००